വിമോചന
ഖുർആനിക പാത

എൻ. കെ. എം. അബ്ദുശുക്കൂർ

ഉള്ളടക്കം

എൻ. കെ. എം. അബ്ദുശുക്കൂർ

എൻ.കെ.എം. മുഹമ്മദ് പൂക്കോയ തങ്ങളുടെയും പാലയിൽ ബീഫാത്തിമയുടെയും മക്കളിൽ രണ്ടാമനായി 1955ൽ പുത്തൂർ പള്ളിക്കലിൽ ജനനം. പുത്തൂർ പള്ളിക്കൽ എ.എം.യു.പി സ്കൂളിൽ പ്രാഥമിക വിദ്യാഭ്യാസം. ചേളാരി ഗവൺമെന്റ് ഹൈസ്കൂളിൽ 1970ൽ സെക്കണ്ടറി വിദ്യാഭ്യാസം പൂർത്തിയാക്കി. തുടർന്ന് കുറ്റ്യാടി ഇസ്ലാമിയാ കോളേജിൽ തുടർ പഠനം. 1975ൽ പഠനം പൂർത്തീകരിച്ച് രണ്ട് വർഷത്തോളം പ്രാഥമിക/സെകണ്ടറി മദ്രസകളിൽ അദ്ധ്യാപനം. കൊണ്ടോട്ടി മർകസുൽ ഉലൂം അറബി കോളേജിന്റെ തുടക്കത്തിൽ അവിടെ അദ്ധ്യാപകനായി ജോലി ചെയ്തു. പിന്നീട് ഖത്വർ റിലീജ്യസ് ഇൻസ്റ്റിറ്റ്യൂട്ടിൽ പഠനത്തിന് അവസരം ലഭിച്ചു. 1977 അവസാനം ഖത്വറിൽ. ഇൻസ്റ്റിറ്റ്യൂട്ടിലെ രണ്ട് വർഷത്തെ പഠനത്തിന് ശേഷം, ഖത്വർ മിനിസ്ട്രി ഓഫ് മുനിസിപ്പൽ അഫേഴ്സിന് കീഴിൽ ദോഹ മുനിസിപ്പാലിറ്റിയിൽ ജോലി. 1992ൽ ഖത്വർ വിദേശ കാര്യ മന്ത്രാലയത്തിലേക്ക് ജോലി മാറ്റം. 2020 ആഗസ്റ്റിൽ ജോലിയിൽ നിന്ന് വിരമിച്ചു.

ഖത്വറിൽ ഇന്ത്യൻ ഇസ്ലാമിക് അസ്സോസിയേഷന്റെ (ഇപ്പോൾ CIC) ഇസ്ലാമിക/സാംസ്കാരിക/വിദ്യാഭ്യാസ/ ജീവകാരുണ്യ പ്രവർത്തനങ്ങളിൽ സാന്നിദ്ധ്യം. 2008 മുതൽ പത്ത് വർഷത്തോളം ഖത്വറിലെ ശാന്തി നികേതൻ ഇന്ത്യൻ സ്കൂൾ മാനേജിംഗ് കമ്മിറ്റി വൈസ് പ്രസിഡണ്ടായി സേവനമനുഷ്ടിച്ചു.

ആനുകാലികങ്ങളിലും സാമൂഹ്യ മാധ്യമങ്ങളിലും ലേഖനങ്ങൾ എഴുതാറുണ്ട്. 'വിമോചനത്തിന്റെ ഖുർആനിക പാത' ആദ്യ കൃതിയാണ്.

ഭാര്യ സൽമ. മക്കൾ മുഹമ്മദ് ശഫീക്, അഹദ് സയ്യാഫ്, ഫാത്വിമ. Email: namshukoor@gmail.com

അവതാരിക

മനുഷ്യ പക്ഷത്ത് നിന്നുകൊണ്ട് ഖുർആൻ വായിക്കുമ്പോൾ

മുഹമ്മദ് ശമീം

ഇസ്ലാമിക ദർശനത്തിന്റെ മാനവിക വായനയാണ് എൻ.കെ.എം. അബ്ദുശ്ശുകൂറിന്റെ 'വിമോചനത്തിന്റെ ഖുർആനിക പാത' എന്ന പുസ്തകം.

ഗ്രന്ഥകർത്താവിന്റെ അഭിപ്രായത്തിൽ, യഥാർത്ഥത്തിലും ഇസ്ലാമിന്റെ മാനവിക വായന എന്ന് പ്രത്യേകം പറയുന്നതിൽ അർത്ഥമൊന്നുമില്ല. എന്തെന്നാൽ ഇസ്ലാം എങ്ങിനെ വായിച്ചാലും അത് മാനവികമാണ്, അഥവാ മാനവികമായ വായന മാത്രമേ ഇസ്ലാമികമാകൂ. 'ഇസ്ലാം മാനവികത (മാത്ര)മാണ്, അഥവാ ഇസ്ലാം തന്നെയാണ് മാനവികത' എന്ന ശാഠ്യവും പുലർത്തുന്നുണ്ട് അബ്ദുശ്ശുകൂർ. 'ഏകദൈവ' വിശ്വസം എന്ന അടിത്തറയിൽ നിന്ന് തന്നെയാണ് തുടങ്ങുന്നതെങ്കിലും അതിന്റെ വിശദീകരണം പരമ്പരാഗതമായി കൈമാറിക്കിട്ടിയത് പോലെ ഒരു വിശ്വാസം മാത്രമല്ല എന്ന തിരിച്ചറിവിൽ നിന്ന് മുന്നോട്ട് പോയി, 'ഏകവേദം' എന്നതിലേക്കും പിന്നെ 'ഏകമതം എന്നതിലേക്കും അതിൽ നിന്നും മുന്നോട്ട് 'ഏകമാനവികത' എന്നതിലേക്കും ഖുർആനിലൂടെ താൻ സഞ്ചരിച്ചതായി എഴുത്തുകാരൻ വ്യക്തമാക്കുന്നു. അതേ സമയം ഇത്തരം പ്രയോഗങ്ങളിൽ ചില പ്രശ്നങ്ങളുണ്ടെന്ന അഭിപ്രായമാണ് വ്യക്തിപരമായി ഈ കുറിപ്പുകാരനുള്ളത്. ഏകവേദം, ഏകമതം തുടങ്ങിയ പ്രയോഗങ്ങൾ, എന്നല്ല ചില വീക്ഷണകോണുകളിൽ ഏകമാനവികത പാലും തികച്ചും ഏകശിലാരൂപിയായ, സ്വരബഹുത്വങ്ങളെ നിരാകരിക്കുന്ന സ്വാഭാവികമായും ജഡസമാനമായ സ്ഥിരതയുള്ള ഒരു മൗലികവാദമാണ് ഇസ്ലാം എന്ന

തോന്നൽ ഉത്പാദിപ്പിക്കാൻ പര്യാപ്തമാണ്. എന്നാൽ ഇസ്ലാം അതിന്റെ ശുദ്ധരൂപത്തിൽ അങ്ങനെയല്ല താനും. സാസ്കാരിക ബഹുത്വങ്ങളെ ദൈവികദൃഷ്ടാന്തങ്ങളായി അവതരിപ്പിക്കുന്ന ഒരു ഗ്രന്ഥമാണ് ഖുർആൻ.

അതേസമയം ഈ പ്രയോഗങ്ങളെ ശരിയായിപ്പറഞ്ഞാൽ ഈ തിരിച്ചറിവുകളെ ഇത്തരത്തിൽ ഏകശിലാത്മകമായിട്ടല്ല ഗ്രന്ഥകാരൻ സമീപിക്കുന്നത് എന്നതാണ് യാതാർത്ഥ്യം. പ്രയോഗങ്ങൾ എന്നതിനപ്പുറം വാക്കുകൾ സൃഷ്ടിക്കുന്ന അവബോധങ്ങളും പ്രധാനമാണ് എന്നതുകൊണ്ടാണ് ഇവയെ ഈ കുറിപ്പിൽ ഇപ്രകാരം നിരൂപണം ചെയ്തത്.

ഈ മാനവികബോധത്തിന്റെയും തിരിച്ചറിവിന്റെയും അഭാവമാണ് ഇസ്ലാമിനെ വെറുമൊരു മതമാക്കിച്ചുരുക്കിയത് എന്ന് പറയാം. അനുഷ്ഠാനങ്ങൾക്കും നിയമാക്ഷരങ്ങൾക്കും പ്രാധാന്യം നൽകുന്ന ആചാരസമുച്ചയമായി അത് മാറി. ഇത് ഒരു ഭാഗത്ത്. മറ്റൊരു ഭാഗത്ത് കേവലവും വർജ്ജകവുമായ, എക്സ്ക്ലൂസീവ് ആയ ഒരു വംശീയബോധം ഇസ്ലാമിന്റെ പേരിലും പ്രത്യക്ഷപ്പെട്ടു. ചിലപ്പോഴെങ്കിലും അത് വിദ്വേഷത്തിന്റെയും സായുധ റാഡിക്കലിസത്തിന്റെയും രൂപം പ്രാപിക്കുകയും ചെയ്തു. ഇനി ചില വിഭാഗങ്ങൾ ആത്മീയമായ നിഗൂഢതകളിൽ അഭയം അന്വേഷിച്ചു. ഗൂഢാർത്ഥങ്ങളിൽ പൊരുളുകളന്വേഷിക്കുകയും ഇസ്ലാമിന്റെ സാമൂഹ്യപരതയെ തമസ്കരിക്കുകയും ചെയ്തു.

ഒരേ മനസ്സോടെ ഒരേ താളത്തിൽ ഒരേ ദൈവത്തിന്റെ സവിധത്തിലേക്ക് നീങ്ങുന്ന മനുഷ്യരെയും പ്രകൃതിയെയുമാണ് ഗ്രന്ഥകാരൻ കാണുന്നത്. അത്തരത്തിൽ താളനിബദ്ധമായ വിശ്വൈക്യം പുലരുമ്പോഴാണ് ഇസ്ലാമിന്റെ അടിസ്ഥാന ചിന്തയായ തൗഹീദ് (ദൈവേകത്വം) അർത്ഥപൂർണവും സമ്പൂർണവുമാവുക എന്ന് അദ്ദേഹം ഉറച്ചു വിശ്വസിക്കുന്നു. ഇന്ന് ലോകത്ത് നിലനിൽക്കുന്ന വെറുപ്പിന്റെയും വിഭാഗീയതയുടെയും അന്തരീക്ഷത്തിൽ ഏകമാനവികതയുടെയും സ്നേഹത്തിന്റെയും രാഷ്ട്രീയം ഉയർത്തിപ്പിടിക്കുന്നത് ഏറെ പ്രയോജനം ചെയ്യുമെന്നും അദ്ദേഹം പുസ്തകത്തിന്റെ ആമുഖത്തിൽ തന്നെ പ്രഖ്യാപിക്കുന്നുണ്ട്. 'മനുഷ്യജീവിതത്തിന്റെ വിശുദ്ധസരണിയെ ആവർത്തിച്ചുണർത്തി,

സവിശേഷമായി ഭൂമിയിലേക്ക് പുനരവതരിച്ച ആ അതുല്യവേദഗ്രന്ഥത്തിന്റെ ആത്മാവിനെ ഇക്കാലത്തെ ജീവിതസാഹചര്യങ്ങളിലേക്ക് സന്നിവേശിപ്പിച്ച്, അതിനെ പുനർവായന നടത്തിയാൽ മാത്രമേ, ഇന്നത്തെ സങ്കീർണ ജീവിതസമസ്യകളുമായി താദാത്മ്യം പ്രാപിച്ച് കാലത്തിന്റെ പ്രകാശഗോപുരമായി മുമ്പേ നടക്കാൻ ഖുർആന് കഴിയൂ' എന്നദ്ദേഹം രേഖപ്പെടുത്തുന്നു.

കേവലം നിയമപരമായിട്ടല്ല എൻ.കെ.എം അബ്ദുശ്ശകൂർ വേദഗ്രന്ഥത്തെ സമീപിക്കുന്നത്. ഓരോ വിവരണത്തിലും അദ്ദേഹം ഖുർആന്റെ മൂല്യ സങ്കല്പങ്ങൾക്ക് പ്രാധാന്യം നൽകുന്നു. മാനവികതയെക്കുറിച്ച വിചാരത്തിലും സ്വപ്നത്തിലുമാണല്ലോ അദ്ദേഹം അതാരംഭിക്കുന്നത് തന്നെ. വർഗ്ഗ, വർണ്ണ, വിഭജനങ്ങൾക്കെല്ലാമപ്പുറം മനുഷ്യൻ എന്ന പരിഗണന തന്റെ ചിന്തകളിൽ ആദ്യന്തം നിലനിർത്തുകയും ചെയ്യുന്നു. പ്രത്യേകിച്ചും സ്ഥിതി സമത്വം, ലിംഗസമത്വം തുടങ്ങിയ ആശയങ്ങൾക്ക് പ്രാധാന്യം നൽകുന്നു. ഇസ്ലാം പൂർവ്വകാലത്ത് മക്കയിൽ നിലനിന്നിരുന്ന, വിഗ്രഹാരാധനയും ബഹുദൈവത്വവും ഉൾപ്പെടെയുള്ള മതാചാരങ്ങളെയും വിട്ടുവീഴ്ചയില്ലാത്ത രീതിയിൽ ഇസ്ലാം നിഷ്കർഷിക്കുന്ന ഏകത്വ ദർശനത്തെയും തമ്മിൽ താരതമ്യം ചെയ്യുമ്പോൾപ്പോലും മതാചാരം, ആരാധന എന്നീ തലങ്ങളിൽ നിന്ന് വിട്ട്, കേവലാചാര കേന്ദ്രിതമായ പരമ്പരാഗ മതങ്ങൾ പോലും അതീവശ്രദ്ധയോടെ പരിപാലിച്ചു പോന്ന, അടിമ-ഉടമ, വരേണ്യ-അധമ വിവേചന ചിന്തകളെയും അത്തരം ആചാരങ്ങളുടെ പിൻബലത്തോടെ നിലനിന്ന ഗോത്രീയ വംശീയ ബോധങ്ങളെയും പിതൃരാധിപത്യ മാമൂലുകളെയും ഒരുഭാഗത്തും പ്രവാചകൻ പഠിപ്പിച്ച, നീതിയുടെയും മനുഷ്യസമത്വത്തിന്റെയും മാനവികൈക്യത്തിന്റെയും സമഭാവനയുടെയും ദർശനത്തെ മറുഭാഗത്തും നിർത്തിക്കൊണ്ട് ചരിത്രപരവും അനിവാര്യവുമായ ആശയസംഘർഷത്തിന്റെ വാതിൽ തുറക്കുകയാണ് അദ്ദേഹം ചെയ്യുന്നത്.

സാധാരണഗതിയിൽ പ്രവാചകപൂർവ കാലഘട്ടത്തെയും പ്രവാചകന്റെ അധ്യാപനങ്ങളെയും താരതമ്യം ചെയ്യുന്നതിൽ ദീക്ഷിക്കപ്പെടാറുള്ള അതേ രീതി തന്നെ അദ്ദേഹവും പിന്തുടരുന്നുണ്ട്.

യാതൊരു നന്മയും പ്രതീക്ഷക്കുള്ള ഒരവസരവും നൽകാതെ ഇരുട്ട് കട്ടപിടിച്ചു നിൽക്കുന്ന ഒരു കാലഘട്ടമായി മാത്രം പ്രവാചക പൂർവ്വ കാലത്തെ വിശേഷിപ്പിച്ചു കൊണ്ടുള്ള ഒരു രീതി പൊതുവെ പ്രവാചക ചരിത്ര കഥനങ്ങളുടെ പൊതുഘടനയാണ്. അതിൽ നിന്ന് ഒട്ടും ഭിന്നമല്ലാത്ത തുടക്കം ഈ പുസ്തകത്തെസ്സംബന്ധിച്ചിടത്തോളം ആശാസ്യമായ ഒന്നായി ഈ കുറിപ്പുകാരന് തോന്നുന്നില്ല. അക്കാലത്തും മക്കയിൽ നിലനിന്നിരുന്ന ഇബ്റാഹീമീ പാതയെ (ഹനീഫിയതു ഇബ്റാഹീം) മറ്റൊരിടത്ത് പരാമർശിക്കുന്നുണ്ടെങ്കിലും. അതേസമയം ശ്രദ്ധേയമായ വസ്തുത ഇത്തരം താരതമ്യത്തിലും ഗ്രന്ഥകാരൻ മാനവികത എന്ന മൂല്യത്തിൽ തന്നെയാണ് ഉറച്ചു നിലകൊള്ളുന്നത് എന്നതാണ്. ഏതൊരു വിഷയത്തെയും അദ്ദേഹം നീതിയിലും മാനവികതയിലും നിന്നുകൊണ്ടു തന്നെ സമീപിക്കുകയും നോക്കിക്കാണുകയും ചെയ്യുന്നു. ഖുർആൻ യഥാർത്ഥത്തിൽ നമ്മോടാവശ്യപ്പെടുന്ന, കാലത്തിന്റെ തന്നെ അനിവാര്യ തേട്ടമായ മാനവിക വായന എന്ന ലക്ഷ്യത്തെ അദ്ദേഹം മുറുകെപ്പിടിക്കുന്നു. പ്രവാചകന്റെ ദൗത്യത്തെ വിലയിരുത്തുമ്പോൾ മറ്റെല്ലാത്തിലും ഉപരിയായി പ്രവാചകൻ മനുഷ്യരെ മാനസികമായി ഏകോപിപ്പിക്കുകയും സംശുദ്ധമായ മാനവിക സംസ്കൃതിയിലേക്ക് നയിക്കുകയും ചെയ്തു എന്ന ആശയത്തിന് പ്രാധാന്യം നൽകുന്നു. ഹിറാ ഗുഹയിൽ തപമനുഷ്ഠിക്കുമ്പോൾപ്പോലും പ്രവാചകന്റെ ലക്ഷ്യ ത്തെ, ആ ലക്ഷ്യത്തിന്റെ സമഗ്രതയെ പൂർണമായി ഉൾക്കൊള്ളുന്നതോടൊപ്പം തന്നെ അതിന്റെ എല്ലാ വിശദാംശങ്ങളെയും മാനവികതയിലേക്ക് സംക്ഷേപിക്കുകയും ചെയ്യുന്നു അദ്ദേഹം.

മനുഷ്യസമഭാവന എന്ന പ്രവാചക മാനവികതയുടെ സ്വഭാവത്തെ കൃത്യമായും ന്യായമായും ഒരു സൃഷ്ടിസമഭാവനയിലേക്ക് നയിക്കാനും ഗ്രന്ഥം ശ്രമിക്കുന്നുണ്ട്. അല്ലാഹുവിന്റെ അടയാളങ്ങൾ (ദൃഷ്ടാന്തങ്ങൾ) നിറഞ്ഞു നിൽക്കുന്നതെന്ന് വേദഗ്രന്ഥം വിശേഷിപ്പിക്കുന്ന ഈ വിശ്വത്തെപ്പറ്റി തനിക്കുള്ള എല്ലാ ധാരണകളെയും ഈ സമഭാവനയുടെ ആവിഷ്കാരത്തിന് വേണ്ടിയുള്ള കരുക്കളാക്കി മാറ്റുകയാണ് ഗ്രന്ഥകാരൻ. ചിലേടങ്ങളിൽ ഖുർആൻ നൽകുന്ന ഖണ്ഡിത

നിയമങ്ങളെപ്പോലും കാലത്തിന്റെയും സാഹചര്യങ്ങളുടെയും കാചത്തിലൂടെ മാത്രം ദർശിക്കാനും വിലയിരുത്താനും ഒരുമ്പെടുക പോലും ചെയ്യുന്നു. മനുഷ്യാരംഭം തൊട്ട് അവതീർണമായിട്ടുള്ള സകല വേദഗ്രന്ഥങ്ങളെയും അദ്ദേഹം ഖുർആനായിത്തന്നെ കാണുന്നു. വ്യത്യസ്ത ഭാഷകളിൽ അവതരിപ്പിക്കപ്പെട്ട ഖുർആന്റെ തന്നെ ഖുർആൻ പൂർവ പതിപ്പുകൾ, അതെല്ലാം ഓരോ കാലകത്തിന്റെയും ഖുർആനായിരുന്നു. ഇന്ന് നാം ഖുർആന്റെ സാർവജനീനതയെയും സാർവകാലികതയെയും പറ്റി ചിന്തിക്കുമ്പോൾ, കാലത്തെ അതിജയിക്കും വിധം കാലത്തെ വായിക്കാനും കാലത്തിൽ സഞ്ചരിക്കാനും വേദഗ്രന്ഥത്തിനുള്ള പ്രാപ്തിയെ മറന്നുകൊണ്ടാവരുത് അത് എന്നതും പ്രധാനമാണ്. സാങ്കേതിക പദങ്ങളായി ഖുർആൻ ഉപയോഗിക്കുന്ന വാക്കുകളുടെ അർത്ഥവൈപുല്യത്തെയും വ്യാഖ്യാന സാധ്യതകളെയുമൊക്കെ ഇവ്വിഷയകമായി ഗ്രന്ഥകാരൻ ചൂണ്ടിക്കാണിക്കുന്നുമുണ്ട്. മഅ്റൂഫ് മുൻകർ, ഇസ്ലാഹ് ഫസാദ് തുടങ്ങി ഖുർആൻ അവതരിപ്പിക്കുന്ന ആശയ ദ്വന്ദ്വങ്ങളെയൊക്കെയും അദ്ദേഹം അതിന്റെ അടിസ്ഥാനത്തിൽ വിശകലന വിധേയമാക്കുന്നു.

സ്വാതന്ത്ര്യത്തെക്കുറിച്ച വിചാരങ്ങളും പ്രസക്തമാണ്. ചിന്തയുടെയും തീർപ്പിന്റെയും സ്വാതന്ത്ര്യത്തിന്റെയും ലോകങ്ങൾ മനുഷ്യന് മുന്നിൽ തുറന്നുവെക്കുകയാണ് ഖുർആൻ ചെയ്യുന്നത് എന്നാണ് ഗ്രന്ഥകാരന്റെ പക്ഷം. ഇത് പറയുമ്പോൾ മറ്റു ചില കാര്യങ്ങൾ കൂടി ഓർമ വരുന്നു. കാലവുമായുള്ള വിനിമയത്തിൽ നിന്നാണ് നിയമങ്ങളുടെയും കർമശാസ്ത്രത്തിന്റെയും വിശദാംശങ്ങൾ ഉണ്ടാകുന്നത്. മനുഷ്യൻ മറ്റ് മനുഷ്യരാൽ ക്രയവിക്രയം ചെയ്യപ്പെടുന്ന, സുഹൃത്തുക്കൾക്കും ബന്ധുക്കൾക്കും പാരിതോഷികമായിപ്പോലും നൽകപ്പെടുന്ന വസ്തുക്കൾ മാത്രമായിത്തീരുക എന്നതാണ് അടിമത്തത്തിന്റെ അടയാളം. അടിമത്തം നിലനിന്നിരുന്ന ഒരു കാലത്തോട് ഇസ്ലാം സംവദിച്ചത് രണ്ട് രീതിയിലാണ്. ഒന്ന് സ്വാതന്ത്ര്യത്തോടുള്ള അഭിവാഞ്ജ അടിമകളിൽ സൃഷ്ടിച്ചു കൊണ്ട്. ബിലാലും അമ്മാറും ത്യാഗങ്ങൾ വരിച്ചത് കേവലം വിശ്വാസത്തിന്റെ പേരിൽ മാത്രമാവില്ല. മറ്റൊരു നിലക്ക് ചിന്തിച്ചാൽ അവരുടെ വിശ്വാസം അഥവാ അവർക്ക് ഏകദൈവത്തിലുള്ള ബോധ്യം

എന്നതിനെ അസ്വാതന്ത്ര്യത്തിന്റെ ചങ്ങലകൾ പൊട്ടിച്ചെറിയാനുള്ള ആയുധമായിക്കൂടി അവർ കണ്ടിരുന്നു. അതിലുള്ള ആവേശവും കൂടിയാണ് അവർ കാണിച്ചത്. രണ്ടാമത്തെ രീതി, അടിമകൾ ഉണ്ടാവുക എന്നത് അത്യന്തം നിന്ദ്യമായ ഒരു ഏർപ്പാട് തന്നെയാണ് എന്ന ബോധം സ്വതന്ത്ര മനുഷ്യരിൽ സൃഷ്ടിച്ചു കൊണ്ടും. ദ്രുതപരിവർത്തനത്തിലൂടെ യാതൊരു സാമൂഹ്യമുന്നേറ്റവും സാധ്യമല്ലെന്നും പരിവർത്തനത്തിന്റെ വഴി ക്രമപ്രവൃദ്ധമായ പരിണാമത്തിന്റേതാണെന്നുമുള്ള ബോധ്യം ക്രമത്തിൽ അടിമത്തം അവസാനിക്കും എന്നുറപ്പിക്കും വിധമുള്ള നടപടികൾ കൈക്കൊള്ളുന്നതിലേക്കാണ് പ്രവാചകനെ നയിച്ചത്. വ്യവസ്ഥാ മാറ്റങ്ങളെ ഒരു അട്ടിമറി കൊണ്ട് വേണമെങ്കിൽ നടപ്പാക്കാം. എന്നാൽ അതിന് നിലനിൽപില്ല.

അല്ലാഹു മനുഷ്യനെ സൃഷ്ടിച്ചത്, ഓരോ മനുഷ്യനെയും അവന്റെ മാതാവ് പ്രസവിക്കുന്നത് സ്വതന്ത്രരായിട്ടാണെന്ന് താങ്കൾ മറന്നുപോയോ എന്ന് ഉമർ (റ) അംറ് ബ്നു ആസിനോട് ചോദിക്കുന്ന ചോദ്യം ചരിത്രത്തിൽ മുഴങ്ങുന്നു. അടിമത്തത്തോടുള്ള ഇസ്ലാമിന്റെ പ്രത്യയശാസ്ത്രപരമായ എതിർപ്പാണ് അതിലുള്ളത്. എന്നാൽ അടിമത്തം നിലനിന്നിരുന്ന കാലങ്ങളോടുള്ള കർമശാസ്ത്രത്തിന്റെ പ്രതികരണങ്ങൾ അത്തരത്തിലായിരിക്കില്ല. ആശയങ്ങളിൽ നിന്ന് മാറി നിയമാക്ഷരങ്ങൾ പ്രമാണമായതോടെ അടിമത്തത്തെയും ഇസ്ലാമിന്റെ ഒരനുവദനീയ സമ്പ്രദായമായി പുറത്തും അകത്തുമുള്ളവർ മനസ്സിലാക്കിത്തുടങ്ങി എന്ന ദൗർഭാഗ്യകരമായ അവസ്ഥ അവശേഷിച്ചു.

അതായത്, ആചാരഘടനക്കപ്പുറം സത്തയിൽ, അടിസ്ഥാന ദർശനത്തിൽ നിന്നുകൊണ്ട് വായിക്കുമ്പോഴാണ് നൈതികതയോടും സ്വാതന്ത്ര്യത്തോടും സമത്വത്തോടുമുള്ള ഇസ്ലാമിന്റെ ആഭിമുഖ്യങ്ങളെ തിരിച്ചറിയാൻ സാധിക്കുക.

വിശദാംശങ്ങളിൽ പലതിലും അബ്ദുശ്ശകൂറിനോട് വിയോജിക്കാം. ചെറുതായ ചില വിയോജിപ്പുകൾ ഈ കുറിപ്പുകാരനും ഉണ്ട് എന്നതും യാഥാർത്ഥ്യമാണ്. അത് സ്വാഭാവികവുമാണ് താനും. തന്നോടൊരാൾ നൂറ് ശതമാനം യോജിച്ചാൽ തന്റെ നിലപാടിൽ താൻ തന്നെ സംശയാലുവാകേണ്ടതുണ്ട് എന്നതാണ് ബുദ്ധിമാന്മാരുടെ നിലപാട്.

ഈ വിയോജിപ്പുകളും ചില അഭിപ്രായന്തരങ്ങളും നിലനിർത്തിക്കൊണ്ടു തന്നെ പറയട്ടെ, ഈ കാലത്തെ വിലയിരുത്താൻ ശ്രമിച്ചു കൊണ്ട്, കാലത്തോട് സംവദിക്കുന്ന ഇസ്ലാമിനെയും ഖുർആനിനെയും വേദഗ്രന്ഥം മുന്നോട്ട് വെക്കുന്ന മൂല്യങ്ങളെയും ഉയർത്തിപ്പിടിക്കാനും പുനർവായിക്കാനും നടത്തുന്ന പരിശ്രമം എന്ന നിലക്ക് ഈ പുസ്തകം പ്രസക്തമാണ്. അന്നിലക്ക് അത് വായിക്കപ്പെടേണ്ടതുമുണ്ട്.

ആമുഖം

ഏതാണ്ട് അഞ്ച് പതിറ്റാണ്ടോളം ഇസ്ലാമിക നവജാകരണ പരിസരത്ത് ജീവിച്ച എന്റെ ജീവിതാനുഭവങ്ങളുടെ പാഠ ശേഖരങ്ങളിൽ നിന്ന് കൊത്തിപ്പെറുക്കിയ ഏതാനും ധാന്യ മണികളാണ്, 'വിമോചനത്തിന്റെ ഖുർആനിക പാത' എന്ന ഈ പുസ്തകം. എന്റെയീ ജ്ഞാനാനുഭവങ്ങൾ പൊതു സമൂഹത്തോട് പങ്ക് വെക്കണമെന്നെനിക്ക് തോന്നി.

എഴുപതുകളുടെ ആദ്യത്തിൽ കലാലയ ജീവിതാരംഭത്തോടെയാണ് ഒരു പരമ്പരാഗത അനുഷ്ഠാന മതമായി ഞാൻ കരുതിയിരുന്ന ഇസ്ലാമിന്റെ സമഗ്രതയെക്കുറിച്ച് ആദ്യമായി കേട്ട് തുടങ്ങുന്നത്. ഇസ്ലാം ഒരു ജീവിത പദ്ധതിയോ, മരണ പദ്ധതിയോ എന്ന തർക്കം സജീവമായി നടന്നിരുന്ന കാലം. മത രാഷ്ട്ര സംയോജന വിഭജന സിദ്ധാന്തങ്ങളെ അനുകൂലിച്ചും പ്രതികൂലിച്ചും 'ഇബാദത്ത്' എന്ന ഇസ്ലാമിലെ സാങ്കേതിക പദത്തിന്റെ അർത്ഥ കൽപനയെ ചൊല്ലിയും സമുദായ മധ്യെ ആവേശകരമായ മുഖാമുഖ സംവാദങ്ങളായിരുന്നു, അക്കാലത്തെ മുഖ്യ ഇസ്ലാമിക പ്രവർത്തനങ്ങളായി മുന്നിട്ട് നിന്നത്.

എന്നാൽ, രാഷ്ട്ര വ്യവഹാര മീമാംസ കൂടി ഉൾച്ചേർന്ന് സമഗ്രമാണ് ഇസ്ലാമെന്ന വീക്ഷണത്തെ പരാവർത്തനം ചെയ്ത് അന്ന് ഞാൻ മനസ്സിലാക്കിയത്; ദൈവവും മനുഷ്യരും തമ്മിലുള്ള വൈയക്തിക ആരാധനാ ബന്ധങ്ങൾക്കുമപ്പുറം, സിവിൽ ക്രിമിനൽ നിയമങ്ങളുൾപ്പെടെ, രാഷ്ട്രീയവും സാമൂഹികവുമായ എല്ലാ കാര്യങ്ങളിലും നിയതമായ മത വിധികളുണ്ടെന്നും, അവ കൂടി ജീവിതത്തിന്റെ ഭാഗമായി അംഗീകരിച്ച് നടപ്പിലാക്കിയാലേ, ഇസ്ലാമിന്റെ സമഗ്ര സങ്കൽപ്പത്തിന് അർത്ഥപൂർണ്ണത കൈ വരികയും മരണാനന്തരം സ്വർഗ്ഗം പൂകാൻ കഴിയുകയുമുള്ളൂ എന്നുമായിരുന്നു.

പക്ഷേ, പിന്നീടെപ്പോഴോ കേവല മത മാത്ര ബോധത്തിൽ നിന്ന് മാറി, അൽപമൊക്കെ രാഷ്ട്രീയ നൈതിക ബോധം കൂടി തലയിലുദിച്ച് തുടങ്ങിയപ്പോഴാണ്, മരിച്ച് കഴിഞ്ഞ് സ്വർഗ്ഗം നേടുക മാത്രമാകാൻ പാടില്ലല്ലോ ഈ ജീവിതത്തിന്റെ അർത്ഥമെന്ന സന്ദേഹം

സ്വഭാവികമായും മനസ്സിലുദിച്ചത്. അതാണെങ്കിൽ 'മരണ പദ്ധതി'ക്കാരുടെ ചിന്താ സരണി തന്നെയാകില്ലേ കൂടുതൽ സാർഥകമാകുക എന്നും തോന്നി.

അങ്ങിനെയാണ് വിശുദ്ധ ഖുർആനെയും പ്രവാചക മാതൃകയെയും, പരമ്പരാഗത കേവല മതനിഷ്ഠ ധാരണകളിൽ നിന്ന് മാറി, തികച്ചും നിരപേക്ഷമായൊരു തുറന്ന വായനക്ക് വിധേയമാക്കാൻ തോന്നലുണ്ടായത്. ആ വായനയിലൂടെയാണ് 'ഇസ്ലാം മാനവികതയാണ്; അഥവാ, ഇസ്ലാം തന്നെയാണ് മാനവികത' എന്ന സമീകരണത്തിലേക്ക് മനസ്സിന്റെ തീർത്ഥ യാത്ര ചെന്നെത്താൻ കാരണമായി തീർന്നത്. അതേ വായനയിൽ തന്നെയാണ്, 'ഏക ദൈവ വിശ്വാസ''ത്തിൽ മാത്രം പരിമിതമായിപ്പോയിരുന്ന 'തൌഹീദ്', 'ഏക വേദ' സങ്കൽപ്പത്തിലേക്കും, 'ഏക മത' സങ്കൽപ്പത്തിലേക്കും, പിന്നെ പ്രവാചക ശൃംഗലയുടെ ഒരുമയും ഏകതാനതയും കടന്ന്, 'ഏക മാനവിക' സങ്കൽപ്പത്തിലേക്ക് വികസിച്ച് അതിന്റെ അതി വിപുലമായ ചക്രവാളങ്ങളിലേക്ക് ചേക്കേറുന്നതായി കൌതുകത്തോടെ കണ്ണിൽ തെളിഞ്ഞത്.

അങ്ങിനെ, ദൈവം തണലിട്ട ഭൂമിയിൽ മനുഷ്യനും പ്രപഞ്ചമൊന്നടങ്കവും ഒന്ന് ചേർന്ന് ഏകതാനതയോടെ ഒരേ വിധാതാവിന്റെ സരണി പിന്തുടർന്ന് ഒരേ ലക്ഷ്യത്തിലേക്ക് നടന്ന് നീങ്ങുന്നതിന്റെ മിഴിവാർന്ന ചിത്രം മനസ്സിൽ തെളിയുമ്പോഴാണ്, 'തൌഹീദ്' അതിന്റെ സമ്പൂർണ്ണ ദളങ്ങൾ വിടർത്തി പുഷ്കലമായൊരു വസന്തമായി പരിമളം പരത്തുന്നത് നമുക്ക് ആസ്വദിക്കാനാവുക. മണ്ണും വിണ്ണും ഒന്ന് ചേർന്ന് താളനിബദ്ധമായ പ്രാപഞ്ചികൈക്യം (Unity of the Universe) തീർക്കുമ്പോഴാണ് 'തൌഹീദ്' അർത്ഥ പൂരിതമാകുന്നത് നാം അനുഭവിച്ചറിയുക.

ആ അർത്ഥ പൂർണ്ണതയുടെ നിറവിലും മിഴിവിലും, സ്വമേധയാലോ, നിർബന്ധിതമായോ സ്രഷ്ടാവും പരിപാലകനും കരുണാമയനുമായ ഏക ദൈവത്തിന്റെ നിയതമായ 'ദീനി'ന് വിധേയരായി, മനുഷ്യ കുലം, ഭൂമിയിൽ ഒത്തൊരുമിച്ച് കരുണാർദ്ര മാനസരായി പരസ്പരം സ്നേഹാദരവുകൾ പങ്കിട്ട്, സ്വതന്ത്ര ജനാധിപത്യ ജീവിതം നയിക്കലാണ് മാനവികതയുടെ താളവും ലയവും.

'അതിനാൽ നിഷ്കളങ്ക മാനസനായി നീ സർഗ്ഗ വ്യവസ്ഥക്ക് (ദീൻ) വിധേയനാകുക. അഥവാ, അല്ലാഹുവിന്റെ പ്രകൃതിക്ക്. അവൻ അതേ പ്രകൃതിയിലാണ് ജനങ്ങളെയും പടച്ചത്. അല്ലാഹുവിന്റെ സൃഷ്ടിപ്പിൽ മാറ്റം വരുത്തരുത്. അതാണ് അവക്രമായ സർഗ്ഗ വ്യവസ്ഥ. പക്ഷേ, അധികമാളുകളും അത് മനസ്സിലാക്കുന്നില്ല'. (വി. ഖു. 30 : 30).

'ദീൻ' അപ്പോൾ കേവലമായ അനുഷ്ഠാന മാത്ര മതത്തിന്റെ പേരല്ല. അത് പ്രപഞ്ചത്തോടൊട്ടി നിന്ന് മനുഷ്യൻ ജീവിക്കേണ്ട സർഗ്ഗാത്മക ജീവിത സരണിയാണ്. ആ പ്രാപഞ്ചിക വ്യവസ്ഥക്ക് വിധേയമായിട്ടല്ലാതെ ഒരടി മുന്നോട്ട് നീങ്ങാൻ ഒരു മനുഷ്യനുമെന്നല്ല പ്രപഞ്ചത്തിലെ ഒരു അസ്ഥിത്വത്തിനും സാധ്യമേയല്ല.

'അല്ലാഹു നിശ്ചയിച്ച ജീവിത സരണി കൈവിട്ട് മറ്റു വഴികളാണോ അവർ കാംക്ഷിക്കുന്നത്? ആകാശ ഭൂമികളിലുള്ള സകലതും സ്വമേധയാലോ നിർബന്ധിതമായോ അവന് കീഴ്പെട്ടിരിക്കുന്നുവല്ലോ...'. (വി. ഖു.: 3 – 83).

ഖുർആനിൽ നിന്ന് വായിച്ചെടുക്കാനായ ആയൊരു 'ഏകതാനത'യുടെ (തൌഹീദ്) പ്രശോഭിതമായ വെളിച്ചത്തെ പ്രസരണ സാധ്യമാക്കാനുള്ള എളിയ ശ്രമമാണ് ഈ കൊച്ചു കൃതി. ഇന്ന് ലോക സമക്ഷം അരങ്ങ് തകർത്ത് കൊണ്ടിരിക്കുന്ന വിഭാഗീയതയുടെയും വെറുപ്പിന്റെയും വംശീയ വിഭജന രാഷ്ട്രീയത്തിന് പകരം, ഇസ്ലാമിന്റെ തനതായ ഒരുമയുടെ ഏക മാനവിക സ്നേഹ രാഷ്ട്രീയം ഉയർത്തിക്കാട്ടുക.

സ്നിഗ്ധവും സമ്പൂർണ്ണവും അത്ര തന്നെ സരളവുമായ പ്രാപഞ്ചിക/ഇസ്ലാമിക ബോധ്യങ്ങളെ അപക്വവും വികലവും ശിഥിലവുമായ കേവല മത ബോധങ്ങളാക്കി പരിവർത്തിപ്പിക്കാൻ എക്കാലത്തും ശ്രമങ്ങൾ നടന്നിട്ടുണ്ട്. ആരാധനക്കർഹൻ അല്ലാഹു മാത്രമെന്ന ഏറെ പരിമിതിയുള്ള 'ഏകദൈവ സിദ്ധാന്തം' പൊതു തത്ത്വമായി അംഗീകരിച്ച്, അവന് മാത്രം ആരാധനകളർപ്പിച്ച് ജീവിച്ചാൽ തന്നെ, മനുഷ്യൻ അവന്റെ യഥാർത്ഥ ജീവിത ധർമ്മം നിർവ്വഹിച്ചു എന്നാണ് സിദ്ധാന്തിക്കപ്പെട്ടത്.

അങ്ങിനെയാണ് മതവും രാഷ്ട്രീയവും വിഭജിക്കപ്പെട്ട് മതം വൈയക്തിക ജീവിതത്തിൽ മാത്രം പരിമിതപ്പെട്ട് പോയ അവസ്ഥ

സംജാതമായത്. അതാണ് പിൽക്കാലത്ത് സമുദായത്തെ ഇസ്ലാം ജീവിത പദ്ധതിയോ മരണ പദ്ധതിയോ എന്ന സന്ദേഹത്തിലേക്കും തുടർന്ന് പരസ്പരമുള്ള കുതർക്കങ്ങളിലേക്കും വിഭജനത്തിലേക്കുമെത്തിച്ചതും.

പക്ഷേ, മനുഷ്യ ജീവിതത്തിന്റെ വിശുദ്ധ സരണിയെന്തെന്ന് ആവർത്തിച്ച് ഉണർത്തി സവിശേഷമായി ഭൂമിയിലേക്ക് പുനഃരവതരിച്ച ആ അതുല്യ വേദ ഗ്രന്ഥത്തിന്റെ ആത്മാവ്, ഇക്കാലത്തെ ജീവിത സാഹചര്യങ്ങളിലേക്ക് സന്നിവേശിപ്പിച്ച്, അതിനെ പുനഃർവായന നടത്തിയാൽ മാത്രമേ, ഇന്നത്തെ സങ്കീർണ്ണ ജീവിത സമസ്യകളുമായി താദാത്മ്യം പ്രാപിച്ച്, കാലത്തിന്റെ പ്രകാശ ഗോപുരമായി മുമ്പേ നടക്കാൻ ഖുർആന് കഴിയൂ.

എന്തായാലും, അവിവേകമോ അറിവില്ലായ്മയോ ഒക്കെയായി വ്യാഖ്യാനിക്കപ്പെട്ടേക്കാമെങ്കിലും, വീക്ഷണങ്ങളിലും നിലപാടുകളിലും, എന്റെ ബോധ്യങ്ങളാകണം ഈ വായനയെന്ന് എനിക്ക് നിർബന്ധമായിരുന്നു. അതിനാൽ, പൂർവ്വ സൂരികളായ പണ്ഡിതന്മാരെ അവലംബിച്ച് അവരുടെ ഉദ്ധരണികൾ പകർത്തിയെഴുതാൻ ഞാനീ കൃതിയിൽ ശ്രമിച്ചിട്ടില്ല. പ്രത്യേകിച്ചും അവരുടെ സാമൂഹികവും രാഷ്ട്രീയവുമായ നിലപാടുകളും മത വിധികളുമൊക്കെ അവർ ജീവിച്ച കാലഘട്ടത്തിന്റെ സവിശേഷതകൾ ഉൾക്കൊള്ളുന്നവയാണ് എന്ന യാഥാർത്ഥ്യം ഉൾക്കൊണ്ടേ പറ്റൂ.

പതിനൊന്നാം നൂറ്റാണ്ടിന്റെ ആരംഭം മുതൽ തുടർച്ചയായ രണ്ട് നൂറ്റാണ്ടുകളോളം നീണ്ട് നിന്ന കുരിശ് യുദ്ധ കാലത്തും, തുടർന്നങ്ങോട്ട് രണ്ടാം ലോക മഹായുദ്ധം വരെ നീണ്ട, സാമ്രാജ്യത്വത്തിന്റെ അധിനിവേശ കാലത്തുമായി, അതിജീവനത്തിന്റെ മുഖാമുഖങ്ങളിൽ തീഷ്ണമായ സമരാനുഭവങ്ങളുടെ വഴിയിൽ ജീവിച്ചവരായിരുന്നു അവരിലധിക പേരും.

സ്വാഭാവികമായും അവർക്ക് എതിർ മുഖത്ത് ഉണ്ടായിരുന്നത് 'ശത്രു'ക്കളായ 'അന്യ' 'മത'സ്ഥരായിരുന്നു. ആ 'അപരത്വ'ത്തോടുള്ള വിമുഖതയുടെ കാർക്കശ്യം അവരുടെ ജീവിത നിലപാടുകളിലും മത വിധികളിലും പ്രകടമായി പ്രതിഫലിക്കുന്നുണ്ട്.

പക്ഷെ മാനവികതയുടെ അർത്ഥ തലങ്ങളും മാനങ്ങളും വികസിതമായ ഇക്കാലത്ത്, പഴയ ശാത്രവ ചിന്തയുടെ പ്രതികാര

മനോഭാവ പക്ഷത്ത് നിന്ന് മാറി, പ്രവാചക പുംഗവൻ വായിച്ച പോലെ, അവർഗ്ഗീയവും നിരപേക്ഷവുമായ സ്നേഹ സാഹോദര്യ പക്ഷത്ത് നിന്ന് ഖുർആനെ വായിക്കാൻ നമുക്ക് കഴിയണം.

അങ്ങിനെ വായിക്കുന്നത്, ആരോപിക്കപ്പെടുന്ന പോലെ, വ്യാഖ്യാന കസർത്തുകൾ നടത്തി ഖുർആനെ അവമതിക്കാനോ, പക്ഷം പിടിച്ച് വെള്ള പൂശി ന്യായീകരിക്കാനോ അല്ല. മറിച്ച് കാലത്തിന്റെ ജീവിത സമസ്യകൾക്ക് പരിപക്വമായ ഉത്തരങ്ങൾ കണ്ടെത്തുന്നതിന് വേണ്ടി തന്നെയാണ്.

സത്യത്തിൽ എന്നും എപ്പോഴും ഖുർആൻ വായിക്കപ്പെടേണ്ടത് വൈകാരിക വിക്ഷുബ്ധ പാക്ഷിക സന്ദർഭങ്ങളിൽ നിന്ന് മനസ്സിനെ മുക്തമാക്കി, തികച്ചും നിരപേക്ഷമാക്കി തന്നെയാണ്. അപ്പോൾ മാത്രമേ അതുൾക്കൊള്ളുന്ന മാനവികതയുടെ ആഴവും പരപ്പും തൊട്ടറിയാൻ കഴിയൂ. വിശുദ്ധ ഖുർആന്റെ വിമർശകരും സത്യസന്ധരാണെങ്കിൽ പാലിക്കേണ്ട സാമാന്യ മര്യാദയും അത് തന്നെയാണ്.

ഈ നൂറ്റാണ്ടിലും സാമ്രാജ്യത്വാധിനിവേശം ഭൂമിയിൽ ബാക്കി വെച്ച കൊടും ഭീകരതയുടെ ഇസ്രാഈൽ പതിപ്പ്, പശ്ചിമേഷ്യൻ ഭൂതലങ്ങളിൽ മാത്രമല്ല, ലോകമാകെ തന്നെ ഉഗ്ര താണ്ഡവമാടുന്നുണ്ട് എന്നത് യാഥാർഥ്യം. പക്ഷേ അത് കൊണ്ട് ഇസ്രായേല്യരോടും, ഭൂമിയുടെ മറ്റേത് കോണിൽ ഉണ്ടെന്ന് കരുതപ്പെടുന്ന സമാന ഫാഷിസ ചിന്താഗതി പുലർത്തുന്നവരോടുമുള്ള ആ ശാത്രവ ചിന്ത, ലോകമെമ്പാടുമുള്ള മുസ്ലിമേതര ജനസാമാന്യ മധ്യത്തിലേക്ക് കൂടി വ്യാപിപ്പിച്ച്, അവരെ ശത്രു പക്ഷത്ത് പ്രതിഷ്ഠിച്ച്, അതൊരു പൊതു ബോധമാക്കി വളർത്തിക്കൊണ്ട് വരുന്നതിനെതിരെ നാം ആകുലതയോടെ ജാകരൂകമായേ പറ്റൂ.

എല്ലാ വിഭാഗീയതകൾക്കുമതീതമായി മനുഷ്യരോട് തുല്യ നീതി പുലർത്തുന്ന വിഷയത്തിൽ ഒരിക്കലും വിമുഖത കാണിച്ചു കൂടാ എന്ന് തന്നെയാണ് ഖുർആന്റെ നിലപാട്. പ്രവാചകൻ ജീവിച്ച് കാണിച്ചതും അങ്ങിനെ തന്നെയാണ്.

'അല്ലയോ വിശ്വാസികളെ, നിങ്ങൾ നീതിക്ക് സാക്ഷികളായി അല്ലാഹുവിന്റെ സഹായികളാകുക. ഒരു ജനതയോടുള്ള വിദ്വേഷം അവരോടു നീതി ചെയ്യാത്ത കുറ്റവാളികളാകാൻ നിങ്ങൾക്ക്

കാരണമാകരുത്. നിങ്ങൾ നീതി ചെയ്യുക. അതാണ് 'തഖ്വ'യോട് അടുത്ത സമീപനം. നിങ്ങൾ അല്ലാഹുവെ സൂക്ഷിക്കുക. നിങ്ങൾ പ്രവർത്തിക്കുന്നത് സൂക്ഷ്മമമായി അറിയുന്നവനാണ് അല്ലാഹു' (വി. ഖു. 5 : 8).

എല്ലാവരും സമാനമായി പങ്ക് വെക്കേണ്ട പൊതു മാനവിക മൂല്യങ്ങളിൽ ഊന്നി നിന്ന് മനുഷ്യന്റെ സ്നേഹ സംഗമം യാഥാർഥ്യമാക്കാൻ പരിശ്രമിക്കണമെന്ന് തന്നെയാണ് വിശുദ്ധ ഖുർആന്റെ ആഹ്വാനം. എക്കാലത്തും പ്രവാചകന്മാരാൽ പ്രഘോഷണം ചെയ്ത അടിസ്ഥാന വസ്തുതയും അത് തന്നെയാണ്; ഭൂമിയിൽ അവതരിച്ച സകല വേദങ്ങളുടെയും. അതിനാലാണ് സമസ്ത വേദങ്ങളും അടിസ്ഥാന പരമായി ഒന്ന് തന്നെയാണ് എന്ന് നമുക്ക് പറയേണ്ടി വരുന്നതും.

'(നബിയെ, താങ്കൾ) വേദക്കാരോട് പറയണം: നാം തുല്യമായി അംഗീകരിക്കുന്ന വചനത്തിലേക്ക് നിങ്ങൾ വരുവിൻ. അഥവാ, അല്ലാഹു അല്ലാതെ മറ്റാർക്കും നാം കീഴ്പ്പെടുകയില്ലെന്നും അവനോടൊപ്പം നാം മറ്റാരെയും പങ്ക് ചേർക്കുകയില്ലെന്നും. അപ്രകാരം തന്നെ, അല്ലാഹുവല്ലാതെ നമ്മിൽ ചിലരെ നാം പരസ്പരം രക്ഷാ കർത്താക്കൾ ആക്കുകയില്ല എന്നും. (അങ്ങിനെ പറഞ്ഞിട്ടും) അവർ പിൻമാറുന്നില്ലയെങ്കിൽ, ഞങ്ങൾ മുസ്ലിംകളാണെന്നതിന് നിങ്ങൾ സാക്ഷികളാവണമെന്ന് അവരോട് പറയുക' (വി. ഖു. 3 : 64).

അത്തരമൊരു ഏക മാനവികതയെക്കുറിച്ചും അതിന്റെ ജനാധിപത്യപരമായ പങ്ക് വെപ്പിനെക്കുറിച്ചുമാണ് വിശുദ്ധ ഖുർആൻ മനുഷ്യകത്തിന് നൽകുന്ന പാഠങ്ങൾ. അതേ മാനവികതയുടെ പരിപോഷണാർത്ഥം ഖുർആൻ അവതരിപ്പിക്കുന്ന സാമൂഹ്യ നീതിയുടെ നിദർശനമായ സാമ്പത്തിക വികസന വിതരണ രീതിയെക്കുറിച്ചും, ഈ പുസ്തകത്തിന്റെ തുടർച്ചയെന്നോണം പ്രകാശിതമാകേണ്ടതുണ്ട്. ഇൻഷാ അല്ലാഹ് അധികം വൈകാതെ തന്നെ, അതിന്റെ സാക്ഷാത്കാരം സാധിതമാക്കണമെന്ന് തന്നെയാണ് പ്രതീക്ഷ.

എന്തൊക്കെയായാലും എന്റെ ഒരേക മുഖ പഠനത്തിന്റെ ഫലമാണ് ഈ കൃതി. ഇത് തന്നെയാണ് ആത്യന്തിക സത്യമെന്നൊന്നും ഞാൻ അവകാശപ്പെടുന്നില്ല. ഇതിലൂടെ പ്രകടിപ്പിക്കപ്പെട്ട എല്ലാ

വിഷയങ്ങളിലും സാധ്യമായവരിൽ നിന്നൊക്കെ ക്രിയാത്മക നിരൂപണങ്ങളും വിമർശനങ്ങളും പ്രതീക്ഷിക്കുകയാണ്. അർഹിക്കുന്നുവെങ്കിൽ പ്രോൽസാഹനങ്ങളും. അല്ലാഹുവിന്റെ അനുഗ്രഹങ്ങൾ നാം എവരിലും സകല ജീവജാലങ്ങളിലും പ്രപഞ്ചത്തിനാകെ തന്നെ വർഷിക്കുമാറാകട്ടെ.

എൻ.കെ.എം. അബ്ദുശുക്കൂർ

1

അതുല്യമീ സർഗ്ഗ വസന്തം

വിശുദ്ധ ഖുർആൻ അതുല്യമായൊരു വേദ ഗ്രന്ധമാണ്. ഇന്നുമത് അകളങ്കിതവും അമൂല്യവുമായി നില നിൽക്കുന്നു. ദൈവിക വെളിപാടുകളുടെ സമാഹൃത ഗ്രന്ഥമെന്ന നിലയിലാണത് പൊതുവെ അംഗീകരിക്കപ്പെട്ട് പോരുന്നത്. ലോക ചരിത്രത്തിൽ അതിന്റെ സ്വാധീനവും പ്രതിഫലനങ്ങളും വിസ്മയാവഹമാണ്.

മനുഷ്യന്റെ നവോത്ഥാന സഞ്ചാര പഥങ്ങളിലൊക്കെയും, ക്രിയാത്മകവും നിഷേധാത്മകവുമായ വായനക്കും പഠനങ്ങൾക്കും വിശുദ്ധ ഖുർആൻ ആവർത്തിച്ച് വിധേയമാക്കപ്പെട്ട് പോന്നിട്ടുണ്ട്. ഇന്നും, അംഗീകരിക്കുന്നവരാലും നിരാകരിക്കുന്നവരാലും സൂക്ഷ്മമായ വായനക്കും പഠനത്തിനും വിധേയമാക്കപ്പെടുന്ന ഗ്രന്ഥവും ഖുർആൻ തന്നെയാണ്.

ഖുർആൻ നിരന്തരം വായിക്കപ്പെടുന്നു എന്ന് മാത്രമല്ല; എക്കാലത്തും അത് നിശിതമായ വിശകലനത്തിനും ശരവ്യമായിട്ടുണ്ട്. ഖുർആനോളം അതി സൂക്ഷ്മ വിശകലനങ്ങൾക്ക് വിധേയമാക്കപ്പെടുന്ന മറ്റൊരു ഗ്രന്ഥം ഇന്ന് ലോകത്തില്ല, എന്നത് തന്നെ അതിന്റെ സവിശേഷമായ സാന്നിധ്യത്തെയും സ്വാധീനത്തെയും സൂചിപ്പിക്കുന്നു.

തെളിമയാർന്നതും സന്തുലിതവുമായ മാനവിക സംസ്കൃതിക്ക് അപചയങ്ങൾ നേരിട്ട ഇരുൾ മുറ്റിയ സന്ദർഭത്തിലാണ്, അറേബ്യയിൽ പ്രവാചകൻ മുഹമ്മദി(സ)ന് ഖുർആൻ അവതരിച്ചത്. കാല പ്രയാണത്താൽ രാക്ഷസീയ ഭാവം പൂണ്ട മനുഷ്യ സംസ്കൃതിയെ, പുനർ നിർവ്വചിച്ച് നവീകരിക്കാനുള്ള ആഹ്വാനവുമായാണ് ഖുർആന്റെ

അവതരണം അറേബ്യയിൽ തുടങ്ങുന്നത്.

അറേബ്യ മാത്രമല്ല മറ്റ് ലോക സംസ്കൃതികൾ തന്നെ, അന്ന് തകർച്ചയുടെയും ശൈഥില്യത്തിന്റെയും കയങ്ങളിൽ ആപതിച്ചിരുന്നു. മനുഷ്യരെ വർഗ്ഗീകരിച്ച് വിഭജിച്ചു, മനുഷ്യ ബന്ധങ്ങളെ സാഹോദര്യ സമ ഭാവനക്കപ്പുറം ഉടമ-അടിമ തലത്തിലും, മേലാള കീഴാള പരിപ്രേക്ഷ്യത്തിലുമായിരുന്നു അന്ന് എങ്ങും നിർവ്വചിക്കപ്പെട്ടിരുന്നത്.

വർഗ്ഗ വൈജാത്യങ്ങളും പക്ഷപാത വിവേചന ചിന്തയും പാരമ്യം പ്രാപിച്ച കാലം. മനുഷ്യർ തമ്മിലുള്ള കലഹവും കാലുഷ്യവും അന്ന് സർവ്വ സാധാരണമായിരുന്നു. ഏകനായ ദൈവത്തിന്റെ സമ സൃഷ്ടികളായ അടിയാറുകൾക്ക് തുല്യ നീതി അന്നൊരിക്കലും അംഗീകരിക്കപ്പെട്ടിരുന്നില്ല.

മനുഷ്യന്റെ നിലനിൽപ്പിനും അതിജീവനത്തിനും അനിവാര്യമായ സമ്പത്തിന്റെ കേദാരമായി സംവിധാനിക്കപ്പെട്ട ഭൂമിയുടെ അവകാശികളാരെന്നത് സംബന്ധിച്ച തർക്കം, വർഗ്ഗീകരിക്കപ്പെട്ട വിഭാഗീയതകൾക്കിടയിൽ എന്നും നിലനിന്നിരുന്നു. അഥവാ അത്തരം തർക്ക വിതർക്കങ്ങളിൽ, അത് തങ്ങളുടെ മാത്രം കുത്തകയാണെന്ന് വരേണ്യർ എക്കാലത്തുമെന്ന പോലെ അക്കാലത്തും വാദിച്ചിരുന്നു.

അവർണ്ണരൊക്കെ സവർണ്ണന് കീഴിൽ ജീവിത സൌകര്യങ്ങൾ ഒരുക്കേണ്ട ഉൽപാദകരായ അടിയാൻമാരും കൂടിയാൻമാരുമായി, ഉന്നത ശ്രേണിയിലുള്ളവർക്ക് സേവനം ചെയ്ത് മാത്രം ജീവിക്കണമെന്നായിരുന്നു അന്നത്തെയും നിർണ്ണയം.

പ്രാചീന കാലം മുതൽ തന്നെ സാമൂഹ്യ ഘടനയിൽ അനുശീലമായി അനുവർത്തിച്ച് വന്ന അടിമത്ത സമ്പ്രദായം, അന്ന് അറേബ്യയിലെന്നല്ല, ലോകത്തിന്റെ മിക്ക ഭാഗങ്ങളിലും സർവ്വ സാധാരണമായിരുന്നു. സമ്പദ് ഘടനയുടെ വികസന പ്രക്രിയയിലും സുപ്രധാനമായ സ്വാധീനം അടിമത്ത സമ്പ്രദായത്തിനുണ്ടായിരുന്നു. തൊഴിലടിസ്ഥാനത്തിൽ ജാതീയമായും വർഗ്ഗീയമായും വിഭജിക്കപ്പെട്ട് തികഞ്ഞ അസമത്വത്തിന്റെ കൈപ്പുനീർ കുടിച്ചായിരുന്നു മനുഷ്യരന്ന് ജീവിതം തള്ളി നീക്കിയത്.

ലിംഗ വിവേചന പ്രവണത അക്കാലത്ത് മൂർദ്ധന്യം പ്രാപിച്ചിരുന്നു. പുരുഷ മേധാവിത്വത്തിലധിഷ്ഠിതമായ സാമൂഹ്യ ക്രമങ്ങളായിരുന്നു

അന്ന് എവിടെയും നിലനിന്നിരുന്നത്. സ്ത്രീക്ക് മനുഷ്യാവകാശങ്ങളിൽ പലതും അംഗീകരിച്ച് നൽകിയിരുന്നില്ല. സ്ത്രീയുടെ ജന്മം തന്നെ അഭിശപ്തതക്ക് ഹേതുവായി കണ്ടിരുന്ന അനുഭവങ്ങൾ പലതും ചരിത്രത്തിൽ ഉദ്ധരിക്കപ്പെട്ട് കാണാം. ഖുർആനും അത്തരം അനുഭവങ്ങൾ പങ്ക് വെക്കുന്നുന്നുണ്ട്.

'അവരിൽ ആർക്കെങ്കിലും പെൺകുട്ടിയാണ് (ജനിക്കാൻ പോകുന്നതെന്ന്) ശുഭവാർത്ത അറിയിച്ചാൽ, ദുഃഖം ഉള്ളിലൊതുക്കി അവരുടെ മുഖം കരുവാളിച്ചിരിക്കും. അറിയിക്കപ്പെട്ട സുവാർത്തയുടെ തിന്മയോർത്ത് അവൻ ജനങ്ങളിൽ നിന്ന് ഒളിച്ചിരിക്കും. (എന്നിട്ടവൻ ആലോചിക്കും) നിന്ദ്യനായി അതിനെ സ്വീകരിക്കണമോ? അതോ മണ്ണിൽ കുഴിയെടുത്ത് മൂടണമോ?. അവരുടെ തീരുമാനങ്ങൾ എന്ത് മാത്രം മോശം!'. (വി. ഖു. 16 : 58 - 59).

അറേബ്യയിൽ സ്ത്രീയുടെ അസ്തിത്വത്തിന്റെ അവസ്ഥ അത്രമാത്രം ശോചനീയമായിരുന്നുവെങ്കിൽ, മറ്റ് ലോക സംസ്കൃതികളിലും അവരുടെ അവസ്ഥ അതിനെക്കാൾ ഒട്ടുമേ മെച്ചമായിരുന്നില്ല. സ്ത്രീയുടെ ജന്മവും സാന്നിധ്യവും, പിന്നെ അവളുടെ അവകാശങ്ങളുമൊക്കെ എന്നും ചോദ്യം ചെയ്യപ്പെട്ടിരുന്നു. സ്ത്രീക്ക് ആത്മാവില്ല എന്ന് വാദിച്ചിരുന്ന സംസ്കൃതികൾ പോലും അക്കാലത്ത് നിലവിലുണ്ടായിരുന്നു.

ഖുർആൻ അവതരിക്കുമ്പോഴുള്ള മക്കയിൽ മാത്രമല്ല, ലോകമാകെ തന്നെ നിലനിന്നിരുന്ന അടിസ്ഥാന മൂല്യ ശോഷണത്തിന്റെയും സാംസ്കാരിക തകർച്ചയുടെയും അവസ്ഥ അങ്ങിനെയൊക്കെ തന്നെയായിരുന്നു. ഈ വർഗ്ഗ വർണ്ണ വംശീയ വിഭാഗീയതകളൊക്കെയും പരസ്പരം മേനി നടിക്കുകയും പോരടിക്കുകയും ചെയ്ത്പോന്നു.

മാത്രമല്ല, ഗോത്ര വൈവിധ്യങ്ങളുടെ സ്വത്വവാദപരമായ നിലപാടുകൾക്ക് സൈദ്ധാന്തികാടിത്തറ നൽകാൻ, ഓരോ വിഭാഗീയതകളും താന്താങ്ങളുടെ സ്വന്തം ആരാധ്യ മൂർത്തികളെ വെവ്വേറെ പ്രതിഷ്ഠിക്കുക കൂടി ചെയ്തിരുന്നു അക്കാലത്ത്. ആയാരാധ്യ മൂർത്തികളോരോന്നും ഓരോരോ രാഷ്ട്രീയാധീശത്വത്തിന്റെ പ്രതിബിംബങ്ങളായി പരിണമിച്ചു.

അവ്വിധം, ചരിത്രത്തിൽ ഏക ദൈവത്വം ഉദ്ഘോഷിച്ച ഇബ്രാഹീ(അ)മിന്റെ പിന്മുറക്കാരായ മക്കയിലെ ജനങ്ങളും ബഹുദൈവ വിശ്വാസികളായി മാറുകയായിരുന്നു. കൊന്നും കൊലവിളിച്ചും പരസ്പരം യുദ്ധം ചെയ്തും, ഏറെക്കുറെ മനുഷ്യത്വ രഹിതമായി ജീവിച്ചു ശീലിച്ച ഒരപരിഷ്കൃത സമൂഹം.

മക്കാ വിജയത്തിന്റെ സമയത്ത് കഅബക്കുള്ളിൽ മുന്നൂറ്റി അറുപതോളം വിഗ്രഹങ്ങളുണ്ടായിരുന്നു എന്നാണ് ചരിത്ര സാക്ഷ്യം. മക്കയെന്ന കൊച്ചു നാട്ടിൽ പോലും മുന്നൂറ്റിയറുപത് വിഭാഗീയതകൾ അധിവസിച്ചിരുന്നു എന്നാണിത് സൂചിപ്പിക്കുന്നത്. ഗോത്ര പരവും വംശീയവുമായ ഒട്ടനേകം വിഭാഗീയതകൾ. ഈ വിഭാഗീയതകളധികവും കലഹത്തിലുമായിരുന്നു എന്നതും വസ്തുതയാണ്. അക്കാലത്ത് ലോകാടിസ്ഥാനത്തിൽ തന്നെ നിലനിന്ന വിഭിന്ന വിഭാഗീയ വംശീയ സാമൂഹ്യ ഘടനകളുടെ കൊച്ചു പരിഛേദമായിരുന്നു അന്നത്തെ മക്കയിലെ സാമൂഹ്യാവസ്ഥ.

ൖ

തിരസ്കൃതമായ മാനവികത

മാനവികതയുടെ നിരാസം സംഭവിക്കുമ്പോഴാണ് സാമൂഹ്യ നീതി നിഷേധിക്കപ്പെടുന്ന സാഹചര്യം ഉടലെടുക്കുക. അപ്പോഴാണ് ഭൂമിയുടെ ഔദാര്യങ്ങളെ പങ്കിടുന്ന വിഷയത്തിൽ മനുഷ്യർക്കിടയിൽ കടുത്ത മൽസരം നടക്കുക. അവിടെ മനുഷ്യർ ഭിന്ന ചേരികളായിത്തീരുക മാത്രമല്ല, അവർക്കിടയിൽ ശത്രുതയും കലഹങ്ങളുമൊക്കെ ഉടലെടുക്കുന്നതും അങ്ങിനെ തന്നെയാണ്.

പക്ഷപാത പരവും സ്വാർത്ഥവുമായ താൽപര്യങ്ങൾ പരസ്പര വൈരങ്ങൾ സൃഷ്ടിക്കുമെന്നതിൽ സംശയമില്ല. അങ്ങിനെ പരസ്പരമുള്ള വൈരാഗ്യ ബുദ്ധി മാനുഷിക ഐക്യത്തിന് വിഘ്നമാകുകയും, മനുഷ്യത്വ രാഹിത്യത്തിന്റെ അതിവ്യാപനത്തിന് ഹേതുവായി ഭവിക്കുകയും ചെയ്തു.

തന്മൂലമാണ് അക്കാലത്ത് അധാർമ്മികതയും അരാജകത്വവും അസാന്മാർഗ്ഗികതയും നാട് വാണത്. അഴിമതിയും സ്വജന പക്ഷപാതിത്വവും (ഫസാദ്) ഭൂമിയിൽ അരങ് തകർത്തത്. അറേബ്യ അക്കാലത്ത് അരാജകത്വത്തിന്റെ നാടായി മാറിയതിന്റെ കാരണവും

മനുഷ്യർ തമ്മിലുള്ള പരസ്പര വിശ്വാസവും സ്നേഹവും സാഹോദര്യവും നഷ്ടപ്പെട്ടതായിരുന്നു. സർവ്വ തലങ്ങളിലുമുള്ള വിഭാഗീയതകളുടെ കയങ്ങളിൽ ആപതിച്ചതായിരുന്നു.

അന്യായവും നിർദ്ദയവും അരക്ഷിതവുമായ ഈ അസന്തുലിത സാമൂഹ്യാവസ്ഥയോട് പ്രവാചകന് മനസ്സ് നിറയെ അപ്രീതിയും കലഹവുമായിരുന്നു. അക്കാലത്ത് ജീവിച്ച, സഹസ്രാബ്ധങ്ങളായി ആചരിച്ച് പോരുന്ന ഇബ്രാഹീമി വിശുദ്ധി നിലനിർത്തപ്പെടണമെന്ന് അഭിലഷിച്ച, സകല സുമനസ്സുകളുടെയും മാനസികാവസ്ഥ അത് തന്നെയായിരുന്നു.

മനുഷ്യ സമത്വത്തിന്റെ അത്യുത്തമ മാതൃക കാഴ്ച വെച്ച പ്രവാചക പുംഗവനായിരുന്നു ഇബ്രാഹിം(അ). അദ്ദേഹത്തിന്റെ പതിമാരിൽ വിശ്വാസികൾക്ക് മാതൃകയായി ഇന്നും അനുസ്മരിക്കപ്പെടുന്ന ശ്രേഷ്ഠയായ ഹാഗാർ ഒരു അടിമസ്ത്രീ ആയിരുന്നു. അടിമയുടമ വൈജാത്യങ്ങൾ പരിഗണിക്കാതെ മനുഷ്യ സമത്വത്തിന്റെ മഹനീയ മാതൃക കാഴ്ച വെച്ച പ്രവാചക ശ്രേഷ്ഠൻ!.

ആ മാതൃക പിന്തുടർന്ന്, മനുഷ്യരെ ഗോത്രപരവും വംശീയവുമായ വിഭാഗീയ സ്പർദ്ധയുടെ നാരകീയ ജീവിതത്തിലേക്ക് ആപതിക്കുന്നതിൽ നിന്ന് രക്ഷിച്ച്, മഹിത മാനവികതയുടെ സ്വച്ഛരമായ ഒരുമയിലേക്കും സ്നേഹത്തിലേക്കും കൊണ്ടുവരാൻ മുഹമ്മദ്(സ) അതിയായി കൊതിച്ചു. മനുഷ്യ സാഹോദര്യവും തുല്യതയും സാധിച്ചെടുക്കാൻ, ധ്യാന നിരതമായ മനസ്സോടെ അദ്ദേഹം സ്രഷ്ടാവും രക്ഷിതാവുമായ ദൈവത്തോട് ഹൃദയം തൊട്ട പ്രാർത്ഥന നടത്തി.

മനുഷ്യരെ മാനസികമായി ഏകോപിപ്പിച്ച്, സംശുദ്ധ മാനവ സംസ്കൃതിയിലേക്ക് കൈപിടിച്ച് ആനയിക്കാൻ കെൽപ്പുറ്റ ഒരു സമവാക്യത്തിന്റെ അന്വേഷണത്തിലായിരുന്നു പ്രവാചകൻ. ആയൊരന്വേഷണത്തിന്റെയും അപേക്ഷയുടെയും പ്രത്യാശയുടെയും വഴിയിൽ, 'ഹിറ'യിൽ ധ്യാന നിരതനായ ഒരു സവിശേഷ സന്ദർഭത്തിലാണ് പ്രവാചകന് വിശുദ്ധ ഖുർആൻ അവതരിച്ച് തുടങ്ങുന്നത്.

തന്റെ അന്വേഷണത്തിന്റെ ഉത്തരം!. ദിവ്യ വെളിപാടിന്റെ പ്രാരംഭം!. "സ്രഷ്ടാവായ നിന്റെ രക്ഷിതാവിന്റെ നാമത്തിൽ നീ വായിക്കുക. രക്ത

പിണ്ഡത്തിൽ നിന്നവൻ മനുഷ്യനെ സൃഷ്ടിച്ചു. നീ വായിക്കുക!. നിന്റെ സംരക്ഷകൻ അത്യുദാരനത്രെ. പേന കൊണ്ടെഴുതാൻ പഠിപ്പിച്ചവനാണവൻ. മനുഷ്യനറിയാത്തത് അവനെ പഠിപ്പിച്ചു" (വി. ഖു. 96 : 1 - 5).

സകലരേയും സകലതിനെയും, സ്രഷ്ടാവും നിയന്താവും പരിപാലകനുമായ ഏകനായ ദൈവനാമത്തിൽ കേന്ദ്രീകരിച്ച് വായിക്കുക. മനുഷ്യരെ മറ്റെല്ലാ അടിമത്തങ്ങളിലേക്കും നയിക്കുന്ന, പരദൈവ രക്ഷക സങ്കൽപങ്ങളെ കൈവെടിയുക.

പ്രപഞ്ചത്തെ, പ്രപഞ്ചത്തിലെ അചേതനവും സചേതനവുമായ വസ്തുക്കളെ, വസ്തുതകളെ, സ്വതന്ത്രനെന്നോ അടിമയെന്നോ വിഭജനം കൂടാതെ സകല മനുഷ്യരെയും, മനുഷ്യന്റെ കഴിവുകളെയും, അവന്റെ സാധ്യതകളെയും പരിമിതികളെയും, അവന്റെ പ്രതിസന്ധികളെയും, അഹങ്കാരങ്ങളെയും, നിസ്സഹായതകളെയുമെല്ലാം ഏക ദൈവത്തോട് മാത്രം ചേർത്ത് വായിക്കാനൊത്താൽ സാഹോദര്യത്തിലേക്കും ഒരുമയിലേക്കും തദ്വാരാ ശാന്ത സുന്ദരവും സമാധാന പൂർണ്ണവുമായ തുല്യതയുടെ ജീവിതത്തിലേക്ക് വഴി തുറക്കപ്പെടും.

അതിനാൽ । സ്രഷ്ടാവും പരിരക്ഷകനും വിധാതാവുമായ ദൈവത്തിന്റെ നാമത്തിൽ മാത്രം വായിച്ച് തുടങ്ങുക. അതായിരുന്നു തിരു ദൂതരോടുള്ള പ്രഥമാഹ്വാനം. 'ലാഇലാഹ ഇല്ലല്ലാഹ്' എന്ന ആദർശ വാക്യത്തിന്റെ സുന്ദരവും സരളവും സുവ്യക്തവുമായ ആഖ്യാനം. മുൻകഴിഞ്ഞ മറ്റെല്ലാ പ്രവാചകന്മാർക്കും നൽകിയ ആദർശ വാക്യത്തിന്റെ ലളിതവും കാലികവും പരിഷ്കൃതവുമായ പുനരാഖ്യാനം!.

അന്ന് മുതൽ പ്രവാചകൻ ആയൊരാഹ്വാനം തന്റെ ദൗത്യമായി ഏറ്റെടുത്തു. ആദർശ വചനം ഉരുവിട്ട് വായിച്ചു. പ്രപഞ്ചത്തെ ഏകനായ ദൈവവുമായി മാത്രം ബന്ധിപ്പിച്ച് പഠിച്ചു. ആ വായനയിൽ പ്രപഞ്ചത്തിന്റെയും, പ്രപഞ്ചത്തിലെ സകലമാന ചരാചരങ്ങളുടെയും വസ്തുക്കളുടെയും ഏകതാനതയും ഒരുമയും പ്രവാചകന് ബോധ്യമായി.

വിശിഷ്യാ മനുഷ്യന്റെ സഹജമായ ഏകത്വം സ്പഷ്ടമായി. അവർക്കിടയിൽ ഉണ്ടാകേണ്ട സ്നേഹ സാഹോദര്യ

സൗഹാർദ്ദങ്ങളുടെ ആഴം മനസ്സിലായി. നിരപേക്ഷമായ മനുഷ്യ സമത്വത്തിന്റെ പുതിയ വെളിച്ചം പ്രവാചകന് ഉദ്ദീപ്തമായി.

മാനവൻ ആരുടെയോ തടവറകളിൽ ബന്ധിതനായി ജീവിക്കേണ്ടവനല്ല. അവന് ദൈവം അനുവദിച്ച സ്വാതന്ത്ര്യത്തിന്റെ അനന്ത വിഹായസ്സിൽ വിരാജിക്കേണ്ടവനാണെന്ന് പ്രവാചകന് ബോധ്യമായി. ജാതി വർഗ്ഗ ലിംഗ വിഭാഗീയതകൾക്കപ്പുറം തുല്യ നീതിയെക്കുറിച്ച് ബോധോദയമുണ്ടായി. ജീവിതത്തിന്റെ സാരവും സാരള്യവും കതിരും പതിരും തിരുമേനിക്ക് തെളിഞ്ഞു കിട്ടി.

അങ്ങിനെ ഭൂമിയിൽ മനുഷ്യർക്കിടയിൽ പുലരേണ്ട ദൈവിക നീതിയുടെയും സാഹോദര്യത്തിന്റെയും സമത്വത്തിന്റെയും വെള്ളി വെളിച്ചവുമായാണ് ഖുർആന്റെ അവതരണം ആരംഭിക്കുന്നത്. അത് സാക്ഷാത്കരിക്കാനുതകുന്ന വിധം മാനവിക ജനാധിപത്യ രാഷ്ട്രീയ പാതയുടെ രൂപരേഖയാണത് ഭൂമിയിലേക്ക് പകർന്ന് നൽകിയത്.

മനുഷ്യൻ ആര്, അവന്റെ ജന്മ ദൗത്യമെന്ത്, അവനെങ്ങിനെ ഭൂമിയിൽ ജീവിക്കണം, ഈ ഭൂമിയിൽ സഹജീവികളുമായി അവനെങ്ങിനെ സഹവസിക്കണം, അവരുടെ പാരസ്പര്യം എങ്ങിനെ ആകണം, അവസാനം മനുഷ്യന്റെ പരിണിതിയെന്ത് എന്നിങ്ങനെ, മനുഷ്യൻ വിസ്മരിച്ച് കഴിഞ്ഞിരുന്ന സകല സമസ്യകൾക്കും ശരിയായ ഉത്തരം നൽകുകയായിരുന്നു ദൈവം ഖുർആനിലൂടെ.

പിന്നീടങ്ങോട്ട് ഖുർആന്റെ തണലിൽ, ഖുർആൻ വഴി കാണിക്കുന്ന മൂല്യ വിചാരങ്ങളിൽ മനുഷ്യനെ പുനരാവിഷ്കാരം നടത്തുകയായിരുന്നു പ്രവാചകൻ. മാനവികതയെ പുനരാഖ്യാനം ചെയ്ത് അവനെ നവ നിർമ്മിതിക്ക് വിധേയനാക്കുകയായിരുന്നു.

അങ്ങിനെ പ്രപഞ്ചത്തെയും ജീവിതത്തെയും വായിക്കാൻ ആരംഭിച്ചുകൊണ്ട് തന്റെ നാൽപ്പതാം വയസ്സിലാരംഭിച്ച പ്രയാണം, മക്കയിലെയും മദീനയിലേയും രണ്ട് ജീവിത ഘട്ടങ്ങൾ തരണം ചെയ്ത്, അറുപത്തിമൂന്നാം വയസ്സിൽ വിയോഗം വരെ പ്രവാചകൻ തുടർന്നു. ഏതാണ്ട് രണ്ടേകാൽ പതിറ്റാണ്ട് കവിഞ്ഞ കാലത്തിനുള്ളിൽ, ഏക ദൈവ വിശ്വാസത്തിലധിഷ്ഠിതമായ ഏക മാനവികതയുടെ സമ്പൂർണ്ണമായൊരു നവ രാഷ്ട്രീയ സാമൂഹ്യ ക്രമത്തിന് തന്നെ ആവിഷ്കാരം നൽകാൻ പ്രവാചകന് സാധിച്ചു.

അക്കാലത്തിനുള്ളിൽ താനഭിമുഖീകരിച്ച വൈയക്തികവും, ഗാർഹികവും, സാമൂഹികവും, സാംസ്കാരികവും, സാമ്പത്തികവും, രാഷ്ട്രീയവുമായ സന്ദർഭങ്ങളിൽ, അനിവാര്യമായപ്പോഴൊക്കെ സംഭവിച്ച അല്ലാഹുവിന്റെ ഇടപെടലുകളുടെ സമാഹാരമാണ് ഇന്ന് മനുഷ്യ രാശിയുടെ കൈവശമുള്ള വിശുദ്ധ ഖുർആൻ.

മനുഷ്യ ജീവിതത്തിന്റെ അപരിമേയമായ സമഗ്രത മുഴുവനുമുൾക്കൊള്ളാൻ വിശുദ്ധ ഖുർആന് സാധിച്ചിരിക്കുന്നു എന്നത് തന്നെ അതിന്റെ സമ്പന്നതയെ മാത്രമല്ല ദൈവികതയേയും സൂചിപ്പിക്കുന്നു. ജ്ഞാനത്തിന്റെ സമഗ്രതയും സമ്പൂർണ്ണതയും അല്ലാഹുവിന് മാത്രം അവകാശപ്പെട്ടതാണല്ലോ.

പരാമർശിക്കപ്പെട്ട പോലെ, ജീവിത ശീലങ്ങളെ മാനവികേതരമാക്കി തീർത്ത ഒരപരിഷ്കൃത സമൂഹത്തെ, തികഞ്ഞ മാനവിക സംസ്കൃതിയുടെ ഉത്തുംഗ ശൃംഗത്തിലേക്ക് ആനയിക്കാൻ കുറഞ്ഞ കാലം കൊണ്ട് ഖുർആന് കഴിഞ്ഞു എന്നത് ചരിത്രത്തിലെ വിസ്മയാവഹമായ അനുഭവമാണ്. വിശ്വ മാനവിക സംസ്കൃതിയുടെ എക്കാലത്തേക്കും അനുകരണീയമായ ഒരു മാതൃക വാർത്തെടുക്കാൻ ഖുർആന്റെ പിന്തുണയോടെ പ്രവാചകന് സാധിച്ചു എന്നതാണ് വാസ്തവം.

അക്കാലത്തെ ജനസാമാന്യത്തിന്റെ മാനസിക നിലവാരത്തിന് ഉൾക്കൊള്ളാനാകും വിധം, പ്രാപഞ്ചിക വിജ്ഞാനീയങ്ങളുടെ (ശാസ്ത്രം/Science) ബലത്തിൽ തന്നെയായിരുന്നു ആ നിർമ്മാണ പ്രക്രിയ നടന്നത്. അന്നോളം മനുഷ്യർ പുലർത്തി പോന്ന അന്ധവിശ്വാസങ്ങളേയും തെറ്റായ ധാരണകളെയും പിഴുതെറിഞ്ഞു, ഇന്നീ കാണുന്ന വികസിത ശാസ്ത്ര ബോധത്തിന്റെ അസ്ഥിവാരമാകാനുള്ള ഭാഗ്യം ആ വിജ്ഞാനീയങ്ങൾക്ക് തന്നെയാണ് സിദ്ധിച്ചത്. അതിന്റെ പൊൻകിരണങ്ങളാണ് പിന്നീട് യൂറോപ്പിലും മറ്റും പടർന്ന് ശാസ്ത്രമായി വളർന്ന് പന്തലിച്ചത്.

ശാസ്ത്രം എത്ര തന്നെ പുരോഗമിച്ചാലും, ഖുർആന്റെ വൈജ്ഞാനിക അടിത്തറകളെ പൊളിച്ചെഴുതാൻ അതിനൊരിക്കലും സാധ്യമാകില്ല. കാരണം ഖുർആൻ ആവിഷ്കരിച്ച വൈജ്ഞാനിക അടിത്തറകളിൽ നിന്ന് തന്നെയാണ് എക്കാലത്തെയും ശാസ്ത്രം പോലും വികസിക്കുന്നത്. ഖുർആനിക വിജ്ഞാനം ഉൽഭവിക്കുന്നതും

വികസിക്കുന്നതും അന്യൂനമായ ഈ പ്രപഞ്ചത്തെയാകെ സൃഷ്ടിച്ച് സംവിധാനിച്ച അത്യുദാരനായ ദൈവത്തിൽ നിന്നാണ്.

പ്രപഞ്ച പഠനങ്ങളും ആരംഭിക്കേണ്ടത് അവിടെ നിന്ന് തന്നെയാണ്. സ്രഷ്ടാവും പരിപാലകനുമായ അല്ലാഹുവിന്റെ നാമത്തിൽ വായിക്കാനാഹ്വാനം ചെയ്തു കൊണ്ടാണ് ഖുർആൻ അതാരംഭിക്കുന്നത്. ആ ദൈവം സൃഷ്ടിച്ച പ്രപഞ്ചത്തിന്റെ സംവിധാന വൈഭവം കണ്ടെത്തി, പ്രാപഞ്ചിക തത്വങ്ങൾക്ക് അനുരോധമായി, ഭൂമിയിൽ മനുഷ്യന്റെ സുഭിക്ഷവും സുഖാഢംബരപൂർണവുമായ ജീവിതാവശ്യങ്ങൾക്കായി പ്രയോജനപ്പെടുത്തുക എന്നതാണ് ശാസ്ത്രത്തിന് ഇവിടെ നിർവ്വഹിക്കാനുള്ള ദൌത്യം.

എന്നാൽ എക്കാലത്തെയും ജീവിത പുരോഗതിക്കാവശ്യമായ ശാസ്ത്ര സത്യങ്ങളെ അപഗ്രഥിച്ച് കണ്ടെത്തി പഠിപ്പിക്കുന്ന ശാസ്ത്ര ഗ്രന്ഥമല്ല ഖുർആൻ. അക്കാരണത്താൽ തന്നെ അക്കാലത്തെ അതീവ ലളിതമായ ജീവിതാനുഭവങ്ങൾ മാത്രം പങ്കിട്ട് ജീവിച്ച അറേബ്യൻ മരുഭൂ ജീവിതത്തിന് അറിയാത്ത പുതിയ ശാസ്ത്രീയ സത്യങ്ങൾ പ്രത്യേകം അക്കമിട്ട് പഠിപ്പിക്കാൻ ഖുർആൻ ശ്രമിച്ചിരുന്നതായി നമുക്ക് കാണാനൊക്കില്ല.

അങ്ങിനെ അറിയാത്ത കുറെ ശാസ്ത്രീയ സത്യങ്ങൾ ചൊല്ലി പഠിപ്പിക്കുകയായിരുന്നില്ല ഖുർആന്റെ ധർമ്മം. പ്രപഞ്ചത്തെയും മനുഷ്യനെയും കുറിച്ചുള്ള അജ്ഞതയിൽ നിന്നുടലെടുക്കുന്ന തെറ്റായ ധാരണകൾ തിരുത്തി, മാനവികതയുടെ ധർമ്മ നിഷ്ഠമായ പാഠങ്ങൾ ചൊല്ലിക്കൊടുക്കുകയായിരുന്നു ഖുർആൻ ചെയ്തത്.

കാലത്തിന്റെ പ്രയാണത്തിനനുസരിച്ച് ജീവിതത്തെ ശാസ്ത്രീയമായി ചിട്ടപ്പെടുത്തി, പുരോഗതിയിലേക്ക് ത്വരിത ഗമനം നത്താനുള്ള ദൌത്യം മനുഷ്യരെ തന്നെ ഏൽപിച്ചിരിക്കുകയാണ് അല്ലാഹു ഖുർആനിലൂടെ. മനുഷ്യർക്ക് സ്വയമേവ അതിന് കഴിയുമെന്ന് അല്ലാഹുവിനറിയാം.

നിങ്ങൾ ഘട്ടം ഘട്ടമായി പുരോഗമിക്കുക തന്നെ ചെയ്യുമെന്നാണ് (വി. ഖു. 84 : 19) ഖുർആന്റെ നിലപാട്. അതിനുതകും വിധം ദൃശ്യ പ്രപഞ്ചത്തിലെ സംവിധാന വൈഭവത്തിന്റെ കാര്യ കാരണ ബന്ധങ്ങൾ പഠിച്ചെടുക്കാനുള്ള ബുദ്ധിയും വൈഭവവും

നൈപുണ്യങ്ങളും ഉദാരപൂർവ്വം നൽകി സജ്ജമാക്കിയാണ് അല്ലാഹു മനുഷ്യനെ ഭൂമിയിൽ നിവസിപ്പിച്ചത്. മാത്രമല്ല, അതിനുള്ള പ്രേരണയും പ്രചോദനവും ഖുർആൻ നിരന്തരമായി നൽകുന്നത് കാണാം.

മനുഷ്യർക്ക് ചിന്തിക്കാനായി, ദൃഷ്ടാന്തങ്ങളെന്ന നിലയിൽ പ്രപഞ്ചത്തെക്കുറിച്ചും മനുഷ്യ സൃഷ്ടിപ്പിനെക്കുറിച്ചും നക്ഷത്ര ഗോളങ്ങളെക്കുറിച്ചുമൊക്കെ ധാരാളം പരാമർശങ്ങൾ നടത്തുന്നുണ്ട് ഖുർആൻ. അവയൊന്നും മനുഷ്യന്റെ ശാസ്ത്രീയ പുരോഗതിക്കുള്ള ത്വരയെ നിരുത്സാഹപ്പെടുത്തുകയല്ല ചെയ്യുന്നത്. മറിച്ച് മനുഷ്യരുടെ ശാസ്ത്രീയ മുന്നേറ്റത്തിന് ശക്തമായ പ്രചോദനവും പ്രേരണയും നൽകുകയാണ്.

'ആകാശ ഭൂമികളുടെ സൃഷ്ടിപ്പിലും, രാപ്പകലുകളുടെ മാറ്റങ്ങളിലും ബുദ്ധിമാന്മാർക്ക് ദൃഷ്ടാന്തങ്ങളുണ്ട്' (വി. ഖു. 3 : 190).

പ്രപഞ്ച ശാസ്ത്രമോ, സാമൂഹിക ശാസ്ത്രമോ, നക്ഷത്ര പഠനങ്ങളോ ഒന്നും തന്നെ തീരെ വികസിച്ചിട്ടില്ലാത്ത ആദിമ കാലത്ത്, അത്തരം വിജ്ഞാനീയങ്ങളിലൊക്കെ ശാസ്ത്രീയ ചിന്തയുടെ അടിത്തറ പാകിയാണ് ഖുർആൻ മാറ്റങ്ങൾക്ക് വേണ്ടി യത്നിച്ചത്. ഖുർആന്റെ ദൈവികത വിളിച്ചോതുന്ന സംഗതിയാണത്. ഖുർആൻ അവതരിക്കുന്നതിന് മുമ്പുള്ള കാലത്തെ, ഖുർആൻ തന്നെ വിശേഷിപ്പിച്ചത് 'ജാഹിലിയ്യാ' കാലം എന്നാണ്. അജ്ഞാനമാകുന്ന അന്ധകാരത്തിൽ മനുഷ്യൻ ജീവിച്ച കാലമെന്നർത്ഥം.

☙

നിയമങ്ങളുടെ ഖുർആനിക തലം

അപ്രകാരം തന്നെ, എന്നെന്നും നിർബന്ധമായും പിൻപറ്റപ്പെടേണ്ട ശാശ്വതമായ നിയമ സംഹിതയുടെ (ശരീഅത്ത്) പുതിയൊരു സമ്പൂർണ്ണ ആവിഷ്കാരം അവതരിപ്പിച്ച് കൊണ്ടുമല്ല ഖുർആൻ ഈ വിപ്ലവം സാധിച്ചത്. അത്യാവശ്യമായ ചില സന്ദർഭങ്ങളിൽ വളരെ പരിമിതമായ തോതിലല്ലാതെ, വിശുദ്ധ ഖുർആനിൽ നിയമങ്ങളും വ്യവസ്ഥകളും പ്രതിപാദിക്കുന്നതായി നമുക്ക് കാണാനൊക്കില്ല.

എന്നാൽ ഏതവസരത്തിലും നിയമങ്ങൾ ആവിഷ്കരിക്കപ്പെടാൻ ആവശ്യമായ സത്യം, നീതി, സമസൃഷ്ടിസ്നേഹം, സാഹോദര്യം,

നിഷ്കളങ്കത എന്നിവ പോലെ, മനുഷ്യർ പുലർത്തേണ്ട ഒട്ടനവധി മൗലിക തത്വങ്ങൾ ഖുർആൻ സുവ്യക്തമായി അവതരിപ്പിച്ചതായി നമുക്ക് കാണാം. ആ മൗലിക തത്വങ്ങൾ അവലംഭിച്ച്കൊണ്ട് തന്നെയാണ് അക്കാലത്തും വിശുദ്ധ ഖുർആൻ നിയമങ്ങൾ ആവിഷ്കരിച്ചത്.

അങ്ങിനെ ആവിഷ്കരിക്കപ്പെട്ട നിയമ വ്യവസ്ഥയിൽ തന്നെ മിക്കവയും, മാനവികതയുടെ വിശാല തലമുൾക്കൊണ്ട്, അന്നത്തെ ജീവിത സാഹചര്യങ്ങളുമായി മാത്രം പൊരുത്തപ്പെട്ട് പോകുന്നവയാണ്. എക്കാലത്തേക്കുമുള്ള നയ നിലപാടുകളായി അവ പരിഗണിക്കപ്പെടണമെന്ന് ഖുർആൻ പോലും ശഠിക്കുന്നില്ല.

അതിന് മികച്ച ഉദാഹരണമാണ്, അക്കാലത്തെ സാഹചര്യങ്ങളെ കൂടി കണക്കിലെടുത്ത്, യുദ്ധത്തിൽ ബന്ധനസ്ഥരായി പിടിക്കപ്പെട്ടവരോട് പ്രവാചകൻ സ്വീകരിച്ച നയ നിലപാടുകളിൽ ഭിന്നാഭിപ്രായം പ്രകടിപ്പിച്ച് കൊണ്ടുള്ള ഖുർആനിലെ പരാമർശം. ബദ്റിൽ പിടിക്കപ്പെട്ട ബന്ധനസ്ഥരോട് പ്രവാചകൻ സ്വീകരിച്ച നിലപാടുകളോടായിരുന്നു ഖുർആന്റെ വിയോജിപ്പ്.

പക്ഷേ, ആ വിയോജനം എക്കാലത്തുമുള്ള ബന്ധനസ്ഥരോട് നിർബന്ധ പൂർവ്വം സ്വീകരിക്കേണ്ട നയ നിലപാടുകളായി ആരും വായിച്ചിട്ടില്ല. അക്കാര്യത്തിൽ ശാശ്വതമായ നിയമ നിർമ്മാണമാണ് വിശുദ്ധ ഖുർആൻ നടത്തിയതെന്ന് ആരും വ്യാഖ്യാനിച്ചിട്ടുമില്ല.

വിശുദ്ധ ഖുർആൻ നേരിട്ട് ആവിഷ്കരിച്ച നിയമങ്ങളിൽ സുപ്രധാനമായതാണ് കള്ളന്റെയും കള്ളിയുടെയും കൈകൾ ഛേദിക്കപ്പെടണമെന്നത്. സാമ്പത്തിക കുറ്റകൃത്യങ്ങൾ അത്രമാത്രം ഗൗരവമാർന്നത് കൊണ്ടാണ് അല്ലാഹു അവ്വിഷയകമായി കർക്കശമായ നിലപാടെടുത്തത്.

കാരണം അല്ലാഹു ഒരമാനത്തെന്ന നിലയിൽ സമൂഹത്തിന്റെ കരങ്ങളിൽ വിശ്വസിച്ചേൽപ്പിച്ച പൊതു മുതൽ കട്ടെടുത്ത് അനർഹമായി സ്വന്തമാക്കി ഉപയോഗിക്കുന്നവർ, സമൂഹത്തെ ക്രൂരമായി വഞ്ചിക്കുകയാണ് ചെയ്യുന്നത്. എന്നാൽ, അക്കാലത്തെ സങ്കീർണ്ണ രഹിതമായ സാമൂഹ്യ സാഹചര്യങ്ങൾ പരിഗണിച്ച്, കള്ളന്റെ കൈ ഒരിക്കൽ കൂടി കക്കാൻ അവസരം ലഭിക്കാത്ത വിധം മുറിച്ച് കളയണമെന്നാണ് ഖുർആന്റെ സരളവും ലളിതവുമായ യുക്തി.

പക്ഷെ വളരെ ലളിതമായ ജീവിത സാഹചര്യങ്ങളിലൂടെ കടന്ന് പോയ അക്കാലത്തെ അപേക്ഷിച്ച് അത്ര ലളിത വിഭാവനകളല്ല, നാഗരിക വളർച്ചയുടെ സങ്കീർണ്ണത പുൽകിയ ഇക്കാലത്തെ ജീവിത സങ്കൽപങ്ങൾ. കളവിനെക്കുറിച്ചുള്ള ഇക്കാലത്തെ സങ്കൽപങ്ങൾ, 'അഴിമതി'യാകുന്ന മഹാ കൊള്ളയായി വളർന്നിരിക്കുന്നു. സംഘടിതമായി ആസൂത്രണം ചെയ്യപ്പെട്ട് നടപ്പിലാക്കുന്ന പെരും കൊള്ള. മിക്കവാറും അധികാരി വർഗ്ഗത്തിൽ പെട്ടവരാകും ആസൂത്രിതമായി കൊള്ള നടപ്പിലാക്കുക.

ഭരണാധികാരികൾ തന്നെ അഴിമതിക്കാരും മഹാ കൊള്ളക്കാരുമായി ഭവിക്കുന്ന ഇക്കാലത്ത്, കളവിനെ നേരിടാനും നിർമ്മാർജ്ജനം ചെയ്യാനും, നേരത്തെ പറഞ്ഞ ഖുർആന്റെ അക്കാലത്തെ ലളിത യുക്തിയുടെ പ്രയോഗവൽക്കരണം കൊണ്ട് മാത്രം സാധിച്ച് കൊള്ളണമെന്നില്ല. എല്ലായ്പ്പോഴും അതൊട്ട് പ്രയോഗ സാധ്യമാകുകയുമില്ല. പൌര ഗണത്തിലുൾപ്പെടുന്ന സാധാരണക്കാർക്ക് പ്രത്യേകിച്ചും കൈവെട്ടുമായി നടക്കാൻ പറ്റില്ലല്ലോ.

അത്തരം സാഹചര്യങ്ങളിൽ പോലും, കൈ വെട്ട് വിദ്യയുമായി തന്നെ കഴിഞ്ഞ് കൊള്ളണമെന്നല്ല ഖുർആൻ ആവശ്യപ്പെടുന്നത്. അത്തരം വചനങ്ങളുൾക്കൊള്ളുന്ന നിയമങ്ങളെ ഉചിതമായ വ്യാഖ്യാനങ്ങൾക്ക് വിധേയമാക്കി അനുയോജ്യമായ നിലപാടുകൾ സ്വീകരിക്കാൻ കൂടി മനുഷ്യരെ ഖുർആൻ പ്രേരിപ്പിക്കുന്നുണ്ട്.

പ്രസ്തുത വചനത്തിൽ സൂചിപ്പിച്ച 'ഖത്ഉൽ അയ്ദി' എന്ന പ്രയോഗം കൈ മുറിച്ച് മാറ്റുക എന്ന പ്രക്രിയയെ മാത്രമല്ല സൂചിപ്പിക്കുന്നത്. 'സാധ്യതകൾ തടയുക' എന്ന അർത്ഥത്തിലും അത്തരം പ്രയോഗങ്ങൾ വിവക്ഷിതമാകാവുന്നതാണെന്ൻ മാത്രമല്ല, അങ്ങിനെ വ്യാഖ്യാനങ്ങൾ തീർക്കുമ്പോഴേ സങ്കീർണ്ണമായ അഴിമതിയുടെ ആരവങ്ങൾ തീർക്കുന്ന ഇക്കാലത്തെ രാഷ്ട്രീയാവസ്ഥകളോട് നീതിക്ക് വേണ്ടി ശക്തമായി പ്രതികരിക്കാൻ സമൂഹത്തിന് പ്രേരണയാകൂ.

നിയമങ്ങൾ നടപ്പിലാക്കേണ്ടത് വ്യവസ്ഥയാണെങ്കിലും, ആ വ്യവസ്ഥ സംവിധാനിക്കേണ്ടത് സമൂഹത്തിന്റെ ജനാധിപത്യ പരമായ ബാധ്യതയാണ് എന്ന് കൂടി പ്രസ്തുത സൂക്തത്തിൽ നിന്ന്

വായിച്ചെടുക്കാനാകും. 'നിങ്ങളവരുടെ കൈകൾ ഛേദിച്ച് കളയണം' എന്ന് ഖുർആൻ പറയുന്നതിലെ നിങ്ങൾ. പൊതു ജനാധിപത്യ സമൂഹമാണ്.

കടുത്ത അഴിമതിയുടെയും സ്വജന പക്ഷപാതത്തിന്റെയും ഭരണ സംവിധാനങ്ങളെ അധികാര സിരാകേന്ദ്രങ്ങളിൽ നിന്ന് താഴെയിറക്കുക മാത്രമല്ല, പിന്നീടത്തരം കള്ള പരിഷകളെ അധികാര ശ്രേണിയിലെത്താൻ അവസരമൊരുക്കാതിരിക്കുക എന്ന ദൌത്യം കൂടി നിർവ്വഹിക്കേണ്ടത് പൊതു സമൂഹമാണ് എന്ന ധ്വനി കൂടി പ്രസ്തുത വചനം ഉൾക്കൊള്ളുന്നുണ്ട്.

നന്മയുള്ള വ്യവസ്ഥ പുനർനിർമ്മിക്കാൻ ആവശ്യമായ ആഹ്വാനങ്ങളൊക്കെ ഖുർആൻ നടത്തുന്നത് പൊതു സമൂഹത്തോടാണ് എന്നതും ചിന്തനീയമാണ്. 'അല്ലയോ, ജനങ്ങളെ'; 'അല്ലയോ, വിശ്വാസികളെ'; എന്നൊക്കെയാണ് ഖുർആന്റെ അഭിസംബോധനാ രീതി. ജനങ്ങൾ തന്നെയാണ് വിധാതാക്കൾ എന്നാണ് ഖുർആൻ പേർത്തും പേർത്തും ഉണർത്തിക്കൊണ്ടേ ഇരിക്കുന്നത്.

അതിനപ്പുറം, ജനങ്ങളുടെ വിധാതാക്കളായി ഏകാതിപത്യ സർവ്വാധിപത്യ മോഹങ്ങൾ ഭൂമിയിൽ തളിരിടുമ്പോഴൊക്കെ അതിനെ പിഴുതെറിഞ്ഞു പൊതു ജനത്തെ തന്നെ ഉടയോന്മാരാക്കാൻ എക്കാലത്തുമുള്ള 'ഖുർആനിക' ഇടപെടലുകൾ പരിശ്രമിച്ചതായി വിശുദ്ധ ഖുർആൻ തന്നെ സാക്ഷിയാണ്. അത്രമാത്രം ജനാധിപത്യ സൌഹൃദമായാണ് ഖുർആൻ നിലകൊള്ളുന്നത്.

'അങ്ങിനെ, ഭൂമിയിലെ പതിതരായ ജനങ്ങളെ ഔദാര്യമേകി അവരെ നേതാക്കളും അനന്തരഗാമികളുമാക്കാനും നാം ഉദ്ദേശിക്കുന്നു' (വി. ഖു. 28 : 5).

അങ്ങിനെ, മിക്കവാറുമുള്ള അക്കാലത്തെ നിയമങ്ങളുടെ വിശദമായ ആവിഷ്കാരം തന്നെ ജനാധിപത്യ പരമായി പ്രവാചകന്റെ ചുമതലയിലായിരുന്നു. ആവശ്യാനുസാരം പൊതു സമൂഹത്തോട് കൂടിയാലോചിച്ച്, പ്രവാചകൻ ആ ദൌത്യം അതീവ വൈദഗ്ധ്യത്തോടെ മനോഹരമായി നിർവ്വഹിക്കുകയുമുണ്ടായി.

മനുഷ്യർക്കിടയിൽ മനുഷ്യനായി ജീവിക്കുന്ന പ്രവാചകൻ, മാനവികത സംരക്ഷിക്കുന്ന നിലപാട് തറകളിൽ ഊന്നി നിന്ന് കൊണ്ട്

അത് നിർവ്വഹിക്കണമെന്നത് മാത്രമായിരുന്നു ദൈവ നിശ്ചയം. വിശാലമായ മാനവികതയുടെ തലങ്ങളിൽ നിന്ന് കൊണ്ട് പ്രവർത്തിച്ച പ്രവാചകന്, ചിലപ്പോഴെങ്കിലും വ്യതിയാനങ്ങൾ സംഭവിച്ചുവോ എന്ന് സംശയിക്കപ്പെട്ട അപൂർവ്വം സന്ദർഭങ്ങളിൽ മാത്രം, ഖുർആൻ ഇടപെട്ട് പ്രവാചകനെ തിരുത്തുന്നതായി കാണാം.

'അബസ' അദ്ധ്യായത്തിലെ ആദ്യത്തെ പത്ത് സൂക്തങ്ങൾ, ഒരു അന്ധനായ സാധു മനുഷ്യന്റെ മൌലികാവകാശങ്ങൾ ശക്തമായ താക്കീതിന്റെ ഭാഷയിൽ അരക്കിട്ടുറപ്പിച്ചാണ് അവതരിക്കുന്നത്. വ്യതിയാനങ്ങൾ തിരുത്തപ്പെടേണ്ടതാണ് എന്ന് സൂചിപ്പിക്കുമ്പോഴും, നിയമാവിഷ്കാരങ്ങളുടെ ഉത്തരവാദിത്തം പ്രവാചകനിൽ നിന്ന് ഖുർആൻ എടുത്ത് കളഞ്ഞില്ല എന്നത് ശ്രദ്ധേയമാണ്. ഖുർആന്റെ മൌലിക തത്വങ്ങൾക്ക് അനുരോധമായി, സന്ദർഭികമായ നിയമാവിഷ്കാരങ്ങൾ മനുഷ്യർ തന്നെ നടത്തേണ്ടി വരുമെന്നത് കൊണ്ടാണ് ഖുർആൻ ആയൊരു നിലപാട് സ്വീകരിച്ചത്.

മാത്രമല്ല, മറ്റ് സൃഷ്ടി ജാലങ്ങളെപ്പോലെയോ മാലാഖമാരെപ്പോലെ തന്നെയോ അല്ല മനുഷ്യരെ അല്ലാഹു രൂപ കൽപന ചെയ്തത്. സ്വയം വളരാനും വികസിക്കാനും ഉന്നതികളിലേക്ക് പറന്നുയരാനും അനുയോജ്യമായ വഴികൾ കണ്ടെത്തി നടപ്പിലാക്കാനുള്ള ചിന്തയും കഴിവും സ്വാതന്ത്ര്യവും നൽകിക്കൊണ്ട് തന്നെയാണ് അല്ലാഹു മനുഷ്യരെ സൃഷ്ടിച്ചത്.

സ്രഷ്ടാവായ ദൈവം തന്റെ ദൌത്യത്തിന്റെ നിർവ്വഹണാർത്ഥം സ്വന്തം പ്രതിനിധികളായ നിർമ്മാതാക്കളായാണ് മനുഷ്യരെ ഭൂമിയിൽ അധിവസിപ്പിച്ചത്. അങ്ങിനെ, ഭൂമിയിൽ സ്വർഗ്ഗം പണിയാനുള്ള ഉത്തരവാദിത്തവുമായി നിയോഗിക്കപ്പെട്ട മനുഷ്യന് സമൃദ്ധമായ ഭാവനാ സമ്പത്ത് നൽകി അനുഗ്രഹിച്ചു ദൈവം. അതിനാൽ, ആവശ്യമെന്ന് തോന്നുമ്പോഴൊക്കെ പ്രവാചകൻ തന്റെ അനുചരന്മാരിൽ പ്രാപ്തിയുള്ളവരോട് ജനാധിപത്യ സംസ്കൃതി അവലംഭിച്ച് കൂടിയാലോചിച്ചായിരുന്നു നിയമങ്ങളും നിലപാടുകളും ആവിഷ്കരിച്ചിരുന്നത്.

നയ നിലപാടുകൾ ആവിഷ്കരിക്കുന്ന വിഷയത്തിലും നിയമ നിർമ്മാണ പ്രക്രിയയിലും പ്രവാചകൻ(സ) സ്വീകരിച്ച രീതിശാസ്ത്രത്തെയാണ് പ്രവാചകചര്യ, അഥവാ, 'സുന്ന'ത്തെന്ന്

വിളിക്കുന്നത്. മാനവികതക്ക് പരമ പരിഗണന നൽകിക്കൊണ്ടുള്ള പ്രവാചകന്റെ കൂടിയാലോചനാ സമ്പ്രദായമാണ് ആ രീതി ശാസ്ത്രം. പ്രാകൃതമെന്ന് വിശേഷിപ്പിക്കപ്പെട്ട അക്കാലത്ത് പോലും ജന പ്രതിനിധിയായി നിന്ന് കൊണ്ട് ജനങ്ങളെക്കൂടി പങ്കാളികളാക്കി നിയമങ്ങൾ ആവിഷ്കരിക്കുന്ന നാഗരിക ജനാധിപത്യ രീതി.

പ്രവാചകന്റെ ആ രീതി ശാസ്ത്രം കണിശമായും പിന്തുടർന്നാണ് പിൽക്കാലത്തും നിയമ സംഹിതകൾ (ശരീഅത്ത്) ആവിഷ്കരിക്കപ്പെടേണ്ടത്. പ്രവാചകനെ നിർബന്ധ പൂർവ്വം പിൻപറ്റുക എന്നതിന്റെ പൊരുളും അത് തന്നെയാണ്. അല്ലാതെ പ്രവാചകൻ സ്വീകരിച്ച അതേ നിലപാടുകളും, ആവിഷ്കരിച്ച നിയമങ്ങളും വള്ളി പുള്ളി മാറ്റമില്ലാതെ പിന്തുടർന്ന്, ഏതാണ്ട് ഒന്നര സഹസ്രാബ്ദത്തിനപ്പുറത്തുള്ള ആ കാലഘട്ടത്തെ പുനരവതരിപ്പിക്കാൻ യതിക്കലാണ് ദീനിന്റെ പുനഃസ്ഥാപനം എന്ന് കരുതാൻ ന്യായമില്ല.

എന്ത്കൊണ്ടെന്നാൽ, എക്കാലത്തേക്കും മനുഷ്യർക്കാവശ്യമായ നിയമ സംഹിത നിർമ്മിച്ച് നൽകാൻ പ്രവാചകൻ(സ)യോ, അക്കാലത്തെ മനുഷ്യരോ ഒന്നും ഒരിക്കലും അതിമാനുഷനായിരുന്നില്ല. ത്രികാല ജ്ഞാനിയാണ് താനെന്ന് അദ്ദേഹം ഒട്ടുമേ അവകാശ വാദമുന്നയിച്ചിരുന്നുമില്ല. താനൊരു സാധാരണ മനുഷ്യനാണെന്ന് മാത്രമായിരുന്നു അദ്ദേഹത്തിന്റെ എപ്പോഴുമുള്ള അവകാശ വാദം.

'നിങ്ങളെപ്പോലെ തന്നെ ഞാനൊരു മനുഷ്യൻ മാത്രമാണ്. നിങ്ങളുടെ ഇലാഹ് ഒരേ ഒരിലാഹാണെന്ന് എനിക്ക് ബോധനം നൽകിയിരിക്കുന്നു (എന്ന് മാത്രം). അതിനാൽ ആരെങ്കിലും തന്റെ രക്ഷിതാവിനെ കണ്ട് മുട്ടാൻ ആഗ്രഹിച്ചാൽ, സുകൃതങ്ങൾ ചെയ്ത് കൊള്ളട്ടെ. തന്റെ രക്ഷിതാവിന് വിധേയത്വം അർപ്പിക്കുന്നതിൽ പങ്ക് ചേർക്കാതിരിക്കുകയും ചെയ്യട്ടെ' (വി. ഖു. 18 : 110).

പ്രവാചകന്റെ ഈ സാധാരണത്വം അക്കാലത്തെ പ്രമാണിമാരിൽ തികഞ്ഞ പരിഹാസം സൃഷ്ടിച്ചിരുന്നതായി ഖുർആനിൽ പരാമർശമുണ്ട്. ഒരു പ്രവാചകനോ ഇയാൾ എന്നായിരുന്നു അവരുടെ പരിഹാസം. 'അവർ (മക്കയിലെ പ്രമാണിമാർ) ചോദിച്ചു: ഇതെന്ത് പ്രവാചകൻ? അദ്ദേഹം ഭക്ഷണം കഴിക്കുന്നു. ചന്തകളിൽ നടക്കുന്നു.

അയാളോടൊപ്പം മുന്നറിയിപ്പുകാരനായി ഒരു മാലാഖയെ കൂടി അയക്കാമായിരുന്നില്ലേ?' (വി. ഖു. 25 : 7).

അക്കാരണം കൊണ്ട് തന്നെ, സംഭവ ലോകത്ത് അപ്പപ്പോൾ ഉടലെടുക്കുന്ന പ്രശ്നങ്ങൾക്ക് അന്നത്തെ മാനവിക സങ്കൽപങ്ങൾക്ക് അനുരോധമായി നയങ്ങളും നിലപാടുകളും നിയമങ്ങളുമാവിഷ്കരിച്ച് മുന്നോട്ട് പോയി എന്നതിൽ കവിഞ്ഞ്, എക്കാലത്തുമുള്ള മനുഷ്യരെല്ലാം അതേ നയ നിലപാടുകളും നിയമങ്ങളും തന്നെ സ്വീകരിച്ച് മാത്രമേ ജീവിക്കാവൂ എന്ന് പ്രവാചകൻ നിഷ്കർഷിച്ചിട്ടില്ല.

പ്രവാചകചര്യയിലൂടെ (സുന്നത്ത്) രൂപപ്പെട്ട നയ നിലപാടുകളും നിയമങ്ങളുമൊക്കെ പിന്നീടുള്ള എല്ലാ കാലത്തും കണിശമായും നിർബന്ധമായും പിൻപറ്റപ്പെടേണ്ടതാണെന്ന് അധിക പണ്ഡിതൻമാർക്കും അഭിപ്രായവുമില്ല. പിൻപറ്റിയാൽ പ്രതിഫലമുള്ളതും ഉപേക്ഷിച്ചാൽ കുറ്റമില്ലാത്തതുമെന്ന ലഘൂകൃത നിലപാടാണ്, അവരിൽ അധിക പേരും സുന്നത്തിനോട് പൊതുവേ സ്വീകരിച്ചിട്ടുള്ളത്.

വിശുദ്ധ ഖുർആനിൽ പരാമൃഷ്ടമായ നിയമങ്ങൾ പോലും കാലികവും സാന്ദർഭികവുമായ പുനഃർവായനകൾക്ക് അനിവാര്യമായും വിധേയമാക്കപ്പെടേണ്ടി വരും. കള്ളന്റെയും കള്ളിയുടെയും കൈകൾ മുറിച്ച് കളയണമെന്നത് ഖുർആനിലെ നിർദ്ദേശമാണ്. പട്ടിണിക്കാരൻ നിർബന്ധിതനായാണ് കട്ടതെങ്കിൽ ആ നിയമം നടപ്പാക്കാതിരിക്കലാണ് മാനവികമെന്ന് ഉമർ(റ) തന്നെ നിലപാടെടുത്തത് ചരിത്ര സാക്ഷ്യമാണ്.

മാനവികത സംരക്ഷിക്കപ്പെടുകയെന്ന ആത്യന്തിക ലക്ഷ്യം നേടാനാണ് ഖുർആനിലെ നിയമങ്ങൾ (ശരീഅത്ത്) അവതീർണ്ണമായത്. ഏത് സംസ്കൃതിയിലാകട്ടെ മൻഷ്യരുടെ പൊതു ജീവിതം നിയന്ത്രിച്ച് കൊണ്ടുള്ള നിയമങ്ങൾ ആവിഷ്കരിക്കപ്പെടുന്നത്/ടേണ്ടത് മാനവികത സംരക്ഷിക്കപ്പെടേണ്ടതിന് വേണ്ടി തന്നെയാണ്. പ്രവാചകന്റെ അക്കാലത്തെ നിയമ നിർമ്മാണ രംഗത്തെ നിലപാടുകളും അതിന് വേണ്ടി തന്നെയായിരുന്നു. പരലോക മോക്ഷം നേടാൻ പുണ്യമാർജ്ജിക്കുക എന്ന കേവല ലക്ഷ്യത്തോടെ മാത്രമായിരുന്നില്ല.

മാത്രമല്ല, കണിശമായ നിയമങ്ങൾ ആവിഷ്കരിച്ച് പ്രതിക്രിയാ നിയമങ്ങൾ നടപ്പിലാക്കി ഭൂമിയിൽ നൈതികത നിറഞ്ഞൊരു ജീവിത സാഹചര്യം സൃഷ്ടിക്കുന്നതിന്റെ ആവശ്യകതയെ കുറിച്ച് പറയുന്നതോടൊപ്പം തന്നെ, കഠിനമായ ശിക്ഷകൾ നടപ്പിലാക്കുന്നതൊഴിവാക്കി പരസ്പരം വിട്ടുവീഴ്ചകൾ ചെയ്ത് മാനവികതയുടെ സ്നേഹ സാഹോദര്യങ്ങൾ പൂവിടുന്നൊരു ജീവിതം പങ്ക് വെക്കുന്നതിനെയാണ് ഖുർആൻ പ്രോൽസാഹിപ്പിക്കുന്നത്.

'തിന്മയുടെ പ്രതിഫലം തത്തുല്യമായ തിന്മ തന്നെ. ഇനി ആരെങ്കിലും വൈരം മറന്ന് വിട്ടുവീഴ്ച ചെയ്താൽ, അല്ലാഹുവിന്റെ പക്കലാണ് അവന്റെ പ്രതിഫലം. അല്ലാഹു അതിക്രമം ചെയ്യുന്നവരെ തീരെ ഇഷ്ടപ്പെടുന്നില്ല' (വി. ഖു. 42 : 40).

മനുഷ്യർ തമ്മിലുള്ള ആദാനപ്രദാനങ്ങളിലും പരസ്പര ഇടപാടുകളിലും പൊരുത്തങ്ങളും വിട്ടുവീഴ്ചയുമായാണ് ഏറെ അഭികാമ്യമെന്നും ഖുർആൻ അംഗീകരിക്കുന്നുണ്ട്.

'നിങ്ങളിൽ പ്രത്യേക അനുഗ്രഹം ലഭിച്ചവരും ഐശ്വര്യം നൽകപ്പെട്ടവരും ബന്ധുക്കൾക്കും അഗതികൾക്കും അല്ലാഹുവിന്റെ മാർഗ്ഗത്തിൽ നാടുപേക്ഷിച്ച അഭയാർത്ഥികൾക്കും ഒന്നും നൽകുകയില്ലെന്ന് പ്രതിജ്ഞയെടുക്കരുത്. അവർ പൊറുക്കുകയും വിട്ടുവീഴ്ച കാണിക്കുകയും ചെയ്യട്ടെ. നിങ്ങൾക്ക് അല്ലാഹു പൊറുത്ത് തരുന്നത് നിങ്ങൾ ഇഷ്ടപ്പെടുന്നില്ലേ? അല്ലാഹു അധികമായി പൊറുക്കുന്നവനും കരുണാ വാരിധിയുമാണ്' (വി. ഖു. 24 : 22).

അതിനാൽ അക്കാലത്ത് പ്രവാചകനാൽ ആവിഷ്കരിക്കപ്പെട്ട നിയമങ്ങൾ, ദൈവ പ്രോക്തമെന്ന് പരിഗണിച്ച് എക്കാലത്തും അതേ പോലെ നിർവിഘ്നം പിന്തുടരപ്പെടേണ്ടതാണ് എന്ന് നിനക്കേണ്ടതോ ശഠിക്കേണ്ടതോ ഇല്ല. കാലികമായ മാറ്റങ്ങളും പുതിയ ആവിഷ്കാരങ്ങൾ തന്നെയും എപ്പോഴും സ്വീകരിക്കപ്പെടേണ്ടതായി വരും. മാനവികതയെക്കുറിച്ചൊക്കെയുള്ള പൊതു വിഭാവനകൾക്ക് വികാസ പരിണാമങ്ങളും, അതി സങ്കീർണ്ണങ്ങളായ മാറ്റങ്ങളും സംഭവിക്കുന്ന സാഹചര്യങ്ങളിൽ പ്രത്യേകിച്ചും.

ചുരുക്കത്തിൽ കേവലമൊരു നിയമ സംഹിതയുടെ സമാഹൃത പുസ്തക മെന്ന നിലയിലല്ല അക്കാലത്ത് ഖുർആൻ അവതരിപ്പിക്കപ്പെട്ടത്. സർവ്വ കാലാതീതമായി നില നിൽക്കേണ്ട

ഖുർആനിൽ, എന്നന്നേക്കുമാവശ്യമായ നിയമ വ്യവസ്ഥകളഖിലം സമാഹരിച്ച് ക്രോഡീകരിക്കേണ്ടത് അനിവാര്യമായിരുന്നില്ല. അതൊട്ട് സാധ്യവുമാകുമായിരുന്നില്ല.

എല്ലാ കാലത്തും ജീവിതം ഒരേ ശീലിലും അവസ്ഥയിലും തുടരുകയില്ലല്ലോ. ജീവിതത്തിന്റെ മുഖത്തിനും കാഴ്ചക്കും കാതലായ മാറ്റങ്ങൾ കാലാനുഗതമായി സംഭവിക്കുക സ്വഭാവികമാണ്. സംഭവിക്കേണ്ടത് അനിവാര്യവുമാണ്. പക്ഷേ, ഏത് മാറ്റത്തിലും മാറാതെ നിൽക്കുന്ന ചില അടിസ്ഥാന മൂല്യങ്ങളുണ്ട്. മാനവിക ജനാധിപത്യ മൂല്യങ്ങൾ. ആദിമ മനുഷ്യൻ മുതൽ ഇന്നോളം അല്ലാഹു കാത്ത് സംരക്ഷിച്ച് പോന്ന മൂല്യങ്ങൾ.

ഏത് കാലത്തും ഏതവസ്ഥയിലും അത്തരം മൂല്യങ്ങൾ സംരക്ഷിക്കപ്പെടണം. അവ പരിരക്ഷിച്ച് നിർത്തി ഭൂമിയിൽ മനുഷ്യ വാസം ആയാസ രഹിതവും സന്തുഷ്ടവുമാക്കുന്നതിനാണ് നിയമങ്ങൾ ആവിഷ്കരിക്കേണ്ടത്.

അല്ലാതെ അവകാശങ്ങൾ നിഹനിച്ച് മനുഷ്യരെ കാരാഗ്രഹ വാസം അനുഭവിപ്പിക്കാനല്ല നിയമങ്ങളുടെ ആവിഷ്കാരം നടക്കേണ്ടത്. മനുഷ്യരുടെ സ്വച്ഛരമായ പ്രകൃതിക്ക് താഴിട്ട് കൊണ്ടുമല്ല നിയമാവിഷ്കാരങ്ങൾ നടക്കേണ്ടത്.

ഭൂമിയിൽ മനുഷ്യ സ്വാതന്ത്ര്യം ഉറപ്പ് വരുത്തി, അവന്റെ ജന്മ സിദ്ധമായ അവകാശങ്ങൾ പുനസ്ഥാപിക്കുകയായിരുന്നു ഖുർആന്റെ അനുശാസനകൾ അനുസരിച്ച് പ്രവാചകൻ ചെയ്തിരുന്നത്. ഇക്കാലത്ത് ഈ ജനാധിപത്യ യുഗത്തിലും നിയമക്കുരുക്കുകൾ സൃഷ്ടിച്ച് മനുഷ്യരെ കാരാഗ്രഹ വാസത്തിലൊതുക്കി തീർക്കാനാണ് ഒട്ടുമിക്ക ഭരണ നേതൃത്വങ്ങളും ശ്രമിക്കാറുള്ളത്.

അതിനാൽ പ്രവാചക മാതൃക പിന്തുടർന്ന്, അതത് കാലത്തേക്കും സന്ദർഭങ്ങളിലേക്കും ആവശ്യമായ നിയമങ്ങളും നിർദ്ദേശങ്ങളും നിലപാടുകളുമൊക്കെ രൂപപ്പെടുത്തേണ്ടത് അതത് കാലങ്ങളിൽ ജീവിക്കുന്ന സമൂഹം തന്നെയാണ്. അതിനുള്ള കഴിവും പ്രാപ്തിയും ബുദ്ധിയും ശക്തിയും യുക്തിയുമൊക്കെ നൽകി തന്നെയാണ് അല്ലാഹു എല്ലാ മനുഷ്യരേയും പടച്ചത്.

അതിന് സത്തും സാരവുമായി വർത്തിക്കാൻ വിശുദ്ധ ഖുർആന് കഴിയും. അതവതരിപ്പിക്കുന്ന അടിസ്ഥാന മൂല്യബോധങ്ങൾ

കാലാതിവർത്തിയാണെന്ന് നാം തിരിച്ചറിയണമെന്ന് മാത്രം. അത് തന്നെയാണ് വിശുദ്ധ ഖുർആന്റെ എക്കാലത്തുമുള്ള പ്രസക്തിയും.

ഭൗതികമായി എത്ര തന്നെ പുരോഗമിച്ചാലും എന്തൊക്കെ നേട്ടങ്ങൾ കൈവരിച്ചാലും, ജീവിത സഞ്ചാര പഥത്തിൽ, മനുഷ്യർ ഒരിക്കലും തന്റെ മൗലികത പരിരക്ഷിക്കുന്ന മാനവിക മൂല്യങ്ങളിൽ നിന്ന് വ്യതിചലിച്ച് കൂട എന്ന് അല്ലാഹുവിന് നിർബ്ബന്ധമുണ്ട്. ഏതവസരത്തിലും മനുഷ്യൻ മാനവികത ഉൾക്കൊണ്ട് തന്നെ വേണം ജീവിക്കാൻ.

ഏറെക്കുറെ വിനഷ്ടമായി കഴിഞ്ഞിരുന്ന ആ മൂല്യങ്ങളിലേക്ക് വെളിച്ചം വീശുകയും വീണ്ടെടുപ്പ് നടത്തുകയുമായിരുന്നു ഖുർആൻ അവതരിപ്പിച്ച് കൊണ്ട് അക്കാലത്ത് അല്ലാഹു ചെയ്തത്.

'സംശയമേതുമില്ലാതെ ആ ഗ്രന്ഥം (ജീവിതത്തിൽ) സൂക്ഷ്മത പുലർത്താനാഗ്രഹിക്കുന്നവർക്ക് മാർഗ്ഗ ദർശനം തന്നെയാണ്' (വി. ഖു. 2 : 2).

'നിശ്ചയം! ഈ ഖുർആൻ മനുഷ്യനെ ഏറ്റവും ചൊവ്വായ പാതയിലേക്ക് ആനയിക്കും. (സന്ദർഭോചിതം) സൽപ്രവർത്തനങ്ങൾ ഏറ്റെടുത്ത് നിർവ്വഹിക്കുന്ന വിശ്വാസികളോട്, വമ്പിച്ച പ്രതിഫലമുണ്ടെന്ന് സുവിശേഷമറിയിക്കുകയും ചെയ്യുന്നു' (വി. ഖു. 17 : 9).

മനുഷ്യനെ യുക്തി ഭദ്രമായും ശാസ്ത്രീയമായും പുരോഗതിയുടെ ഉത്തുംഗ ശൃംഗത്തിലേക്ക് ആനയിക്കുന്ന, അവന്റെ മൗലിക മാനവിക ഗുണങ്ങളെ തൊട്ടുണർത്തുകയാണ് ഖുർആൻ ചെയ്യുന്നത്. അവന്റെ സ്വാഭാവികമായ ഉന്നമനത്തിന് ഉത്തേജകമാകുന്ന, അവനിൽ തന്നെ നിലീനമായ അവന്റെ പ്രാപഞ്ചിക മൗലിക ഗുണങ്ങൾ!.

ഖുർആന്റെ സാർവ്വജനീനത

ആരംഭം മുതൽ തന്നെ അല്ലാഹു മനുഷ്യരെ പഠിപ്പിച്ച സൂത്ര വാക്യമാണ് "ലാഇലാഹ ഇല്ലല്ലാഹ്" എന്ന ആദർശ വാക്യമെന്ന് വിശുദ്ധ ഖുർആൻ തന്നെ ഓർമ്മിപ്പിക്കുന്നുണ്ട്.

"ഞാനല്ലാതെ മറ്റൊരു ഇലാഹില്ല,. എനിക്ക് മാത്രം വിധേയരായി ജീവിക്കുവിൻ" എന്ന് ബോധനം നൽകാതെ നിനക്ക് മുമ്പ് ഒരു

പ്രവാചകനെയും നാം നിയോഗിച്ചിട്ടില്ല. (വി. ഖു. 21 : 25).

ആദിമ മനുഷ്യൻ ആദം നബി മുതൽ, തനിക്ക് മുമ്പ് നിയുക്തരായ ഒന്നേകാൽ ലക്ഷത്തോളം പ്രവാചകന്മാർ, നിരന്തരമായി പഠിപ്പിച്ചു പോന്ന അതേ ആദർശ വാക്യത്തിന്റെ പുനരാവർത്തനമായിരുന്നു പ്രവാചകൻ അന്ന് മക്കയിൽ നിർവ്വഹിച്ചത്.

ഈയൊരു പ്രത്യയശാസ്ത്ര മുദ്രാവാക്യവും, തദടിസ്ഥാനത്തിൽ വിശുദ്ധ ഖുർആനിലൂടെ അനാവരണം ചെയ്യപ്പെട്ട ജീവിത മൂല്യങ്ങളും, മനുഷ്യന്റെ സ്വച്ഛരമായ പ്രകൃതിയിൽ തന്നെ മുദ്രണം ചെയ്യപ്പെട്ടതാണ് എന്നതാണ് വാസ്തവം. സ്രഷ്ടാവായ ഒരേയൊരു ദൈവം മാത്രമാണ് പ്രപഞ്ചത്തിന്റെ സംരക്ഷകനും പരിപാലകനുമെന്നത് മനുഷ്യ രാശിയുടെ മനസ്സിൽ രൂഢമൂലമായ ബോധ്യമാണെന്ന് ഖുർആൻ അവകാശപ്പെടുന്നു.

'പരിപാലകനായ നിന്റെ ദൈവം, ആദം സന്തതികളുടെ മുതുകുകളിൽ നിന്ന്, അവരുടെ കുഞ്ഞുങ്ങളെ സാക്ഷി നിർത്തി, ഞാനല്ലയോ നിങ്ങളുടെ രക്ഷിതാവ് എന്ന് ചോദിച്ച സന്ദർഭം!. അവർ ഏകസ്വരത്തിൽ പറഞ്ഞു: അതെ ഞങ്ങൾ സാക്ഷികളാണ്. ഇക്കാര്യത്തെക്കുറിച്ച് ഞങ്ങൾ അശ്രദ്ധരായിരുന്നു എന്ന് അന്ത്യ നാളിൽ നിങ്ങൾ പറയാതിരിക്കാനാണ് നാം അങ്ങിനെ ചെയ്തത്. (വി. ഖു. 7 : 172).

സ്രഷ്ടാവും പരിപാലകനുമായ ഒരധീശ ശക്തിയെക്കുറിച്ചുള്ള ബോധ്യം മനുഷ്യന്റെ പ്രകൃതിയിൽ നിലീനമാണ് എന്നുറപ്പിച്ച് പറയുകയാണ് ഖുർആൻ. ഖുർആൻ അവതരിപ്പിച്ച മൂല്യങ്ങളും തത്വ സംഹിതകളുമാസകലം, മനുഷ്യന്റെ സ്നിഗ്ധവും സരളവുമായ സ്വഭാവിക പ്രകൃതിയെക്കുറിച്ചുള്ള ഓർമ്മപ്പെടുത്തലാണെന്നും ഖുർആൻ സംശയ ലേശമന്യേ അവകാശമുന്നയിക്കുന്നുണ്ട്.

'നിശ്ചയം! അതൊരോർമ്മപ്പെടുത്തലാണ്. താൽപര്യമുള്ളവർക്ക് അത് ഓർത്തെടുക്കാം. പവിത്രമാക്കി ഉയർത്തപ്പെട്ട സമാദരണീയമായ ഏടുകളിൽ (വിരചിതമാണവ)". (വി. ഖു. 80 : 11-13).

നേരത്തെ അവതരിപ്പിക്കപ്പെട്ട വേദ പുസ്തകങ്ങളെയൊക്കെ സത്യപ്പെടുത്തി, അവയുടെ അനുബന്ധമായാണ് വിശുദ്ധ ഖുർആൻ അവതരിച്ചത് എന്നും ഖുർആൻ ആവർത്തിച്ച് പറയുന്നതായി കാണാം.

'നേരോടെയാണ് നിനക്ക് നാം സത്യവേദ പുസ്തകം അവതരിപ്പിച്ചത്. അതിന് മുൻപ് അവതരിച്ച വേദ പുസ്തകത്തെ സത്യമായി അംഗീകരിച്ചും, ഒരുവേള അതിനെക്കാൾ മിഴിവാർന്നും. അതിനാൽ നീ അള്ളാഹു അവതരിപ്പിച്ച വിധികൾ നടപ്പിലാക്കുക. ലഭ്യമായ നേരിനെ അവഗണിച്ച്, താങ്കൾ മറ്റുള്ളവരുടെ ഇച്ഛരകൾ പിൻപറ്റരുത്..'. (വി. ഖു. 5 : 47)

സൃഷ്ടി കർമ്മം നിർവ്വഹിച്ചയുടനെ തന്നെ, ദൈവം സൃഷ്ടികൾക്കൊക്കെയും ഈ ലോകത്ത് അവയുടെ ധർമ്മം നിർവ്വഹിക്കാനാവശ്യമായ മാർഗ്ഗ ദർശനവും (ഹുദ) നൽകി. മനുഷ്യർക്ക് മാത്രമല്ല, ഈ പ്രപഞ്ചത്തിലെ സചേതനവും അചേതനവുമായ സകല സൃഷ്ടി ജാലങ്ങൾക്കും അവയുടെ ജീവിത ധർമ്മവും സരണിയും, തങ്ങളുടെ സ്രഷ്ടാവായ ദൈവം തന്നെ അവയുടെ പ്രകൃതത്തിൽ നിക്ഷേപിച്ചിരിക്കുന്നു.

എങ്ങിനെ ജീവിക്കണം എന്നതിനെക്കുറിച്ച് വ്യക്തമായ ബോധനം നൽകിയാണല്ലോ ആദമിനെ അള്ളാഹു ഭൂമിയിൽ അധിവസിപ്പിച്ചത്. ഉറുമ്പിനും തേനീച്ചക്കും മറ്റു ജീവജാലങ്ങൾക്കുമൊക്കെ ഈ വെളിപാട് നൽകിയതായി ഖുർആൻ അനുസ്മരിക്കുന്നുണ്ട്. ഉൽബോധിപ്പിക്കപ്പെട്ടാണ് എല്ലാ സൃഷ്ടി ജാലങ്ങളും ഉയിരെടുത്തിരിക്കുന്നത്.

അതിനാൽ തന്നെ അല്ലാഹുവിന്റെ സകല സൃഷ്ടികളും സ്വാഭാവികമായി തന്നെ അവനെ പ്രണമിച്ച് കീർത്തനം ചൊല്ലിക്കൊണ്ടിരിക്കുന്നു എന്ന് ഖുർആൻ അനുസ്മരിക്കുന്നു.

'താങ്കൾക്കറിയില്ലേ, ഭൂവാനങ്ങളിലുള്ള സകലതും അല്ലാഹുവിന് പ്രകീർത്തനം ചൊല്ലിക്കൊണ്ടിരിക്കുന്നുവെന്ന്? പക്ഷികൾ അണി ചേർന്നും. എല്ലാറ്റിനും അതതിന്റെ പ്രാർത്ഥനയും പ്രകീർത്തനവുമറിയാം. അവരൊക്കെ എന്ത് ചെയ്യുന്നുവെന്ന് നന്നായി അറിയുന്നവനാണ് അല്ലാഹു' (വി. ഖു. 24 : 41).

കാര്യം സുവ്യക്തമാണ്. പ്രപഞ്ചത്തെയും അതിലെ സകല ചരാചരങ്ങളെയും രൂപ കൽപന ചെയ്തപ്പോൾ തന്നെ, അവ ഓരോന്നിനും ഭൂമിയിൽ നിർവ്വഹിക്കേണ്ട യഥാർത്ഥ ധർമ്മമെന്ത്, ആ ധർമ്മ നിർവ്വഹണത്തിനായി അവലംബിക്കേണ്ട മാർഗ്ഗങ്ങളെന്ത്, എന്നിത്യാദി കാര്യങ്ങളൊക്കെ കൃത്യമായി തന്നെ അല്ലാഹു

നിർണ്ണയിക്കുകയും അവക്ക് അതിനെക്കുറിച്ച് ബോധനം നൽകുകയും ചെയ്തിരിക്കുന്നു.

'തേനീച്ചക്ക് അല്ലാഹു ബോധനം നൽകി. പർവ്വതങ്ങളിലും, മരങ്ങളിലും, വള്ളിക്കുടിലുകളിലും നിങ്ങൾ വീടുകൾ നിർമ്മിക്കുക. പിന്നീട് സകല ഫലങ്ങളിൽ നിന്നും നിങ്ങൾ ഭക്ഷിക്കുക. എന്നിട്ട്, വിനീതയായി നിന്റെ നാഥൻ ഒരുക്കിയ വീഥികളിൽ പ്രവേശിക്കുക. അങ്ങിനെ അവയുടെ വയറുകളിൽ നിന്ന്, മനുഷ്യർക്ക് രോഗ ശമനം നൽകുന്ന നിറ വൈവിധ്യമുള്ള ഒരു പാനീയം സ്രവിക്കുന്നു. അതിൽ ചിന്തിക്കുന്നവർക്ക് ദൃഷ്ടാന്തമുണ്ട്' (വി. ഖു. 16 : 68 – 69).

ഓരോന്നിനെയും അതതിന്റെ നിർണ്ണിത ദൗത്യങ്ങളിലേക്കും ധർമ്മങ്ങളിലേക്കും ചലിപ്പിക്കാനാവശ്യമായ നിർദ്ദേശങ്ങൾ (Software) സകലതിലും "ഡൗൺ/അപ് ലോഡ്" ചെയ്ത് സജീവമാക്കി സംരക്ഷിച്ച് നിർത്തിയതായി കാണാനാകും.

വിധി നിർണ്ണയ ദിനത്തിലാണത് (ലൈലത്തുൽ ഖദ്ർ) നടന്നതെന്ന് ഖുർആൻ അനുസ്മരിക്കുന്നു. അവയിൽ മനുഷ്യരുടെ ഗതിവിഗതികൾ നിർണ്ണയിക്കുന്ന 'സോഫ്റ്റ് വെയർ' (ഹുദ) യാണ് വിശുദ്ധ ഖുർആൻ.

'അല്ലാഹു അവർക്ക് പിറകെ (സംരക്ഷണ)വലയം തീർത്തിരിക്കുന്നു. അഥവാ അത് തന്നെയാകുന്നു പരിശുദ്ധ ഖുർആൻ. അതൊരു ഫലകത്തിൽ (Database) സൂക്ഷിക്കപ്പെട്ടിരിക്കുന്നു' (വി. ഖു. 85 : 20 - 22).

സൂക്ഷിച്ച് സംരക്ഷിക്കപ്പെട്ട അതേ വിവരങ്ങൾ (Datas) തന്നെയാണ്, വിധി നിർണ്ണയ നാളിൽ മനുഷ്യരിലേക്ക് അല്ലാഹു പകർന്ന് നൽകിയത്. 'വിധി നിർണ്ണയ നാളിൽ നാമതിനെ ഇറക്കി' (വി. ഖു. 98 : 1).

അഥവാ ഡൗൺ/അപ് ലോഡ് ചെയ്തു. അങ്ങിനെ അത് മനുഷ്യന്റെ പ്രകൃതിക്ക് അനുരോധമായ ജീവിത സരണിയായി. ഒന്നാമത്തെ മനുഷ്യൻ മുതൽ തന്നെ ഖുർആൻ പ്രകാശിപ്പിച്ച ദൈവിക വെളിച്ചത്തിലായിരുന്നു ജീവിച്ചതെന്നർത്ഥം. ഓരോ മനുഷ്യനും സ്വന്തം മനസ്സാക്ഷിയിൽ നിന്ന് തന്നെ വായിച്ചെടുക്കാനാകുന്ന 'വിശുദ്ധ ഖുർആൻ'. വിശുദ്ധ മൂല്യങ്ങളൊക്കെയും ഓരോ മനുഷ്യ മനസ്സിലും കുടിയിരുത്തപ്പെട്ടതാണ് എന്ന് സാരം.

വിശുദ്ധ ഖുർആൻ ആദ്യമേ തന്നെ വിരചിതമാകുന്നത് അല്ലാഹുവിന്റെ ആസൂത്രണ സന്ദർഭത്തിൽ തികച്ചും വൈജാരിക തലത്തിൽ തന്നെയാണ്. വൈകാരിക സന്ദർഭങ്ങളിലെപ്പോഴോ അവിചാരിതമായി ഉയിർകൊണ്ടതല്ല ഖുർആൻ. 'ഔദാര്യമിയന്നൊരു ഖുർആൻ തന്നെയാണത്. അദൃശ്യമായൊരു രേഖയിൽ (വിരചിതമായ)' (വി. ഖു 56 : 77 – 78).

മനുഷ്യ സൃഷ്ടിപ്പിനൊപ്പം തന്നെ രേഖപ്പെടുത്തപ്പെട്ട, അവന്റെ പ്രവർത്തന സൂചികയാണത് എന്നും ഖുർആൻ സ്വയം പരിചയപ്പെടുത്തുന്നുണ്ട്. 'എന്നാൽ, വിഖ്യാതമാക്കപ്പെട്ട ഖുർആനാണത്. (വിവരശേഖര) ഫലകത്തിൽ സൂക്ഷിക്കപ്പെട്ട (നിലയിൽ)' (വി. ഖു. 85 : 21 – 22).

ഭൂമിയുടെയും അതിലെ സൃഷ്ടി ജാലങ്ങളുടെയും വിധി നിർണ്ണയങ്ങൾ നടന്ന റമദാനിലെ ഏതോ രാവിലാണ് ഖുർആൻ ഈ പ്രപഞ്ചത്തിന്റെ ചൈതന്യമായി ആദാമിലൂടെ മനുഷ്യ സഹവാസം സമാരംഭം കുറിച്ച ഭൂമിയിലേക്ക് അതിൽ പിറവിയെടുത്തേക്കാവുന്ന സകല മനുഷ്യർക്കുമായി ഇറക്കപ്പെട്ടത്.

പ്രപഞ്ചത്തെയാകെ ഖുർആന്റെ ചൈതന്യം കൊണ്ട് മൂടിയ ആ രാവിനെ അതിനാലാണ് അല്ലാഹു ആയിരം മാസത്തേക്കാൾ അനുഗ്രഹീതമാക്കിയത്. അതിന്റെ പേരിലാണ് അത്യുന്നതനായ നാഥന്റെ നാമം വാഴ്ത്താൻ മനുഷ്യൻ കൽപിക്കപ്പെട്ടത്. സൃഷ്ടാവായ ആ നാഥൻ തന്നെയാണ് മനുഷ്യനെ ഭൂമിയിൽ അധിവസിപ്പിച്ച് ഖുർആനിൽ ലിഖിതമായ ശരിയായ ജീവിതമാർഗ്ഗം നിർണ്ണയിച്ച് കൊടുത്തത്.

പക്ഷേ, കാലാന്തരേണ പ്രവർത്തന നൈരന്തര്യം മൂലം, മാനവികതയുടെ സോഫ്റ്റ്‌വെയർ പ്രവർത്തിപ്പിക്കുന്ന മനുഷ്യനാകുന്ന കമ്പ്യൂട്ടറിൽ പൈശാചികതയുടെ വൈറസുകൾ കയറി, അതിന്റെ പ്രകടനത്തിലും പ്രവർത്തന ചടുലതയിലും മികവിലും പിഴവുകൾ (errors) സംഭവിക്കുമ്പോൾ, അവ പരിഹരിക്കുന്നതിനായി അല്ലാഹു വിവിധ ഘട്ടങ്ങളിൽ സോഫ്ട് വേയർ എൻജിനിയർമാരാകുന്ന പ്രവാചകന്മാരെ നിയോഗിച്ച് പ്രോഗ്രാം നവീകരിച്ച് പുനഃക്രമീകരിക്കുന്ന സമ്പ്രദായം സ്വീകരിച്ച് പോന്നിരുന്നു.

സമ്പൂർണ്ണമാക്കി സൂക്ഷിക്കപ്പെടാവുന്ന ഒരു മാന്വൽ എന്ന നിലയിൽ, പരിശുദ്ധ ഖുർആൻ മൂല പ്രമാണമായി അവതരിപ്പിക്കപ്പെട്ടതോട് കൂടിയാണ് അല്ലാഹു ആ സമ്പ്രദായത്തിന് വിരാമം കുറിച്ചത്. ശേഷമുള്ള കാലങ്ങളിലൊക്കെ ഖുർആനിൽ നിന്ന് പ്രകാശം സ്വീക്രിച്ച് ബുദ്ധിയുള്ള മനുഷ്യർക്ക് തങ്ങളുടെ ജീവിത വഴികൾ സ്വയമേവ കണ്ടെത്താൻ കഴിയും.

അതിനാൽ വിശുദ്ധ ഖുർആൻ പ്രവാചകൻ മുഹമ്മദി(സ)ന് ആദ്യമായി അവതരിക്കുന്ന, തികച്ചും നൂതനമായ ഒരത്യപൂർവ വേദ പുസ്തകമായല്ല നാം മനസ്സിലാക്കേണ്ടത്. മനുഷ്യർക്ക് അന്യമായ കാര്യങ്ങളുമല്ല അത് പ്രതിപാദിച്ചത്. മനുഷ്യ പ്രകൃതിയിൽ നിലീനമായ മൂല്യങ്ങളുടെ സമാഹൃത രൂപമെന്ന നിലയിൽ മക്കയിൽ അവസാനമായി അത് പുനരവതരിപ്പിക്കപ്പെട്ടു എന്ന് മാത്രം.

'നാം തങ്കൾക്ക് മുമ്പും പ്രവാചകരെ നിയോഗിച്ചിട്ടുണ്ട്. അവർക്ക് ഇണകളെയും സന്താന പരമ്പരകളെയും നൽകിയിട്ടുമുണ്ട്. ഒരു പ്രവാചകനും, അല്ലാഹുവിന്റെ അനുമതിയില്ലാതെ ഒരു ദൃഷ്ടാന്തവും കൊണ്ട് വരിക സാധ്യമല്ല. എല്ലാ കാലത്തിനും നിശ്ചിത ലിഖിതമുണ്ട്. അല്ലാഹു ഉദ്ദേശിക്കുന്നത് അവൻ മായ്ച്ച് കളയുകയോ സ്ഥിരപ്പെടുത്തുകയോ ചെയ്യും. അവന്റെ പക്കലാണ് മൂല ഗ്രന്ഥം'. (വി. ഖു. 13 : 38 – 39).

മനുഷ്യനെ ഭൂമിയിൽ സൃഷ്ടിച്ച് അധിവസിപ്പിച്ച അന്ന് മുതൽ തന്നെ വിശുദ്ധ ഖുർആൻ ഉൾക്കൊള്ളുന്ന മൌലിക തത്വങ്ങൾ വിവിധ സന്ദർഭങ്ങളിലായി മനുഷ്യകുലത്തിന് മൂല ഗ്രന്ഥത്തിൽ നിന്നെടുത്ത് അവതരിപ്പിച്ച് കൊണ്ടേ ഇരുന്നിട്ടുണ്ടെന്ന് ഖുർആൻ തന്നെ വ്യക്തമാക്കുന്നുണ്ട്. മാത്രമല്ല, മുസ്ലിംകൾ അവയെല്ലാം സത്യമാണെന്ന് അംഗീകരിക്കണമെന്നും, ഖുർആൻ ആഹ്വാനം ചെയ്യുന്നുണ്ട്.

'അവർ പറഞ്ഞു: നേർമാർഗ്ഗം പ്രാപിക്കാൻ നിങ്ങൾ ജൂതരോ ക്രിസ്ത്യാനികളോ ആകുവിൻ എന്ന്. പക്ഷേ, ഇബ്രാഹീമിന്റെ മാർഗ്ഗമാണ് ഋജുവായതെന്ന് നീ അവരോട് പറയണം. അദ്ദേഹം ബഹുദൈവ വിശ്വാസി ആയിരുന്നില്ല. (അല്ലയോ, വിശ്വാസികളെ) ഞങ്ങൾ അല്ലാഹുവിൽ വിശ്വസിച്ചിരിക്കുന്നു എന്ന് നിങ്ങൾ പറയുക. ഞങ്ങൾക്കും, ഇബ്രാഹിമിനും, ഇസ്മാഈലിനും, ഇസ്ഹാഖിനും, യാഖൂബിനും, പിന്നെ സന്താന പരമ്പരക്കും അവതരിപ്പിക്കപ്പെട്ടതിലും

ഞങ്ങൾ വിശ്വസിക്കുന്നു. മാത്രമല്ല, മൂസ, ഈസ മുതൽ മറ്റെല്ലാ പ്രവാചകന്മാർക്കും തങ്ങളുടെ നാഥന്റെ പക്കൽ നിന്ന് അവതരിപ്പിക്കപ്പെട്ടതിലും ഞങ്ങൾ വിശ്വസിക്കുന്നു. നാം അവരിലാരെയും ഭിന്നമായി കാണുന്നില്ല. ഞങ്ങൾ അവന് സമർപ്പിച്ചവരാണ്' (വി. ഖു. 2 : 135 - 136).

മനുഷ്യാരംഭം മുതൽ തന്നെ വായിക്കപ്പെട്ട് പോന്ന വേദ പുസ്തകം ഖുർആൻ തന്നെയാണ് എന്നാണിത് സൂചിപ്പിക്കുന്നത്. അതത് കാലത്തിന്റെ ഖുർആൻ അതത് ഭാഷകളിൽ അവതരിച്ചു എന്ന് മാത്രം. അതിന്റെ തുടർച്ചയായാണിന്ന് ഖുർആൻ നിലനിർത്തി പൊരുന്നത്.

വിശുദ്ധ ഖർആൻ പ്രകൃതിയുടെ പുസ്തകമായി തലമുറകളിലൂടെ വായിക്കപ്പെടുന്നതും അതുകൊണ്ടാണ്. 'ദിക്ർ' 'തദ്കിറത്ത്' (സ്മരണിക) എന്നൊക്കെ ഖുർആൻ വിളിക്കപ്പെടുന്നതും അക്കാരണത്താൽ തന്നെ. മനുഷ്യ ചരിത്രത്തിൽ, ധാരാളമായി 'ആവർത്തിച്ച് വായിക്കപ്പെട്ടത്/ടുന്നത്' എന്നും ഖുർആൻ എന്ന പദത്തിന് അർത്ഥമുണ്ട്. മനുഷ്യാരംഭം മുതൽ ഇന്നോളം വിശുദ്ധ ഖുർആൻ ആവർത്തിച്ചുള്ള വായനകൾക്ക് വിധേയമാക്കപ്പെട്ടിരിക്കുന്നു എന്ന് സാരം.

വിശുദ്ധ മാനവികതയുടെ സ്മരണിക

പ്രവാചകൻ ഇരുപത്തിമൂന്നോളം വർഷങ്ങളെടുത്ത് പുനഃർവായന നടത്തിയ പ്രപഞ്ചവും മനുഷ്യനും എന്തെന്ന് സമാഹരിക്കപ്പെട്ടതാണ് വിശുദ്ധ ഖുർആൻ. അഥവാ അല്ലാഹു പ്രവാചകന് അപ്പപ്പോഴായി ഓർമ്മപ്പെടുത്തിക്കൊടുത്ത പ്രകൃതി ദത്തമായ വിശുദ്ധ മാനവികതയുടെ മൗലികതകളും യഥാർത്ഥ പാഠങ്ങളുമാണത്.

'നാമാണ് സ്മരണ (ദിക്ർ അഥവാ ഖുർആൻ) ഇറക്കിയത്. നാമത് സൂക്ഷിച്ച് സംരക്ഷിക്കുകയും ചെയ്തിരിക്കുന്നു' (വി. ഖു. 15 : 9).

അഥവാ ഖുർആന്റെ മൌലിക പ്രസക്തി മനുഷ്യ സ്മൃതിയിൽ തന്നെ സുരക്ഷിതമായി സൂക്ഷിച്ച് നിലനിർത്തിയിരുന്നു; ഇനിയും കാലാ കാലത്തേക്ക് അത് നിലനിർത്തി സംരക്ഷിക്കുക തന്നെ ചെയ്യും എന്നും പ്രകൃത സൂക്തത്തെ നമുക്ക് വായിച്ചെടുക്കാനാകും.

അതിനാൽ നാം അറിയുന്ന പോലെ, ആത്യന്തികമായി മനുഷ്യനും മനുഷ്യ ജീവിതവുമാണ് ഖുർആനിലൂടെ അല്ലാഹു ഓർമ്മപ്പെടുത്തുന്നത്. അവന്റെ വിശുദ്ധ പ്രകൃതിയെയും ജീവിത മൂല്യങ്ങളെയാണ്. അവന്റെ ജന്മസിദ്ധമായ മൗലികാവകാശങ്ങളെയും ഈ ഭൂമിയിൽ നിർവ്വഹിക്കാനുള്ള ദൗത്യത്തെ കുറിച്ചുമാണത് ഉൽബോധിപ്പിക്കുന്നത്.

വിശുദ്ധ ഖുർആൻ അവതരിപ്പിച്ച ജീവിത മൂല്യങ്ങൾ അത്രമേൽ മാനവികവും പ്രകൃതിപരവുമായത് കൊണ്ടാണ്, സാധാരണ മനുഷ്യനായി സ്വാഭാവികമായി ജീവിച്ച് തന്നെ അവ പ്രവൃത്തി പഥത്തിൽ നടപ്പിലാക്കി കാണിച്ച് കൊടുക്കാൻ പ്രവാചകന് സാധ്യമായത്.

'ഞാൻ നിങ്ങളെപ്പോലുള്ള മനുഷ്യൻ തന്നെയാണ്. നിങ്ങളുടെ 'ഇലാഹ്' ഒരേ ഒരു ഇലാഹ് മാത്രമാണ് എന്ന കാര്യം എനിക്ക് ബോധനം നൽകിയിരിക്കുന്നു എന്ന് മാത്രം...' (വി. ഖു. 18 : 110).

ആ മൂല്യങ്ങൾ ജന്മനാ തന്നെ ഊട്ടപ്പെട്ടായിരുന്നു പ്രവാചകൻ വളർത്തപ്പെട്ടത് തന്നെ. അതിനാൽ ഖുർആൻ അവതരിപ്പിച്ച മൂല്യ വിചാരങ്ങൾ ഉൾക്കൊള്ളാൻ പ്രവാചകന് തീരെ പ്രയാസപ്പെടേണ്ടി വന്നില്ല. പ്രവാചകന്റെ സ്വഭാവം തന്നെ ഖുർആൻ ആയിരുന്നു എന്ന് ആയിശ(റ) അനുസ്മരിക്കുന്നുണ്ട്.

ആ സ്വഭാവ ഗുണങ്ങളത്രയും ഖുർആന്റെ അവതരണത്തോടെ മാത്രം ആർജ്ജിച്ചെടുത്തവ ആയിരുന്നില്ല. മറിച്ച് അവയെല്ലാം ജന്മ സിദ്ധം തന്നെയായിരുന്നു. മാത്രമല്ല അവയൊക്കെ മനുഷ്യന്റെ ജന്മ സിദ്ധമായ മൂല്യങ്ങളെന്ന നിലയിൽ ചിര പരിചിതങ്ങളായത് കൊണ്ട് തന്നെയാണ് മറ്റ് അനുചരന്മാർക്കും അതിവേഗം അതുൾക്കൊള്ളാനും, അതുമായി പൊരുത്തപ്പെട്ട് പോകാനും സാധിച്ചത്. അങ്ങിനെയാണ് അതിവേഗം അറേബ്യയിൽ മാനവ സംസ്കൃതിയെ സവിശേഷമായി പുനർ നിർമ്മാണം നടത്താൻ പ്രവാചകന് സാധിച്ചത്.

മനുഷ്യർക്ക് അവരുടെ പ്രകൃതിക്കനുസാരമായി കർമ്മ പഥത്തിൽ കൊണ്ട് വരാനൊക്കുന്നത് മാത്രം പറയുക. പ്രകൃതിക്കന്യമായത് പറയാതിരിക്കുക. പറയുന്നത് ജീവിതത്തിൽ പകർത്തി കാണിക്കുക. ഇതായിരുന്നു പ്രവാചകന്റെ ജീവിത മാതൃക.

'സത്യ വിശ്വാസികളെ, നിങ്ങളെന്തിന് പ്രവർത്തിക്കാൻ കഴിയാത്തത് പറയണം? ചെയ്യാനാകാത്തത് പറയുക അല്ലാഹുവിന് കഠിന കോപമുളവാക്കുന്ന കാര്യമാണ്' (വി. ഖു. 61 : 2 - 3).

മനുഷ്യ സാധ്യമാകുന്ന കാര്യങ്ങൾ മാത്രമേ അല്ലാഹു മനുഷ്യരെ ഏൽപ്പിക്കൂ എന്നും, സഹജമായി സംഭവിച്ചേക്കാവുന്ന മാനുഷിക വീഴ്ചകളുടെ പേരിൽ അല്ലാഹു ആരെയും പിടികൂടി ശിക്ഷിക്കുകയില്ല എന്നും ഖുർആൻ വ്യക്തമാക്കുന്നുണ്ട്. (വി. ഖു. 2 : 286).

സ്വച്ഛ പ്രകൃതിക്കിണങ്ങിയ കാര്യങ്ങളേ കൽപ്പിക്കാവൂ, പ്രകൃതിക്കന്യമായവ വിരോധിക്കണമെന്നും ഖുർആൻ മനുഷ്യനെ പഠിപ്പിക്കുന്നുണ്ട്.

'നന്മയിലേക്ക് ക്ഷണിച്ച് കൊണ്ടിരിക്കുന്ന ഒരു സമൂഹം നിങ്ങളിൽ നിന്ന് ഉണ്ടാകണം. അവർ 'മഅറൂഫ്' കൽപ്പിക്കണം. 'മുൻകർ' വിരോധിക്കുകയും വേണം. അവരാണ് വിജയികൾ (വി. ഖു. 3 : 104). '

മഅറൂഫ്' എന്നതിന്റെ വിവക്ഷ തന്നെ പ്രകൃതിക്കിണങ്ങുന്ന സുപരിചിതമായത് എന്നാണ്. പ്രകൃതിക്കന്യമായ അപരിചിത കാര്യങ്ങളാണ് 'മുൻകറാത്ത്'. മനുഷ്യന്റെ സ്വച്ഛ പ്രകൃതിക്കന്യമായ വെറുപ്പുളവാക്കുന്ന കാര്യങ്ങൾ എന്നർത്ഥം.

നിഷ്കളങ്ക മാനസരായ മനുഷ്യർക്കെല്ലാം എളുപ്പം പ്രവൃത്തി പഥത്തിൽ കൊണ്ട് വരാവുന്ന സ്വച്ഛവും ലളിതവുമായ കാര്യങ്ങളെ ഖുർആൻ പ്രതിപാദിക്കുന്നുള്ളൂ. പലപ്പോഴും പക്ഷപാത ചിന്തകൾക്കതീതമായി മാനവികതക്കനുഗുണമായി മാത്രം നിലപാടെടുക്കേണ്ട അതീവ നിർണ്ണായക സന്ദർഭങ്ങളിലാണ് വിശുദ്ധ ഖുർആന്റെ ഇടപെടലുകളുണ്ടായിട്ടുള്ളത്. മനുഷ്യത്വമെന്ത്, ഏതെല്ലാം നയ നിലപാടുകൾ സ്വീകരിക്കപ്പെടുമ്പോഴാണ് മാനവികത സംരക്ഷിക്കപ്പെടുക എന്നൊക്കെ കൃത്യമായി നിർണ്ണയിക്കപ്പെടേണ്ട അപൂർവ്വ സന്ദർഭങ്ങളിൽ മാത്രം.

അല്ലാത്തപ്പോഴൊക്കെ പ്രവാചകൻ തന്റെ മാനുഷികവും സ്വതസിദ്ധവുമായ വിവേചനാധികാരം ഉപയോഗിച്ചോ, സന്തത സഹചാരികളായ സഖാക്കളോട് കൂടിയാലോചിച്ചോ നിലപാടുകൾ കൈക്കൊള്ളുകയായിരുന്നു പതിവ്. മാനവികതക്ക് വിരുദ്ധമാകാത്ത പാരമ്പര്യ സമ്പ്രദായങ്ങളെ പോലും (ഉർഫ്/മഅറൂഫ്) ഖുർആനോ പ്രവാചകനോ നിരാകരിച്ചതായി കാണില്ല.

അത്തരത്തിൽ സ്വീകരിക്കപ്പെട്ട നിലപാടുകളെ അപൂർവ്വം സന്ദർഭങ്ങളിലെങ്കിലും ഖുർആൻ, കൂടുതൽ ഉചിതമായ നിലപാടുകളുണർത്തി നിരൂപണ വിധേയമാക്കിയിരുന്നു എന്നത് നേരാണ്. എങ്കിലും പ്രവാചകൻ സ്വീകരിച്ച നിലപാടുകളെ തീർത്തും നിരാകരിക്കുകയോ, തിരുത്താൻ ആവശ്യപ്പെടുകയോ ചെയ്തിരുന്നതായി കാണാനൊക്കില്ല.

അതിന് കാരണം എപ്പോഴും ദൈവിക ഇടപെടലിലൂടെ മാത്രം ജീവിതം മുന്നോട്ട് കൊണ്ട് പോകാനാകില്ല എന്നതാണ്. അങ്ങിനെ ഇടപെടേണ്ട ആവശ്യവുമില്ല. മനുഷ്യർക്ക് അത്തരമൊരു സവിശേഷ വിവേചനാധികാരം ജന്മ സിദ്ധമായി തന്നെ നൽകപ്പെട്ടതാണല്ലോ. അതാണ് മനുഷ്യന് ലഭ്യമായ ആദരവിന്റെ പൊരുളും.

അതിനാൽ മനുഷ്യർക്ക് എപ്പോഴും അവരുടെ സ്വച്ഛരമായ പ്രകൃതിക്കനുസരിച്ച് നിലപാടുകളെടുത്ത് മുന്നോട്ട് പോകാൻ കഴിയും. കഴിയണം. അങ്ങിനെ മാത്രമേ മനുഷ്യന്റെ സ്വച്ഛരമായ ജീവിത പ്രയാണം അനായാസേന നടക്കൂ. അതിനനുഗുണമാകുമാറ് എക്കാലത്തേക്കും അടിസ്ഥാന മാനദണ്ഡങ്ങളാകാൻ പര്യാപ്തമായ മൗലിക തത്ത്വങ്ങളാണ് ഖുർആൻ അവതരിപ്പിക്കുന്നത് എന്ന് മാത്രം. അതും മനുഷ്യന്റെ പ്രകൃതി ദത്തമായ മൗലിക ഗുണങ്ങളെ തട്ടിയുണർത്തുന്ന വിധം.

അങ്ങിനെ മനുഷ്യർ സ്വന്തമായി എടുക്കുന്ന നിലപാടുകളെക്കുറിച്ച് പ്രവാചകൻ പറഞ്ഞത്: 'ഭരണാധികാരി വിധി പറയാൻ ശുഷ്കാന്തിയോടെ പരിശ്രമിക്കുകയും ശരിയായ വിധിയിലെത്തിപ്പെടുകയും ചെയ്താൽ അയാൾക്ക് രണ്ട് പ്രതിഫലമുണ്ട്. ഇനി അയാൾ വിധി പ്രസ്താവിക്കാൻ കിണഞ്ഞു പരിശ്രമിച്ച് തെറ്റിപ്പോയാൽ ഒരു പ്രതിഫലവുമുണ്ട്' എന്നാണ്.

മനുഷ്യർക്ക് മാനവികതക്കനുരോധമായി നിലപാടുകൾ സ്വീകരിച്ച് മുന്നോട്ട് പോകാൻ എന്നും അവകാശമുണ്ട് എന്ന് തന്നെയാണ് പ്രവാചകൻ പറഞ്ഞ് വെച്ചതിന്റെ വിവക്ഷ. നിലപാടുകളിൽ അബദ്ധങ്ങൾ സംഭവിച്ച് പോയാലും അത് ശിക്ഷാർഹമല്ല എന്ന് കൂടി പറഞ്ഞ് വെക്കുന്നുണ്ട് പ്രവാചകൻ.

ചുരുക്കത്തിൽ, മനുഷ്യപ്രകൃതിയിൽ അല്ലാഹു നിക്ഷേപിച്ച ആ ഹൃദയുടെ പുനരാവിഷ്കാരമായാണ് വിശുദ്ധ ഖുർആൻ

അവതീർണ്ണമായത് എന്ന് സാമാന്യ വിശകലനത്തിൽ തന്നെ മനസ്സിലാകും.

'ഉന്നതനായ നിന്റെ രക്ഷിതാവിന്റെ നാമം നീ വാഴ്ത്തുക. അവൻ സൃഷ്ടിക്കുകയും തുലനപ്പെടുത്തുകയും ചെയ്തവനാണ്. (ജീവിതം) നിർണ്ണയിക്കുകയും സഞ്ചാരപഥം കാണിച്ച് കൊടുക്കുകയും ചെയ്തു അവൻ...." (വി. ഖു. 87 : 1 - 3).

നിഷ്കളങ്കമായി ആ പ്രാപഞ്ചികമായ ജീവിത സരണി പിൻപറ്റി ജീവിച്ചാൽ മാത്രമേ പ്രകൃതിക്കനുരോധമായി സർഗ്ഗാത്മകവും താള ബദ്ധവുമായ ജീവിതം നയിക്കുക സാധ്യമാകൂ എന്നും ഖുർആൻ ഉണർത്തുന്നു.

'അതിനാൽ നിഷ്കളങ്ക മാനസനായി നീ സർഗ്ഗ വ്യവസ്ഥക്ക് (ദീൻ) വിധേയനാകുക. അഥവാ, അല്ലാഹുവിന്റെ പ്രകൃതിക്ക്. അവൻ അതേ പ്രകൃതിയിലാണ് ജനങ്ങളെയും പടച്ചത്. അല്ലാഹുവിന്റെ സൃഷ്ടിപ്പിൽ മാറ്റം വരുത്തരുത്. അതാണ് അവക്രമായ സർഗ്ഗ വ്യവസ്ഥ. പക്ഷേ, അധിക ജനങളും അത് മനസ്സിലാക്കുന്നില്ല'. (വി. ഖു. 30 : 30).

ചുരുക്കത്തിൽ, മനുഷ്യനെന്ന നാഗരിക ജീവിയുടെ ആത്മ പ്രകാശനമാണ് വിശുദ്ധ ഖുർആനിലൂടെ അല്ലാഹു നിർവ്വഹിച്ചത്. മനുഷ്യനിൽ അല്ലാഹു അതീവ സൂക്ഷ്മതയോടെ നിലീനമാക്കിയ സ്വാഭാവിക മാനുഷികതയുടെ വെളിപാട് പുസ്തകമാണ് വിശുദ്ധി നിറഞ്ഞ ഖുർആൻ. സ്വന്തം ജീവിത പാഠങ്ങളുടെ ദൈവികമായ വെളിപ്പെടുത്തലുകൾ.

അങ്ങിനെ, ആ ജനതയെ സ്വന്തം ജീവിതത്തിന്റെ പ്രകൃതി പരവും തികച്ചും ഉൽകൃഷ്ടവുമായ ഒരു സാംസ്കാരിക വഴിത്താരയിലേക്ക് കൈപിടിച്ചു ഉയർത്തുകയായിരുന്നു ഖുർആൻ. മനുഷ്യ ചരിത്രത്തിലെ തന്നെ അത്യുൽകൃഷ്ടമായൊരു നവോത്ഥാന ദൗത്യത്തിന്റെ അന്യൂനമായ സത്യ സാക്ഷ്യ നിർവ്വഹണം. ലോകത്തെ തന്നെ സാംസ്കാരികമായി പരിവർത്തിപ്പിക്കാനും, ആഗോള മനുഷ്യ സംസ്കൃതിയെ മാനവികമായി ഉയിർത്തെഴുനേൽപ്പിക്കാനും, ഉദ്യമിച്ച് കൊണ്ടുള്ള ചരിത്രപരവും അവസാനത്തേതുമായ നവോത്ഥാന പ്രക്രിയ.

෴

ഖുർആൻ മക്കയിൽ?

മനുഷ്യ ചരിത്രത്തിലെ തന്നെ അവസാനത്തേതെന്ന് വിശേഷിപ്പിക്കപ്പെട്ട ഖുർആന്റെ അവതരണം നൂറ്റാണ്ടുകൾക്ക് മുമ്പ് എന്തിന് മക്കയിലായി എന്നതാണ് ചിലരുടെയെങ്കിലും സന്ദേഹങ്ങളിലൊന്ന്. തികച്ചുമൊരു ഗോത്ര/ഗ്രാമീണ ജീവിത വ്യവഹാരങ്ങളുടെ, അതീവ ലളിതമായി നടത്തപ്പെട്ട ആവിഷ്കാരങ്ങളുടെ തണലിൽ മാത്രം മതിയോ, ഇക്കാലത്തെ ജീവിത സമസ്യകളുടെ സങ്കീർണ്ണതകളെ അഭിമുഖീകരിക്കാൻ എന്നതാണ് സന്ദേഹത്തിന്റെ കാതൽ.

അത്തരമൊരു സന്ദേഹത്തിന്റെ അനൗചിത്യം, പ്രഥമ ദൃഷ്ട്യാ തന്നെ ബോധ്യമാകേണ്ടതാണ്. മക്കയിലെന്നല്ല മറ്റെവിടെ അവതരിച്ചുവെങ്കിലും, എന്ത് കൊണ്ടവിടെ എന്ന സന്ദേഹം ഉന്നയിക്കാവുന്നതേയുള്ളൂ. എന്നാലും എന്ത് കൊണ്ട് മക്ക തന്നെ തിരഞ്ഞെടുക്കപ്പെട്ടു എന്നതിന് ചില ന്യായങ്ങൾ സംഗതമാകും.

മറ്റേത് പ്രദേശത്തെക്കാളും, മക്കയിലന്ന് അധാർമ്മികതയുടെ തേരോട്ടമായിരുന്നു; അതിനാലവിടെ പ്രവാചക നിയോഗത്തിന്റെ അനിവാര്യത ഒന്നാമതായുണ്ടായിരുന്നു എന്ന് വിലയിരുത്തിയവരാണ് പലരും. തുടക്കത്തിൽ പറഞ്ഞ പോലെ മനുഷ്യന്റെ അപചയങ്ങളുടെ തീഷ്ണമായ അനുഭവങ്ങൾ അന്നവിടെ ഉണ്ടായിരുന്നു എന്നത് നേരാണ്. പക്ഷെ, ലോകമെമ്പാടും അതിനെക്കാൾ കഠിനമായ മനുഷ്യത്വ നിരാസങ്ങളുടെയും അധാർമ്മികമായ അത്യാചാരങ്ങളുടെയും കൂത്തരങ്ങായിരുന്നു എന്നതാണ് വലിയ സത്യം.

എല്ലാ കുറവുകളും ഉള്ളതോടൊപ്പം തന്നെ, മക്കയെയും അതിലെ സമൂഹത്തെയും ജീവിതത്തെയും സവിശേഷമായി വ്യതിരിക്തമാക്കി നിർത്തിയ ചില ഘടകങ്ങളുണ്ടായിരുന്നു അന്നവിടെ. കഅബയുടെ സാന്നിധ്യത്തിലൂടെ മക്കക്കുണ്ടായിരുന്ന രാഷ്ട്രീയവും സാംസ്കാരികവും വാണിജ്യപരവുമായി നേടിയെടുക്കാനായ സ്ഥാനമാണ് അവയിലാദ്യത്തേത്. ഭൂമിയിൽ ജനങ്ങളുടെ ആദ്യ സാംസ്കാരിക കേന്ദ്രമായി പണിതുയർത്തിയ ഗേഹം കഅബയാണെന്ന് വിശുദ്ധ ഖുർആൻ തന്നെ സാക്ഷ്യപ്പെടുത്തുന്നുണ്ട്.

(ലോകത്താദ്യമായി) 'ജനങ്ങൾക്ക് വേണ്ടി ബക്കയിൽ പണിതുയർത്തപ്പെട്ട ഗേഹം അനുഗ്രഹമാണ്. ലോക ജനതക്കത് വഴികാട്ടിയുമാണ്. (വി. ഖു. 3 : 96).

ആദിമ മാതാപിതാക്കളുടെ അധിവാസ കേന്ദ്രം കൂടിയായിരുന്നു മക്കയെന്ന് വിശ്വസിക്കപ്പെട്ട് പോരുന്നു. 'ജദ്ദ'യും അറഫയുമൊക്കെ അതിന്റെ അടയാളങ്ങളായും കണക്കാക്കി വരുന്നു. അതിനാൽ മനുഷ്യ സംസ്കൃതി ഭൂമിയിൽ രൂപപ്പെട്ട ആദ്യ ഭൂപ്രദേശമെന്ന നിലയിൽ മക്കയുടെ സ്ഥാനം അദ്വിതീയമാണ്. അവിടെതന്നെയാണ് ആ സംസ്കൃതിയുടെ സമാപന അദ്ധ്യായവും അരങ്ങേറിയത് എന്നത് തികച്ചും ആകസ്മികമായി സംഭവിച്ചതാകാൻ വഴിയില്ല.

മാത്രമല്ല ഇബ്രാഹിം നബി(അ)യുടെ പ്രവർത്തന കേന്ദ്രമായിരുന്നു മക്ക എന്നത് സുവിധിതമാണല്ലോ. ഇബ്രാഹിം നബിയുടെ പുത്ര കളത്രാദികളിൽ നിന്ന് പൊട്ടി മുളച്ച് പടർന്ന് പന്തലിച്ചതാണ് ഇന്നത്തെ പ്രബലങ്ങളായ ജൂത, ക്രിസ്തീയ ഇസ്ലാം മതങ്ങളൊക്കെയും. അതിനാൽ ലോകത്ത് വ്യാപിച്ച സാംസ്കാരിക മുന്നേറ്റങ്ങളുടെ കേന്ദ്രമെന്ന നിലയിലും മനുഷ്യ ചരിത്രത്തിൽ മക്കക്ക് അദ്വിതീയ സ്ഥാനം തന്നെയാണുള്ളത്.

ഖുർആൻ അവതരിച്ച കാലത്തും കഅബയെ ഒരു തീർഥാടന കേന്ദ്രമെന്ന നിലയിൽ തന്നെയാണ് മഹാ ഭൂരിഭാഗം ജനങ്ങളും അംഗീകരിച്ച് പോന്നത്. പല കോണിൽ നിന്നും തീർഥാടനത്തിനായി ജനങ്ങൾ മക്കയിലെത്തുമായിരുന്നു.

കഅബയുടെ പുനർനിർമ്മാണം കഴിഞ്ഞുള്ള ഇബ്രാഹീം നബി (അ) യുടെ അർത്ഥനക്ക് അല്ലാഹു ഉത്തരവിറക്കിയല്ലോ.

"താങ്കൾ ജനങ്ങളിൽ ഹജ്ജിന് വിളംബരം ചെയ്യുക. മെലിഞ്ഞു ഒട്ടിയ ഒട്ടകപ്പുറത്തേറിയും കാൽനടയായും അങ്ങകലെ വിദൂര ദിക്കുകളിൽ നിന്ന് പോലും ആളുകൾ അങ്ങോട്ട് വരും' (വി. ഖു. 22 : 27).

ആ പ്രഖ്യാപനം പിന്നീടങ്ങോട്ടുള്ള ചരിത്രത്തിലെപ്പോഴും സത്യമായി പുലർന്ന് പോന്നു. അതിനാൽ തന്നെ ഒരു സാമ്പത്തിക വാണിജ്യ വിനിമയ കേന്ദ്രമായും, ആലംഭമന്വേഷിക്കുന്നവർക്ക് അഭയമായും മക്ക ചരിത്രത്തിൽ ഇടം നേടുകയുണ്ടായി. കഅബയുടെ ചരിത്ര പരമായ ആ ഇടത്തെ പ്രവാചക കാലത്ത് ഖുർആൻ

അനുസ്മരിക്കുന്നത് ഇപ്രകാരമാണ്.

'ഖുറൈശികളെ ഇണക്കിയതിൻ ഫലമായി. അഥവാ അവരുടെ ശൈത്യകാല-വേനൽക്കാല സഞ്ചാരത്തിലെ ഒരുമ കാരണമായി. അതിനാൽ അവർ ഈ ഭവനത്തിന്റെ നാഥനെ വണങ്ങട്ടെ. അവൻ അവർക്ക് വിശപ്പിന് ആഹാരം നൽകി. ഭയപ്പാടിൽ നിന്ന് സമാധാനവും'. (വി. ഖു. 106 : 1 – 4).

മരുഭൂമിയുടെ ഊഷരതക്ക് കാരുണ്യത്തിന്റെ ഉറവയും തികവും നൽകാൻ ഇബ്രാഹീം നബി(അ)യുടെ ആ പ്രാർത്ഥനക്ക് സാധ്യമായി. അന്നവിടെ മക്കയിൽ ജീവിച്ച മനുഷ്യർക്ക് ഒരുമയിലൂടെ അഭയവും സമാധാനവും നൽകാനും ആ പ്രാർത്ഥനക്കായി. മനുഷ്യർക്ക് സുഭിക്ഷതയുടെയും അഭയത്തിന്റെയും സമാധാനത്തിന്റെയും കേദാരമൊരുക്കിയ മക്ക!.

അസൂയാർഹമായ അത്തരമൊരു സ്ഥാനം മക്കക്കുണ്ടായിരുന്നു എന്നതാണല്ലോ, ഇസ്ലാമിന്റെ പുനരുദയത്തിന് ഏതാണ്ട് തൊട്ട് മുമ്പായി യമനിലെ ഭരണാധികാരിയായിരുന്ന അബ്രഹത്തിന്റെ നേതൃത്വത്തിൽ കഅബാലയം പൊളിക്കാനുള്ള ഒരാസൂത്രിത ശ്രമം നടക്കാൻ കാരണമായത്.

'ആനക്കലഹം' എന്ന പേരിലാണ് ചരിത്രത്തിലത് ഇടം നേടിയത്. മക്ക അന്നോളം നിലനിർത്തിപ്പോന്ന ഒരു സാമ്പത്തിക സാംസ്കാരിക കേന്ദ്രമെന്ന സൽകീർത്തിയെ ദീശാ മാറ്റം നടത്തി യമനിലേക്ക് കൊണ്ട് വരിക എന്ന ഗൂഢ ലക്ഷ്യമായിരുന്നു അബ്രഹത്തിനുണ്ടായിരുന്നത്.

അക്കാരണങ്ങളാലൊക്കെ, ഇസ്ലാമിന്റെ മാനവിക സംസ്കാര പ്രഭാവലയത്തിന്റെ പ്രസരണത്തിന് അത്രമേൽ അനുഗുണമായ മറ്റൊരു ഭൂപ്രദേശം അക്കാലത്ത്, ഭൂമിയുടെ കേന്ദ്രമെന്ന നിലയിൽ പരിഗണിക്കപ്പെടാൻ യോഗ്യമായ മക്കയല്ലാതെ മറ്റൊന്നുണ്ടായിരുന്നില്ല.

എത്ര തന്നെ പരിമിതികളുണ്ടായിരുന്നു എന്ന് സമ്മതിച്ചാലും അന്നത്തെ മക്കയുടെയും പരിസര പ്രദേശങ്ങളിലെയും സാംസ്കാരികോന്നതി ആപേക്ഷികമായി മെച്ചപ്പെട്ടത് തന്നെയായിരുന്നു എന്നതും ചരിത്ര വസ്തുത തന്നെ. കാരണം ഇബ്രാഹീം നബി(അ) പുനർനിർമ്മിച്ച ലോകോത്തര സാംസ്കാരിക കേന്ദ്രത്തിന്റെ സാംസ്കാരിക നിലവാരം തീർത്തും അപ്രത്യക്ഷമായി

കഴിഞ്ഞിരുന്നു എന്ന് പറയുക സാധ്യമല്ല.

ഇബ്രാഹീമി വിശുദ്ധി (ഹനീഫിയ്യതു ഇബ്രാഹീം) നിലനിർത്തി പോന്ന ഒട്ടനവധി ആളുകളുണ്ടായിരുന്നു അക്കാലത്ത് മക്കയിലും പ്രാന്ത പ്രദേശങ്ങളിലും. സാമൂഹ്യ ജീവിതത്തിലും ആ ഏകദൈവ സങ്കൽപ്പത്തിലധിഷ്ഠിതമായ സംസ്കൃതിയുടെ ഒട്ടേറെ സമ്പന്നമായ പാരമ്പര്യങ്ങൾ കാത്ത് സൂക്ഷിക്കപ്പെട്ടിരുന്നു എന്നതാണ് വസ്തുത.

അതിനാലാണ് ആ സാംസ്കാരിക ജീവിതത്തിന്റെ സിംഹ ഭാഗവും അങ്ങിനെ തന്നെ അംഗീകരിച്ച് നില നിർത്തി കൊണ്ട് പോകാൻ പ്രവാചകൻ മുഹമ്മദി(സ)ന് കഴിഞ്ഞത്. ഗോത്രപരമായ സംഘർഷങ്ങൾ പതിവായിരുന്നുവെങ്കിലും, മാനവികതയുടെ അടിസ്ഥാനങ്ങളായ സ്നേഹ സാഹോദര്യങ്ങളും ഉദാര മനസ്കതയും ആതിഥ്യ മര്യാദകളും സനിഷ്കർഷം പാലിച്ചിരുന്നവരായിരുന്നു മക്കയിലെ അറബികൾ.

അതുല്യമീ ഖുർആനിക ഭാഷ

ഭാഷാ സാഹിത്യ സാംസ്കാരിക പ്രവർത്തനങ്ങൾക്ക് അന്ന് നൽകപ്പെട്ടിരുന്ന പ്രാധാന്യം തന്നെ അറബ് ദേശത്തിന്റെ നാഗരികോന്നമനത്തിന്റെ സാക്ഷ്യമായി വേണം കാണാൻ. സാഹിതീയ സാംസ്കാരിക പ്രവർത്തനങ്ങളിൽ കാവ്യാങ്കനയുടെ നൃത്ത നൃത്യോപാസനകളുടെ വസന്തകാലമായിരുന്നു അന്ന്. പരസ്പര തർക്കങ്ങളുന്നയിക്കാൻ വേണ്ടിയാണെങ്കിൽ പോലും പ്രണയാതുരത നുരയുന്ന കാവ്യ ഭാഷയായിരുന്നു അന്നത്തെ മുഖ്യ ആയുധം.

ഇംറുഉൽ ഖൈസ്, ത്വറഫത്തു ബ്നിൽ അബ്ദ്, സുഹൈർ ബ്നി അബീ സൽമ, അംറ് ബ്നു കുൽസൂം മുതലങ്ങോട്ട് ഇന്നും ആഘോഷിക്കപ്പെടുന്ന ഒട്ടേറെ കവി പുംഗവൻമാർ അക്കാലത്ത് ജീവിച്ചവരായിരുന്നു. സ്തുതി/പ്രശംസാ കാവ്യങ്ങളുടെയും ആക്ഷേപ ഹാസ്യ സാഹിത്യങ്ങളുടെയുമൊക്കെ തലതൊട്ടപ്പൻമാരായി ഇന്നും അനുസ്മരിക്കപ്പെടുന്ന ഒട്ടനവധി കവി ശ്രേഷ്ഠൻമാർ!.

കഅബയുടെ ചുമരിൽ കെട്ടിത്തൂക്കപ്പെട്ട ഏഴ് കാവ്യ പുസ്തകങ്ങൾ (മുഅല്ലകാത്തുസ്സബ്അ) അക്കാലത്തെ അറബ് സാഹിത്യത്തിൽ ഈടുറ്റ ചുവടുവെപ്പുകളായി ഇന്നും

പരിഗണിക്കപ്പെടുന്നവയാണ്. ഒരു ഗോത്ര ഭാഷയുടെ പരിധികൾക്കും പരിമിതികൾക്കുമപ്പുറത്ത്, ലോകത്തോട് സംവദിക്കാൻ കരുത്തുറ്റ ഭാഷയായി അക്കാലത്ത് അറബി വളർന്ന് കഴിഞ്ഞിരുന്നു എന്നതാണ് വസ്തുത.

അക്കാലത്തെ ആ ഭാഷാ നൈപുണ്യത്തെ അതിജയിക്കുന്ന അതി ശക്തമായ ഭാഷാ ചാതുര്യത്തോടെയാണ് വിശുദ്ധ ഖുർആൻ അവതരിച്ചത്. ഭാഷ മാത്രമല്ല, ഖുർആന്റെ വ്യതിരിക്തവും അതി മനോഹരവുമായ ആവിഷ്കാര ചാരുത, ഇന്നും അജയ്യമായി നിലകൊള്ളുന്നു എന്നത് അൽഭുതകരം തന്നെ. ഖുർആന്റെ അഭിസംബോധിതരായിരുന്ന അറബികൾ, എതിരാളികളായിരുന്നവർ പോലും, അതിന്റെ സാഹിതീയ വ്യതിരിക്തതയെ ആശ്ചര്യം കൂറുന്ന മിഴികളോടെ നോക്കി നിന്നതാണ് ചരിത്രം.

അന്നത്തെ ഭാഷാ-സാഹിത്യ വികാസത്തിന്റെ ഔന്നത്യത്തെ അടയാളപ്പെടുത്താവുന്ന, 'ഉക്കാദ് ചന്ത' പോലുള്ള വാർഷിക വിപണന മേളകളൊക്കെ, സാഹിത്യ, സാംസ്കാരിക, കാവ്യോൽസവ മേളകളായിക്കൂടി ആഘോഷിക്കപ്പെട്ടിരുന്ന മക്കയിലാണ് വിശുദ്ധ ഖുർആന്റെ പെയ്തിറക്കം. അക്കാരണത്താൽ തന്നെ, അന്ന് ചിരപരിചിതമായിരുന്ന സാഹിതീയ വൃത്തങ്ങൾക്കും നിർവ്വചനങ്ങൾക്കുമൊക്കെ അപ്പുറമായിരുന്നു ഖുർആനിക ഭാഷയുടെ അദ്വിതീയ സ്ഥാനം.

സത്യത്തിൽ സാഹിത്യത്തിന്റെ ഏത് ഗണത്തിൽ പെടുന്നു ഖുർആൻ എന്ന് നിർണ്ണയിക്കാൻ പോലും അക്കാലത്തെ സാഹിത്യ കുതുകികൾക്ക് സാധിച്ചിരുന്നില്ല. കഥയോ, കവിതയോ, ഗദ്യമോ, ഗദ്യ കവിതയോ, എന്നിങ്ങനെ ഖുർആന്റെ സ്ഥാനം എവിടെയെന്ന് നിർണ്ണയിക്കാൻ അവർക്കാകുമായിരുന്നില്ല. ഖുർആൻ അവയിലേതെങ്കിലുമൊന്നിൽ പരിമിതപ്പെടുന്നില്ല എന്നതാണ് സത്യം.

എന്നാലോ, മനുഷ്യൻ ഏതൊക്കെ സാഹിത്യ ശാഖകളിൽ വിഹരിച്ചാലും, അവയൊക്കെ ഖുർആനിൽ കാണാനുമാകും. ഏതെങ്കിലുമൊന്നിൽ പരിമിതപ്പെടുത്തി ഖുർആനെ വായിക്കാൻ പലരും ശ്രമിച്ചപ്പോഴൊക്കെ, അവരാ ശ്രമങ്ങളിൽ പരാജയപ്പെടുകയായിരുന്നു ഫലം. അങ്ങിനെ അതിന്റെ അതുല്യമായ സാഹിത്യ ഭംഗിയും അമൂല്യമായ രചനാ പാടവവും മാധുര്യമൂറുന്ന

ശൈലീ വൈശിഷ്ട്യവുമൊക്കെ അവരിൽ പലർക്കും
നമ്രശിരസ്കരായി സമ്മതിക്കേണ്ടി വന്നു.

അക്കാലത്തെ ധനാഢ്യനായിരുന്ന കവി പുംഗവൻമാരിൽ
അഗ്രേസരനായ അൽ വലീദു ബ്നിൽ മുഗീറ ഖുർആനെ കുറിച്ച്
നിരൂപിച്ചത് ഇങ്ങിനെയായിരുന്നു:

'അയാളുടെ (പ്രവാചകന്റെ) വചന പ്രസാദത്തിന് തീർച്ചയായും
മാധുര്യമുണ്ട്. അതിന് വശ്യമായ മാസ്മരികതയുമുണ്ട്. അതിന്റെ
മുകളറ്റം ഫല സമൃദ്ധമാണ്. നന്നായി നനവുള്ളേടത്താണതിന്റെ മുരട്.
അത് ഉയർന്ന് പന്തലിക്കുക തന്നെ ചെയ്യും. ഒരിക്കലുമത്
അതിജയിക്കപ്പെടുകയില്ല. അത് മനുഷ്യ വചസ്സുകളിൽ പെട്ടതല്ല'.

വിശുദ്ധ ഖുർആന്റെ അവതീർണ്ണ സന്ദർഭത്തിലുള്ള ഭാഷാ
സൗകുമാര്യവും ഔന്നത്യവും, പതിനഞ്ച് നൂറ്റാണ്ടുകൾക്കിപ്പുറവും
ഹരിത യൗവനമാർന്ന് നിലനിൽക്കുന്നു എന്നതാണ് തികച്ചും
വിസ്മയാവഹമായ സവിശേഷത. ഇന്നോളം അതിനെ
അതിജയിക്കുന്ന, അതിന് തുല്യമാകുകയെങ്കിലും ചെയ്യുന്ന, മറ്റൊരു
സാഹിത്യ സൃഷ്ടി ഉണ്ടായിട്ടില്ല. ഇക്കാലത്ത് പോലും അതിനുള്ള
ശ്രമങ്ങൾ പലതും നടത്തി നോക്കാതെയല്ല. സകല ശ്രമങ്ങളും
പരാജയപ്പെടുകയായിരുന്നു.

സമഗ്രവും വസ്തുനിഷ്ടവും യുക്തിസഹവുമായ അതിന്റെ
ആശയ സമർപ്പണം പോലും ഇന്നും അജയ്യമായി നിലക്കൊള്ളുന്നു
എന്നതാണ് വാസ്തവം. ഏത് അർത്ഥത്തിലും തുല്യതയില്ലാതെ
കാലാതിവർത്തിയായി അജയ്യതയോടെ വിരാജിക്കുന്ന വേദ
ഗ്രന്ഥമാണ്, പിൽക്കാലത്ത് ഭാഷാ ദോഷവും വ്യാകരണ
വൈകല്യവുമൊക്കെ ആരോപിക്കപ്പെടുന്നത് എന്നത് കൗതുകകരം
തന്നെ.

അറബി ഭാഷ അതിന്റെ ആദിമ രൂപത്തിൽ നിന്ന് വളർന്ന്
പരിഷ്കൃതവും നാഗരികവുമായ വികാസം കൈവരിക്കുന്നത് തന്നെ,
ഇസ്ലാമിന് തൊട്ട് മുമ്പ് ക്രിസ്താബ്ദം ആറാം നൂറ്റാണ്ടിലാണ്.
അക്കാലത്ത് രചിക്കപ്പെട്ട കാവ്യ സമാഹാരങ്ങളെക്കുറിച്ച് നേരത്തെ
പരാമർശിക്കപ്പെട്ടതാണല്ലോ.

അപ്പോഴേക്കും അറബി ഭാഷാ സാഹിത്യം ഏറെക്കുറെ
ലോകത്തോട് തന്നെ സംവദിക്കാൻ പ്രാപ്തി കൈവരിച്ചിരുന്നു.

അറിയപ്പെട്ടേടത്തോളം ഒരു സമ്പൂർണ്ണ ഭാഷ എന്ന നിലയിൽ മുന്നിൽ നിലക്കൊണ്ട ഭാഷയായിരുന്നു അറബി. ആ ഭാഷയിലാണ് തികച്ചും നൂതനമായ ശൈലീ വിശേഷങ്ങൾ ഉൾക്കൊണ്ട് ഖുർആൻ അവതീർണ്ണമാകുന്നത്.

സാഹിത്യ ശാഖകളിൽ ഏത് ഗണത്തിൽ ഉൾപ്പെടുത്തുമെന്നറിയാതെ ഭാഷാ സാഹിത്യ കാരൻമാരൊക്കെ സ്തബ്ദരായി നിന്ന കാലം. അന്ന് ഭാഷാ സാഹിത്യ രംഗങ്ങളിൽ പ്രാവീണ്യം നേടിയ ഒരാളും ഖുർആന്റെ സാഹിതീയ ഭംഗിയിലോ ഭാഷാ പ്രയോഗങ്ങളിലോ ന്യൂനത കണ്ടെത്താൻ ശ്രമിച്ചതായി കാണുന്നില്ല. വ്യാകരണ നിയമങ്ങൾ അന്നൊന്നും രൂപപ്പെട്ടിരുന്നുമില്ല.

പിൽക്കാലത്ത് സമൂഹത്തിൽ അനറബികളുടെ സാന്നിധ്യം കൂടി വരികയും, ഖുർആൻ പാരായണത്തിൽ വൈജാത്യങ്ങൾ ശ്രദ്ധിക്കപ്പെടുകയും ചെയ്തു. അപ്പോഴാണ്, അലി(റ)യുടെ നിർദ്ദേശ പ്രകാരം, അന്നത്തെ പ്രമുഖ പണ്ഡിതനും വൈയാകരണനുമായിരുന്ന ബസ്വറയിലെ ഗവർണ്ണർ അബുൽ അസ്വദുദ്ദുഅലി, ആദ്യമായി അറബി ഭാഷക്ക് വ്യാകരണ നിയമം ക്രോഡീകരിക്കുന്നത്.

ഖുർആന്റെ ഭാഷാ വിശുദ്ധിയും ആശയ സംശുദ്ധിയും മനുഷ്യ സാധ്യമാകും വിധം സംരക്ഷിക്കുകയായിരുന്നു അത്തരമൊരു പരിശ്രമത്തിന്റെ ലക്ഷ്യം. അതേ വ്യാകരണ ശാസ്ത്ര നിയമങ്ങൾ അവലംബിച്ചാണ് വിശുദ്ധ ഖുർആന്റെ ഭാഷാ വിശുദ്ധിയെ ചോദ്യം ചെയ്യാൻ പലരും മുതിരുന്നത്. കാലാതിവർത്തിയായി നിലകൊള്ളേണ്ട വിശുദ്ധ ഖുർആനെ, കാല ബന്ധിതമായ ഭാഷാ സങ്കൽപങ്ങളിൽ തളച്ചിടാൻ ശ്രമിക്കുന്നത് പരിഹസ്യമെന്നല്ലാതെ മറ്റെന്ത് പറയാൻ!.

ഏത് ഭാഷയും ദൈവികമാണ്. മനുഷ്യർക്ക് പരസ്പരം സംവദിക്കാൻ അല്ലാഹു അനുഗ്രഹിച്ചരുളിയ അവന്റെ വരദാനമാണ് ഭാഷ. ഏത് ഭാഷയിലെയും വാക്കുകൾക്കും പ്രയോഗങ്ങൾക്കും ആശയങ്ങളുടെ സമൃദ്ധിയും ഗാംഭീര്യവും നിറച്ചതും അല്ലാഹു തന്നെ. അതിനാൽ തന്നെ ഏത് ഭാഷയിലും കേവലമൊരു വാക്ക് പോലും ഇലാസ്തികമാണ്. അർത്ഥ – ആശയ വിവിധ്യങ്ങളാൽ സമ്പുഷ്ടമാണ് ഏത് ഭാഷയും.

ഭാഷാ പരമായ ആ ഇലാസ്തികതയും ആശയ സമ്പന്നതയും വിശുദ്ധ ഖുർആനെ സംബന്ധിച്ചിടത്തോളം കൂടുതൽ പ്രസക്തമാണ്.

സർവ്വ കാലാതീതമായി ഏത് സന്ദർഭങ്ങളേയും സംഭവങ്ങളെയും വളരെ തൻമയത്വത്തോടെ ഉൾക്കൊള്ളാനാകുമെന്നതാണ് ഖുർആനിക ഭാഷാ ശൈലിയുടെയും, പദ വിന്യാസത്തിന്റെയും സവിശേഷത. അതിനാൽ തന്നെയാണ് കാലത്തിന്റെ സകലമാന സങ്കീർണ്ണ വികാസ പരിണാമങ്ങളോടുമൊപ്പം അനായാസേന സഞ്ചരിക്കാൻ വിശുദ്ധ ഖുർആന് സാധിക്കുന്നത്.

കാരുണ്യത്തിന്റെ സംവാദം

വിശുദ്ധ ഖുർആന്റെ ദൈവികതയെ അംഗീകരിക്കാൻ വിസമ്മതിച്ച പ്രതിയോഗികൾ, സാഹിതീയമായ അതിന്റെ സ്ഥാനം എന്താണെന്ന് കൃത്യമായി നിർണ്ണയിക്കാൻ കഴിയാതെ, വിഷണ്ണരായി ഖുർആന്റെ മാസ്മരികത തലകുലുക്കി സമ്മതിക്കാൻ നിർബന്ധിതരായ ദുരവസ്ഥയെക്കുറിച്ച് നേരത്തെ സൂചിപ്പിക്കപ്പെട്ടു.

ഖുർആന്റെ മുമ്പിൽ മൻഷ്യന്റെ നിസ്സഹായത അനാവരണം ചെയ്യപ്പെട്ട അത്തരം ചില സന്ദർഭങ്ങളിൽ, വിശുദ്ധ ഖുർആൻ അന്നത്തെ അഭിസംബോധിതരുടെ മുൻപിൽ ചില ആഹ്വാനങ്ങൾ നടത്തുന്നുണ്ട്.

'അഥവാ, അദ്ദേഹം (അല്ലാഹുവിന്റെ നാമത്തിൽ) കള്ളം കെട്ടിച്ചമച്ചു പറഞ്ഞുവെന്നാണോ അവർ വാദിക്കുന്നത്?. എങ്കിൽ (അല്ലാഹുവിന്റെ പേരിൽ) ചമച്ചുണ്ടാക്കപ്പെട്ട പത്ത് അദ്ധ്യായങ്ങളെങ്കിലും നിങ്ങൾ കൊണ്ട് വരിക'. (വി. ഖു. 11 : 13).

ആഹ്വാനങ്ങളിലൊന്ന് അതായിരുന്നു. അദ്ദേഹം കള്ളം കെട്ടി ചമച്ചു എന്നാണ് നിങ്ങളുടെ വാദമെങ്കിൽ നിങ്ങൾക്കും അത് സാധ്യമാകേണ്ടതല്ലേ, എന്നാണ് ഖുർആൻ കൌതുകപൂർവ്വം ചോദിക്കുന്നത്.

മറ്റൊരിക്കൽ ഖുർആൻ ചോദിച്ചു: 'നാം നമ്മുടെ അടിമക്ക് അവതരിപ്പിച്ചതിൽ നിങ്ങൾ സംശയാലുക്കളാണെങ്കിൽ, അല്ലാഹു അല്ലാത്ത നിങ്ങളുടെ സാക്ഷികളെ അണി നിരത്തി തന്നെ, ഖുർആന് സമാനമായ ഒരു അധ്യായമെങ്കിലും കൊണ്ട് വരിക. നിങ്ങൾ നിഷ്കളങ്കരാണെങ്കിൽ!' (വി. ഖു. 2 : 23).

ഖുർആന്റെ ചിന്തോദ്ദീപകങ്ങളായ ഇത്തരം അഭിസംബോധനകളെ, മനുഷ്യരോടുള്ള അല്ലാഹുവിന്റെ വെല്ലുവിളിയായാണ് അധികവും വിവർത്തനം ചെയ്യപ്പെട്ട് പൊന്നിട്ടുള്ളത്. മുഖാമുഖത്തിന്റെ സന്ദർഭങ്ങളിലാണ് സ്വാഭാവികമായും വെല്ലുവിളികൾ ഉയരുക. തുല്യരായി കൽപ്പിക്കപ്പെട്ടേക്കാവുന്ന രണ്ടു ശക്തികൾ തമ്മിലാണ്, ആരാണ് വമ്പൻ എന്ന് തെളിയിക്കാൻ വെല്ലുവിളികൾ ഉയർത്തപ്പെടുക.

അല്ലാഹുവും മനുഷ്യരും തമ്മിലുള്ള ബന്ധം തുല്യരോ അല്ലാതെയോ ഉള്ള രണ്ട് ശക്തികളുടെ ഏറ്റുമുട്ടലിന്റെ ബന്ധമല്ല. സ്രഷ്ടാവും സൃഷ്ടികളും തമ്മിലുള്ള സ്നേഹ ബന്ധമാണത്. ഉടമയും അടിമയും തമ്മിലുള്ള ബന്ധം. സാധാരണയായി ഉടമ സ്വന്തം അടിമകളോട് വെല്ലുവിളി നടത്താറില്ല. ഗുണദോഷിക്കുകയോ കൽപ്പിക്കുകയോ ആണ് പതിവ്.

ഇവിടെ സ്രഷ്ടാവും സർവ്വ ശക്തനും പരിപാലകനുമായ അല്ലാഹുവിന് തന്റെ ദുർബ്ബലരായ അടിയാറുകളോടുള്ള സ്നേഹവായ്പിന്റെയും കാരുണ്യത്തിന്റെയും ആർദ്രതയുടെയുമൊക്കെ ബന്ധത്തിന്റെ അടിസ്ഥാനത്തിലുള്ള ഒരു സ്നേഹ സംവാദം മാത്രമായി വേണം അതിനെ കാണാൻ.

അല്ലാതെ, അല്ലാഹുവിന്റെ ആഹ്വാനങ്ങളിലോ, നിർദ്ദേശങ്ങളിലോ സ്വന്തം സൃഷ്ടികളോടുള്ള ക്രൗര്യമോ വൈര നിര്യാതന ബുദ്ധിയോ പരോക്ഷമായി പോലും ആരോപിക്കുന്നത് കരുണാമയനായ ദൈവത്തോട് ചെയ്യുന്ന അന്യായമാണ്.

മനുഷ്യർ ദുർബ്ബലരായാണ് സൃഷ്ടിക്കപ്പെട്ടതെന്ന് ഖുർആൻ പറയുന്നുണ്ട്. അജയ്യനെന്ന് അവകാശപ്പെടുന്ന അല്ലാഹുവിന്, ദുർബ്ബലരായ തന്റെ അടിയാറുകളോട് വെല്ലുവിളി നടത്തി തന്നെ വേണമോ തന്റെ അജയ്യത നിലനിർത്താൻ?.

മാത്രമല്ല, അല്ലാഹു മനുഷ്യരുടെ മേൽ അമിത ഭാരം ചുമത്തുകയല്ല, യഥാർത്ഥവും ഋജുവുമായ വഴി കാണിച്ച്, മനുഷ്യരുടെ ഭാരം തീർത്തും ലഘൂകരിക്കുകയാണ് അല്ലാഹുവിന്റെ ഉദ്ദേശ്യമെന്നും ഖുർആൻ പറയുന്നു.

'നിങ്ങളുടെ ഭാരം ലഘൂകരിക്കാനാണ് അല്ലാഹു ഉദ്ദേശിക്കുന്നത്. മനുഷ്യർ ദുർബ്ബലരായാണല്ലോ സൃഷ്ടിക്കപ്പെട്ടിരിക്കുന്നത്' (വി. ഖു. 4

: 28).

ദുർബ്ബലരായ മനുഷ്യർക്ക് ജീവിത ഭാരങ്ങൾ ലഘൂകരിക്കാൻ അവർക്കാവശ്യമായ മാർഗ്ഗനിർദ്ദേശങ്ങൾ അനുകമ്പാ പൂർവ്വം നൽകി ആശ്വസിപ്പിക്കാനാണ് വിശുദ്ധ ഖുർആൻ അവതരിക്കപ്പെട്ടത് എന്ന് സാരം.

പ്രവാചകൻ ലോകർക്കാകമാനമുള്ള കാരുണ്യമാണ് എന്നാണ് വിശുദ്ധ ഖുർആന്റെ പ്രഖ്യാപിത സമീപനം. 'നാം നിന്നെ ലോകർക്കാകമാനം കാരുണ്യമായിട്ടല്ലാതെ നിയോഗിച്ചിട്ടില്ല' (വി. ഖു. 21 : 107).

അനുഗ്രഹിയായി നിയോഗിതനായ പ്രവാചകൻ മനുഷ്യരോട് ഏതവസരത്തിലും തീരെ കരുണാ രഹിതമായി പെരുമാറുമെന്ന് കരുതാൻ ന്യായമില്ല. അതിനാൽ തന്നെ വിശുദ്ധ ഖുആനും, മുഖാമുഖത്തിന്റെയും വെല്ലുവിളികളുടെയുമൊക്കെ ഭാഷാ പ്രയോഗങ്ങൾ നടത്തുമെന്ന് കരുതുക വയ്യ.

അല്ലാഹു വിശുദ്ധ ഖുർആനിൽ സ്നേഹത്തിന്റെയും ആർദ്രതയുടെയും കാരുണ്യത്തിന്റെയും പ്രതിരൂപമായാണ് മനുഷ്യർക്ക് പ്രത്യക്ഷനാകുന്നത്. മനുഷ്യന്റെ സകല പാപങ്ങളും പൊറുത്ത് കൊടുക്കുന്ന, ശാന്തിയുടെയും സമാധാനത്തിന്റെയും പ്രതിബിംബവുമായാണ് അല്ലാഹു ഖുർആനിലൂടെ അനാവരണം ചെയ്യപ്പെടുന്നത്.

ആ അല്ലാഹു മനുഷ്യരെ പ്രതിയോഗികളായി കണ്ട് യുദ്ധം പ്രഖ്യാപിക്കുക എന്നത് അചിന്ത്യമാണ്. വിശുദ്ധ ഖുർആൻ അത്തരം ഒരാവശ്യത്തിനല്ല അവതീർണമായത് തന്നെ. അത് അവതീർണ്ണമായതിന്റെ യുക്തി ഖുർആൻ തന്നെ പറയുന്നത് ഇപ്രകാരമാണ്:

'വിശ്വാസികൾക്ക് രോഗശമനവും കാരുണ്യവുമാണ് നാം ഖുർആനിൽ ഇറക്കിക്കൊണ്ടിരിക്കുന്നത്. അക്രമകാരികൾക്കത് നഷ്ടമല്ലാതെ വർദ്ധിപ്പിക്കുകയില്ല. നാം മനുഷ്യന് അനുഗ്രഹങ്ങൾ ചൊരിഞ്ഞാൽ അവൻ വിമുഖനും ഒറ്റയാനായ അഹങ്കാരിയുമായി മാറും. എന്നാലോ നാശം ബാധിച്ചാലവൻ അങ്ങേയറ്റം നിരാശനുമായിത്തീരും. പറയുക; ഓരോരുത്തരും അവനവന്റെ ഔചിത്യ ബോധങ്ങൾക്കനുസരിച്ച് പ്രവർത്തിക്കുന്നു. പക്ഷേ ആരാണ്

ഏറ്റവും സന്മാർഗ്ഗ വഴിയിൽ ചരിക്കുന്നതെന്ന് നിങ്ങളുടെ രക്ഷിതാവിന് നന്നായി അറിയാം. അവർ നിന്നോട് 'റൂഹി'നെക്കുറിച്ച് ചോദിക്കുന്നു. റൂഹ് എന്റെ റബ്ബിന്റെ നിയന്ത്രണത്തിൽ പെട്ടതാണെന്ന് താങ്കൾ മറുപടി പറയണം. നിങ്ങൾക്ക് അൽപ ജ്ഞാനം മാത്രമേ നൽകപ്പെട്ടിട്ടുള്ളൂ എന്നും. നാം വിചാരിച്ചിരുന്നുവെങ്കിൽ, താങ്കൾക്ക് ഉൽബോധിതമായത് നാം തിരിച്ചെടുത്ത് പൊയ്ക്കളയുമായിരുന്നു. പിന്നെ നമ്മിൽ നിന്നത് തിരികെ ലഭിക്കാൻ, അല്ലാഹുവിന്റെ കാരുണ്യമല്ലാതെ മറ്റൊരു സഹായിയെയും കണ്ടെത്താൻ താങ്കൾക്ക് സാധിക്കില്ല. തീർച്ചയായും താങ്കൾക്ക് അവൻ ചെയ്ത ഔദാര്യം അപാരം തന്നെ. താങ്കൾ പറയണം: ഇത്തരമൊരു ഖുർആൻ കൊണ്ട് വരാൻ മനുഷ്യരും ജിന്നുകളും ഒരുമിച്ച് ശ്രമിച്ചാലും അത് പോലൊരെണ്ണം കൊണ്ട് വരാൻ അവർക്കാകില്ല. അവർ പരസ്പരം സഹകരിച്ച് പ്രവർത്തിച്ചാലും ശരി. (വി. ഖു. 17 : 82 – 88).

പ്രകൃത ഖുർആൻ പാഠത്തിൽ സവിസ്തരമായി തന്നെ, ഖുർആൻ അവതരണത്തിന്റെ സാരവും പൊരുളും പ്രതിപാദിക്കപ്പെട്ടിട്ടുണ്ട്. അൽപ ജ്ഞാനത്താൽ പരിമിതികളിൽ ജീവിക്കേണ്ടി വരുന്ന മനുഷ്യന് ഉദാര പൂർവ്വം അറിവും കടലോളം കനിവുമായി, അവന്റെ ആത്മ പ്രകാശനം നിർവ്വഹിച്ച് കൊണ്ടാണ് ഖുർആൻ അവതരിപ്പിക്കപ്പെട്ടത്.

ഖുർആൻ മനുഷ്യരുടെ വിമോചന വഴിയും സമാധാന പാതയുമാണ്. (ഇസ്ലാം). ശാന്തിയും സാന്ത്വനവും സുരക്ഷയുമാണ് (അംന്/ഈമാൻ). അത് മനുഷ്യന് സമത്വ വിഭാവനയും സ്നേഹവും കാരുണ്യവും അലിവും ആർദ്രതയുമാണ് നൽകുന്നത്.

ആത്യന്തികമായി സ്വർഗീയാനുഭൂതികളുടെ നിത്യ ശാന്തി തീരമാണത് വാഗ്ദാനം ചെയ്യുന്നത്. അല്ലാഹുവിന്റെ വിനീതരായ സകല അടിയാറുകളുടെയും സമ്പന്നവും സുഭിക്ഷവും സുരക്ഷിതവും സുരഭിലവുമായ ജീവിതമാണത് മുന്നോട്ട് വെക്കുന്നത്.

അങ്ങിനെയുള്ള ഖുർആൻ മനുഷ്യരിൽ നിന്ന് തന്നെ ശത്രുക്കളെ സങ്കൽപ്പിച്ച് കടുത്ത ഭാഷയിൽ വെല്ലുവിളികൾ നടത്തി തോൽപ്പിക്കാൻ ശ്രമിക്കുമെന്ന് കരുതാൻ ന്യായമില്ല. മനുഷ്യരെ തോൽപ്പിക്കുകയല്ല; സകലരെയും വിജയികളാക്കുകയാണ് അല്ലാഹുവിന്റെ ലക്ഷ്യം.

മനുഷ്യരോട് അലിവും കനിവുമുള്ള അല്ലാഹു, അവരോടുള്ള ഗുണകാംക്ഷാ പൂർണ്ണമായ ഉണർത്ത് പാട്ടുകളായാണ് ഖുർആനിലെ ഓരോ സൂക്തവും അവതരിപ്പിക്കുന്നത്. ആവിഷ്കാരത്തിന്റെ ശൈലീ വൈവിധ്യങ്ങൾ അതിൽ ദർശിക്കാനാകുമെന്ന് മാത്രം.

അതിൽ ആർദ്രതയുണ്ട്. സ്നേഹമുണ്ട്. സാന്ത്വനമുണ്ട്. പ്രണയമുണ്ട്. കരുണയുണ്ട്. സുവിശേഷമുണ്ട്. മുന്നറിയിപ്പുണ്ട്. വാഗ്ദാനങ്ങളുണ്ട്. സംവാദങ്ങളുണ്ട്. താക്കീതുകളുണ്ട്. ചിലപ്പോഴൊക്കെ അതി കഠിനമായ താക്കീതുകൾ!. എന്ത് തന്നെയായാലും മനുഷ്യരോടത് ആത്യന്തികമായ കാരുണ്യമാണ് പ്രകാശിപ്പിക്കുന്നത്.

സ്നേഹാർദ്രനും കരുണാമയനുമായ ഒരു രക്ഷിതാവിന് സ്വന്തം മക്കളോടുള്ളതിനെക്കാൾ കൂടുതൽ സ്നേഹവായ്പിന്റെ എല്ലാ ചേരുവകളുമുൾക്കൊണ്ട് ആശയ സമ്പുഷ്ടമാണ് ഖുർആന്റെ സവിശേഷമായ ഭാഷയും ശൈലിയും. അതിൽ സാരോപദേശമുണ്ട്. കഥയുണ്ട്. കവിതയുണ്ട്. സംഗീതമുണ്ട്. ചരിത്രാഖ്യാനമുണ്ട്. ഭാവനാ ശിൽപമുണ്ട്. ഇന്നറിയപ്പെടുന്ന സകല സാഹിതീയ ശാഖകളുടെയും സമാഹൃത രൂപമാണ് വിശുദ്ധ ഖുർആൻ.

ജീവിതത്തിന്റെ സകല തുറകളിലും അല്ലാഹുവെ അനുസരിക്കണമെന്ന് മനുഷ്യനോട് ഖുർആൻ ആവർത്തിച്ച് ആവശ്യപ്പെടുന്നുണ്ട്. ഇല്ലെങ്കിൽ അല്ലാഹു കോപാകുലനാകുമെന്നും, അനുസരണക്കേട് കഠിനമായി ശിക്ഷിക്കപ്പെടുന്ന കുറ്റമാണെന്നും താക്കീത് നൽകുന്നതായി കാണാം.

ജീവസന്ധാരണ മാർഗ്ഗത്തിൽ അല്ലാഹു നിർണ്ണയിച്ച പ്രാപഞ്ചിക നിയമങ്ങളനുസരിച്ച് മാത്രമേ ചരിക്കാവൂ; അല്ലെങ്കിൽ സ്വഭാവികകമായും ആഴമേറിയ ദുരന്തമായിരിക്കും പരിണിതി എന്ന് വളരെ ലളിതമായി മനുഷ്യരെ തെര്യപ്പെടുത്തുകയാണ് ഖുർആൻ.

തന്റെ ഇഷ്ട സൃഷ്ടികളായ മനുഷ്യൻ, അവന്റെ നശ്വരമായ ജീവിതം, തികഞ്ഞ അവിവേകിയായി ജീവിച്ച്, നിത്യ ശാന്തിയുടെ ശാശ്വത ജീവിതം നഷ്ടപ്പെടുത്തി കളയുന്നതിലുള്ള അതീവ ഉൽക്കടമായ ആശങ്കയും ആകുലതയുമാണ് അല്ലാഹു പ്രകടിപ്പിക്കുന്നത്.

കാരുണ്യവാനും പരിപാലകനും സംരക്ഷകനുമായ അല്ലാഹുവിൽ നിന്ന് അതല്ലാത്ത മറ്റൊന്ന് നമുക്കെങ്ങിനെ സങ്കൽപ്പിക്കാനാകും? സ്നേഹ സമ്പന്നനായ ഒരു രക്ഷിതാവ് വാൽസല്യ നിധിയായ തന്റെ മകനെ വഴികേടിൽ നിന്ന് പിന്തിരിപ്പിക്കാൻ കടുത്ത ഭാഷാ പ്രയോഗങ്ങൾ ഉപയോഗിക്കുന്ന പോലെ!.

അതി സമ്പന്നമായ സാഹിതീയ ശിൽപങ്ങളുള്ള വിശുദ്ധ ഖുർആന് സമാനമായ മറ്റൊന്ന് ഭൂമുഖത്തില്ല എന്നതാണ് വാസ്തവം. മനുഷ്യ നിർമ്മിതമായ, അറിയപ്പെടുന്ന എല്ലാ സാഹിതീയ രൂപങ്ങളിൽ നിന്നും അത് വേറിട്ട് നിൽക്കുന്നു.

അത് തന്നെയാണ് ഖുർആന്റെ വ്യതിരിക്തതയും. അതൊരു കാവ്യ പുസ്തകമോ, മുഴുനീള ഗദ്യ പുസ്തകമോ അല്ല. കഥാ നോവൽ ആഖ്യാനവുമല്ല. തികച്ചും വ്യതിരിക്തമായി ഒറ്റപ്പെട്ടു നിൽക്കുന്ന ഒരാഖ്യാന ശൈലി ഖുർആന്റേതായി ഇന്നും അവശേഷിക്കുന്നു.

ആ വേറിട്ട് നിൽക്കൽ തന്നെയാണ് ഖുർആനെ ഏത് ഗണത്തിൽ പെടുത്തണമെന്ന് തീരുമാനിക്കാൻ കഴിയാതെ, അക്കാലത്തെ അറബി സാഹിത്യ പുംഗവന്മാരെ ആകുലരാക്കിയത്. ആ ആകുലതയെ സ്ഥിരീകരിച്ച് കൊണ്ടാണ്, എത്ര തന്നെ സഹായികളെ അണി നിരത്തിയാലും നിങ്ങൾക്കത് പോലൊരെണ്ണം കൊണ്ട് വരാനാകില്ല എന്ന് ഖുർആൻ കട്ടായം പറഞ്ഞതും. അത് ദൈവികം തന്നെയാണെന്ന് നിങ്ങൾ ഉൾക്കൊള്ളണമെന്ന് ഉറപ്പിച്ച് പറയുകയായിരുന്നു ഖുർആൻ.

സാഗര സമാനമീ ഖുർആൻ

വിശുദ്ധ ഖുർആൻ ഒരു മഹാ ജ്ഞാന സാഗരമാണ്. സാഗരങ്ങളിൽ ഉൾചേർത്ത് വെച്ച സമൃദ്ധമായ വിഭവ വൈവിധ്യങ്ങൾ പോലെ, അതിനെക്കാൾ വിപുലമാണ് അതിന്റെ അകതാരിൽ ഉൾക്കൊള്ളുന്ന ആശയ സമൃദ്ധി. ആർക്കും അവനവന്റെ യോഗ്യതയും സാധ്യതയുമനുസരിച്ച് ആവശ്യമുള്ളത്ര അളവിൽ കോരിയെടുക്കാൻ പാകമുള്ളതാണ് ഖുർആന്റെ വിശിഷ്ടമായ ആവിഷ്കാര ഘടന. അത് വിഷയങ്ങൾ ഒന്നിന് പിറകെ മറ്റൊന്നായി അടുക്കി വെച്ച് അവതീർണ്ണമായ ഗ്രന്ഥമല്ല. പലേടത്തും അങ്ങിങ്ങായി

ചിതറിക്കിടപ്പാണ് ഖുർആന്റെ ആശയ വൈപുല്യമത്രയും.

അതൊരിക്കലും കാലഗണന പരിഗണിച്ചോ, വിഷയാധിഷ്ഠിതമായോ ക്രോഡീകരിക്കപ്പെട്ട ഗ്രന്ഥമല്ല. അങ്ങിനെ ക്രോഡീകരിക്കപ്പെടാൻ പര്യാപ്തമാം വിധം കാലാധിഷ്ഠിതമായോ വിഷയാധിഷ്ഠിതമായോ അല്ലല്ലോ ഖുർആൻ അവതീർണ്ണമായത്.

അവഗണിക്കപ്പെടാനാകാത്ത ജീവിതാനുഭവങ്ങളുടെ തീഷ്ണമോ സുമോഹനമോ ആയ പരിസരങ്ങളിലാണ് വിശുദ്ധ ഖുർആന്റെ അവതരണം മിക്കവാറും സംഭവിച്ചത്. അത്തരം സന്ദർഭങ്ങളിലെ മാനവികതയുടെ സാധ്യതകളോ, ആകുലതകളോ ആണ് ഖുർആന്റെ കാതലായ വിഷയം. മനുഷ്യനാണതിന്റെ കേന്ദ്ര ബിന്ദു. മനുഷ്യ ജീവിതത്തിന്റെ എക്കാലത്തുമുള്ള സമൃദ്ധിയും സൗഭാഗ്യവും സന്തോഷവുമാണതിന്റെ ഏക പരിഗണന.

അതിന്റെ സവിശേഷമായ ആവിഷ്കാര രീതിക്ക് സമാനമായ വല്ലതും ലോകത്ത് കണ്ടെത്താമെങ്കിൽ, അത് മനുഷ്യന്റെ മനസ്സ് മാത്രമാണ്. മനുഷ്യന്റെ മനോഗതങ്ങൾക്ക് അതിരോ ഘടനാ പരമായ അടുക്കും ചിട്ടയുമോ കാണില്ല. കാലത്തിന്റെ പരിധികളിലും പരിമിതികളിലുമൊതുക്കി മനസ്സിനെ തളച്ചിടാൻ എത്ര തന്നെ ശ്രമിച്ചാലും ആർക്കുമതിനാകില്ല.

വർത്തമാന കാലത്തിൽ നിന്ന് വിദൂര ഭൂതകാലത്തിലേക്കും ഭാവി കാലത്തിന്റെ അനന്ത വിഹായസ്സിലേക്കുമൊക്കെയുള്ള മനസ്സിന്റെ പ്രയാണം അയത്ന ലളിതവും ക്ഷിപ്ര സാധ്യവുമാണ്. സമയ ദൂര പരിധികൾക്കും പരിമിതികൾക്കുമപ്പുറം എത്ര വിശാലതയിലേക്കും അതിന് പറന്നുയരാനാകും. എന്നിരുന്നാലും അത്തരം മനോ പ്രയാണങ്ങളുടെ ഹൃദയ ഹാരിതയും വശ്യതയും അനിതര സാധാരണവും അപാരവും തന്നെ.

എന്ത് കൊണ്ടിങ്ങനെയൊരു ശൈലി എന്ന ചോദ്യത്തിന്, ഖുർആൻ മനുഷ്യ മനസ്സുകളോടാണ് സംവദിക്കുന്നത് എന്ന ഒരൊറ്റ ഉത്തരമേ കാണാനാകൂ. സാഗര സമാനമായ മനസ്സിന്റെ അലകളെയും ആഴങ്ങളെയും അറിഞ്ഞു തന്നെയാണ് ഖുർആൻ സംഭാഷണം നടത്തുന്നത്. അതിനാലാണ് ഖുർആനോടൊപ്പം മനോഗതങ്ങൾ പങ്കിടുന്നവർക്കത് പുണ്യ തീർഥവും ആശ്വാസവുമാകുന്നത്. അവർക്കതിന്റെ സാമീപ്യവും പാരായണവും അതീവ ഹൃദ്യമായി

അനുഭവപ്പെടുന്നത്.

കാരണം അതിന്റെ സഞ്ചാരം മനസ്സിനൊപ്പമാണ്. മനുഷ്യ മനസ്സിൽ അതുൽപാദിപ്പിക്കുന്ന ആശയ ലോകത്തിന്റെ വൈവിധ്യതയും തെളിമയും ഗാംഭീര്യവും അതിശയകരമാണ്. അതിൽ ജീവിതം പരതുന്ന ആർക്കും അവരുടെ ബൌദ്ധിക വിതാനമനുസരിച്ച് മുത്തും പവിഴവും മരതകവുമൊക്കെ കണ്ടെടുക്കാനാകും.

അതിനാലാണ് വിശുദ്ധ ഖുർആനെ പലരും മഹാസാഗര സമാനമായി ഉപമിക്കാറുള്ളത്. സാഗരം മനുഷ്യരിൽ പലർക്കും ജീവിതോപാധിയാണ്. ഇച്ഛരിക്കുന്നവർക്ക് തങ്ങളുടെ വൈഭവവും സാധ്യതയുമനുസരിച്ച് കടൽക്കരയിലിരുന്നും ഉൾക്കടലിലും ആഴക്കടലിലുമൊക്കെ ഊളിയിട്ടും ഇച്ഛരാനുസാരമുള്ള ജീവിത വിഭവങ്ങൾ കണ്ടെത്താൻ എളുപ്പമാണ്.

അത് തന്നെയാണ് ഖുർആന്റെ അവസ്ഥയും. അതിന്റെ പ്രാന്തങ്ങളിൽ സഞ്ചരിക്കുന്നവർക്ക് അങ്ങിനെയും, ആഴങ്ങളിൽ ഊളിയിട്ടിറങ്ങുന്നവർക്ക് അങ്ങിനെയും അമൂല്യങ്ങളായ പലതും നൽകാൻ അത് പ്രതിജ്ഞാബദ്ധമാണ്; ഖുർആനിൽ ജീവിതമന്വേഷിക്കുന്നവർക്ക് മുഴു ജീവിതം തന്നെ.

കേവലമായ പുണ്യം കാംക്ഷിച്ച് അധര/അക്ഷര പാരായണം നടത്തുന്നവരെക്കുറിച്ചല്ല പരാമർശം. അങ്ങിനെ കേവല പാരായണം കൊണ്ട് പുണ്യം ലഭ്യമാണോ എന്ന വിഷയം സംവാദ പരമാണ്.

പക്ഷേ, അവർക്ക് ലഭ്യമായേക്കാവുന്ന സാന്ത്വനങ്ങളെക്കാളുപരി, ഖുർആന്റെ ആഴങ്ങളിലേക്ക് ഊളിയിട്ട് പാരായണം ചെയാൻ സാധ്യമാകുന്നവർക്ക് അത് അതീവ ഹൃദ്യതയും സന്തോഷവും സമാധാനവും പ്രദാനം ചെയ്യും. ഏത് കഠിന മനസ്കനും ഹൃദയ നൈർമല്യവും തരളതയും സമ്മാനിക്കുന്ന മാന്ത്രികത ഉൾക്കൊള്ളുന്ന മഹാ ഗ്രന്ധമാണ് വിശുദ്ധ ഖുർആൻ.

മനുഷ്യ മനസ്സിന്റെ ആഴങ്ങളും അപാരതകളും നന്നായി അറിയുന്ന ദൈവത്തിന്റെ അതുല്യവും അമൂല്യവുമായ വചനങ്ങളാണവ. മനസ്സാണ് മനുഷ്യന്റെ ഇരുട്ടും വെളിച്ചവും. അവന്റെ ശക്തിയും ദൌർബല്യവും മനസ്സ് തന്നെ. മനസ്സ് തന്നെയാണ് അവന് വഴികാട്ടിയും. ശക്തി ദൌർബല്യങ്ങളുടെ ആ മനസ്സിനെ തന്നെയാണ് ഖുർആൻ പ്രതിനിധീകരിക്കുന്നത്; പ്രതിബിംബിപ്പിക്കുന്നതും.

'മനസ്സും അതിനെ സംവിധാനിച്ചവനുമാണ് സത്യം. എന്നിട്ട് അതിന് അതിന്റെ തിന്മയും നന്മയും തോന്നിപ്പിച്ചു അവൻ. അതിനെ വികസിപ്പിച്ചവൻ വിജയിച്ചു. അതിനെ സങ്കുചിതമാക്കിയവൻ നശിച്ചു' (വി. ഖു. 91 : 7 – 10).

മൂന്നു മനസ്സുകളെ ഖുർആൻ സൂചിപ്പിക്കുന്നുണ്ട്. സായൂജ്യമടയുന്ന മനസ്സ് (النفس المطمئنة). തിന്മ ചെയ്യുന്ന മനുഷ്യനെ കഠിനമായി അധിക്ഷേപിക്കുന്ന മനസ്സ് (النفس اللوامة). പിന്നെ തിന്മക്ക് പ്രേരിപ്പിക്കുന്ന മനസ്സും (النفس الأمارة بالسوء).

അപ്പോൾ തനിക്ക് വഴികാട്ടിയാകുമെന്ന പ്രത്യാശയോടെ നിഷ്കളങ്കമായി ഖുർആനെ സമീപിക്കുകയും, നന്മ കാംക്ഷിച്ച് അതിനെ സ്നേഹിക്കുകയും ചെയ്യുന്നവർക്കൊക്കെ അത് സന്മാർഗ്ഗവും മനശ്ശാന്തിയും പ്രദാനം ചെയ്യും. മനുഷ്യരോടുള്ള ഗുണകാംക്ഷ മാത്രമാണത് പ്രസരിപ്പിച്ച് കൊണ്ടിരിക്കുന്നത്. പക്ഷേ, നാം സത്യമായും ഗുണകാംക്ഷ തേടുന്നവരാകണം എന്ന് മാത്രം.

അങ്ങിനെ നിഷ്കളങ്ക മാനസനായി ഖുർആനെ സമീപിക്കുന്നവർക്ക് അതിന്റെ ഫലപ്രദമായ സഹവാസം ലഭിക്കും. തന്റെ മനസ്സിനോടാണത് സംവദിക്കുന്നതെന്ന് തിരിച്ചറിയാനാകും. സ്വന്തം ആത്മാവിനെയാണത് പ്രതിനിധീകരിക്കുന്നത് എന്ന് മനസ്സിലാകും. മുഴുവൻ മാനവ രാശിയുടെയും ആത്മ സത്തയായി അവതീർണ്ണമായ വിശുദ്ധ ഖുർആൻ, മനുഷ്യന്റെ യഥാർത്ഥ സ്വത്വ സ്വരൂപമെന്തെന്ന് പഠിപ്പിക്കുകയാണല്ലോ ചെയ്യുന്നത്.

৩

വ്യാഖ്യാനത്തിന്റെ പ്രശ്നം

പരാമർശിക്കപ്പെട്ട പോലെ പാരായണം ചെയ്യുന്ന സകലർക്കും ഒരേ വിതാനത്തിൽ ഖുർആൻ ഗ്രാഹ്യമാകും എന്ന് പറഞ്ഞതിനർത്ഥമില്ല. ഏത് ഭാഷയിലും ഏത് സന്ദേശവും സ്വീകർത്താവിന്റെ മനോഗതിക്കും ഗ്രാഹ്യ ശേഷിക്കും അനുസൃതമായി മാത്രമേ ഉൾക്കൊള്ളുക സാധ്യമാകൂ.

അത് കൊണ്ടാണ് ഏത് പ്രസ്താവനകൾക്കും (Statements) പലപ്പോഴും വൈവിധ്യമാർന്നോ വൈരുദ്ധ്യമിയന്നോ ഉള്ള പ്രതികരണങ്ങൾ ഉണ്ടാകുന്നത്. ഏതൊരു പ്രസ്താവനയെയും

ആർക്കും ക്രിയാത്മകമായോ നിഷേധാത്മകമായോ ഉൾക്കൊള്ളാം. ഖുർആന്റെ കാര്യത്തിലും അത് തന്നെയാണ് സംഭവിക്കുന്നത്.

വ്യാഖ്യാന വൈവിധ്യങ്ങൾ പലതുമുണ്ട് ഖുർആന്. നാം മനുഷ്യരുടെ ഉൾക്കാഴ്ച എല്ലാവരുടേതും ഒന്ന് പോലെ ആകില്ലല്ലോ. അതിന്റെ ആഴ വ്യത്യാസമനുസരിച്ച് വ്യാഖ്യാനങ്ങളിലും വൈജാത്യങ്ങൾ പുലരാം.

അറബിയെന്നല്ല, മറ്റെല്ലാ ഭാഷകൾക്കുമുള്ള സവിശേഷതയാണ്, പദാവലികൾ നാനാർത്ഥ വാഹകമായിരിക്കുമെന്നത്. മാത്രമല്ല, കാലത്തിന്റെ മാറ്റത്തിനും, മനുഷ്യന്റെ നാഗരിക പുരോഗതിക്കുമനുസരിച്ച്, ഭാഷയും വികസിക്കും. ഭാഷയിലെ പദാവലികൾ സ്വഭാവികമായും കൂടുതൽ വികസിച്ച് അർത്ഥ സമ്പുഷ്ഠമാകും.

ഖുർആനിൽ ഇരുപത്തി അഞ്ചോളം സ്ഥലങ്ങളിൽ പരമർശിക്കപ്പെട്ട പദമാണ് 'ഫസാദ്'. അധാർമ്മികത, വിനോദം, കുത്തഴിഞ്ഞ ലൈംഗികത, ആചാരങ്ങളോടും വ്യവസ്ഥകളോടുമുള്ള അനാദരവ്, വരൾച്ച, ക്ഷാമം, ദുരന്തങ്ങൾ എന്നിങ്ങനെ വിവിധങ്ങളായ അർത്ഥങ്ങൾ ആ പദത്തിനുണ്ട്.

ഇതിൽ ഏത് അർത്ഥവും ഒരു വ്യാഖ്യാതാവിന്, കാലത്തിന്റെ തേട്ടമനുസരിച്ച് അയാളുടെ ഹിതം പോലെ തിരഞ്ഞെടുക്കാം. ഏത് അർത്ഥം തിരഞ്ഞെടുത്താലും, അത് മനുഷ്യന്റെ വൈയക്തിക ജീവിതവുമായി ബന്ധപ്പെട്ട ഹീന വൃത്തികളെയും ദുരിതങ്ങളെയും മാത്രമായിരിക്കും മിക്കവാറും ധ്വനിപ്പിക്കുക.

എന്നാൽ ഇക്കാലത്ത് 'ഫസാദെ'ന്ന പദത്തെ, 'അഴിമതി'യെന്ന് (corruption) പരാവർത്തനം ചെയ്താൽ, വ്യക്തി പരവും സാമൂഹികവും രാഷ്ട്രീയവും സാമ്പത്തികവുമായ എല്ലാ തലങ്ങളിലുമുള്ള (പ്രത്യേകിച്ച് അധികാരി വർഗ്ഗത്തിന്റെ) മാനവിക രഹിതമായ നൃശംശതകളെയും വ്യപ്തമായി ഉൾക്കൊള്ളാൻ അതിന് കഴിയും എന്നതാണ് വസ്തുത. ആധുനിക അറബി ഭാഷയിൽ ആ പദത്തിന് അഴിമതി എന്ന് തന്നെയാണ് അർത്ഥം കൽപ്പിക്കാറുള്ളത്.

അഴിമതി സാമൂഹികവും സാമ്പത്തികവും രാഷ്ട്രീയവുമായ പൊതു വിപത്താണ്. വൈയക്തികവും സാമൂഹികവുമായ സകലമാന തിൻമകളുടെയും മാതാവുമാണത്. കാരണം അഴിമതി, സ്വജന പക്ഷപാതത്തിലൂടെ സാമൂഹ്യ നീതിയുടേയും തുല്യതാ

പരിഗണനയുടേയും നിഷേധമാണ്. ഏകാധിപത്യത്തിന്റെ അടിച്ചമർത്തലാണത്. എല്ലാ നരാധമത്വങ്ങളുടെയും സ്രോതസ്സായി ഭവിക്കുന്നത് അഴിമതിയാണ്.

ഖുർആന്റെ പദാവലികളിൽ ഏറെ ശുഷ്കമായി വിവർത്തനം ചെയ്യപ്പെട്ട മറ്റൊരു പദമാണ് 'സ്വാലിഹാത്'. 'ഈമാനോ'ട് ചേർന്ന് ഖുർആനിൽ ആവർത്തിക്കപ്പെട്ട് വരുന്ന പ്രയോഗമാണ് 'സ്വാലിഹാത് പ്രവർത്തിക്കുകയും ചെയ്യുന്നവർ' എന്നത്. സുകൃതങ്ങൾ ചെയ്യുന്നവർ എന്നാണ് പ്രസ്തുത പ്രയോഗത്തെ സാധാരണയായി പരാവർത്തനം ചെയ്യപ്പെടാറുള്ളത്.

നമസ്കാരം, സകാത്ത്, നോമ്പ്, ഹജ്ജ് എന്നീ സുപ്രധാന നിർബന്ധ പുണ്യ കർമ്മങ്ങളൊക്കെ അതിൽ പരിഗണിച്ചിരിക്കാം. കൂടാതെ ഐച്ഛികമായി മനുഷ്യർ ചെയ്യാറുള്ള മറ്റ് പുണ്യ പ്രവൃത്തികളും അതുൾക്കൊള്ളുമായിരിക്കും. പക്ഷേ, ഖുർആനിൽ ചുരുങ്ങിയത് 167 സ്ഥലങ്ങളിലെങ്കിലും ആവർത്തിച്ച് ഉദ്ധരിക്കപ്പെട്ടുവെന്ന് പറയപ്പെടുന്ന പ്രസ്തുത പ്രയോഗം, അത്ര ലളിതമായും ലാഘവത്തോടെയുമാണോ വായിക്കപ്പെടേണ്ടത്?

അല്ലെന്ന് തന്നെയാണ് മനസ്സിലാക്കാൻ കഴിയുക. മനുഷ്യന് ഭൂമിയിൽ ചെയ്യാനുള്ള അടിസ്ഥാന ധർമ്മത്തെ കുറിച്ച് തന്നെയാണ് അത് ആവർത്തിച്ച് ഉണർത്തുന്നതിലൂടെ ഖുർആൻ നിർവ്വഹിക്കുന്നതെന്ന് കാണാൻ കഴിയും.

'സ്വാലിഹാത്' എന്ന വാക്ക്, സാധാരണ വിവക്ഷിക്കപ്പെടാറുള്ള പോലെ, പുണ്യ കർമ്മങ്ങൾ, സുകൃതങ്ങൾ എന്നിങ്ങനെ ശുഷ്കമായ കേവലാർത്ഥങ്ങൾ ധ്വനിപ്പിക്കാനല്ല ഖുർആൻ ഉപയോഗിച്ചത്. ഭൂമിയിൽ പരിഷ്കരണ വികസന പ്രവർത്തനങ്ങൾ നടപ്പിലാക്കുക എന്ന അർത്ഥത്തിലാണത് പ്രയോഗിക്കപ്പെട്ടത്.

സൂറത്തുൽ ബഖറയിലെ പതിനൊന്നാം സൂക്തം അതാണ് സൂചിപ്പിക്കുന്നത്. 'ഭൂമിയിൽ അഴിമതി കാണിക്കരുതെന്ന് അവരോട് പറഞ്ഞാൽ, അവർ പറയും ഞങ്ങൾ പരിഷ്കരണ പ്രവർത്തനങ്ങൾ മാത്രമാണ് നടത്തുന്നത്. 'മുഫ്സിദി'ന്റെ നേർ വിപരീതമായിട്ടാണിവിടെ 'മുസ്ലിഹ്' എന്ന പദ പ്രയോഗം. കൊള്ളയടിച്ച് നശിപ്പിക്കുന്നതിന്റെ (ഇഫ്സാദ്) വിപരീതമാണ് പുരോഗതിയിലേക്കുള്ളള്ള വികസന പ്രവർത്തനങ്ങൾ (ഇസ്ലാഹ്).

'സ്വലഹ/സ്വലുഹ' എന്നീ ക്രിയാ ധാതുക്കൾക്കും അവയുടെ നിഷ്പന്നങ്ങളായ ഇതര പ്രയോഗങ്ങൾക്കും ഭാഷയിൽ സാന്ദർഭികമായി വിവിധ അർത്ഥങ്ങൾ കൽപ്പിക്കപ്പെടാറുണ്ട്. നന്നായി, അനുയോജ്യമായി, (സന്ദർഭത്തിന്) യോജിച്ചു, ഗുണകരമായി, യോഗ്യമായി, (ആവശ്യത്തിന്) ഫിറ്റ് ആയി എന്നിങ്ങനെ ഒറ്റനവധി വിവക്ഷകൾ.

അതേ അക്ഷരങ്ങൾ കൊണ്ട് തന്നെ കോർക്കപ്പെട്ട 'സ്വുൽഹ്' ഉടമ്പടി എന്നാണ് അർത്ഥം കൽപിക്കപ്പെടുന്നത്. ഉഭയ കക്ഷികൾ തമ്മിലുള്ള ഭിന്നതകൾ പരിഹരിച്ച് മനുഷ്യന്റെ ആത്യന്തിക പുരോഗതിക്കായി ഒത്തൊരുമിച്ച് ക്രിയാത്മകമായി പ്രവർത്തിക്കാൻ സമ്മത പത്രമെഴുതുകയാണല്ലോ കരാറിലൂടെ.

അനുയോജ്യമായ കർമ്മ പദ്ധതികൾ ആവിഷ്കരിച്ച് ഭൂമിയെ സർഗ്ഗാത്മകമായി വികസിപ്പിക്കലാണ്, ഭൂമിയിൽ മനുഷ്യനെ അധിവസിപ്പിച്ചതിന്റെ ആത്യന്തിക ലക്ഷ്യമെന്ന് ആവർത്തിച്ച് ഉറപ്പിച്ച് പറയുകയാണ് 'അഅമാലു സ്വാലിഹാത്തി'ന്റെ ധാരാളമായ ആവർത്തനങ്ങളിലൂടെ വിശുദ്ധ ഖുർആൻ ചെയ്യുന്നത്.

'ഹസനത്' 'സയ്യിഅത്' പോലുള്ള വിശുദ്ധ ഖുർആന്റെ മറ്റനേകം പദ പ്രയോഗങ്ങളെയും, കാലത്തിന്റെ അതി വിശാലമായ കാഴ്ചയിലൂടെ കാണുകയാണ് സത്യത്തിൽ വ്യാഖ്യാനങ്ങളിലൂടെ നടത്തപ്പെടുക. അപ്രകാരം ആവശ്യമാകുമ്പോഴൊക്കെ ജീവിതത്തിന്റെ വിശാലതയോളം വ്യാഖ്യാനിക്കാൻ സാധിക്കുമ്പോൾ മാത്രമാണ് വിശുദ്ധ ഖുർആൻ ഗോത്ര ഗാത്ര പരിസരത്ത് നിന്ന് സാമൂഹികതയിലേക്കും, പിന്നെ നാഗരിക രാഷ്ട്രീയത്തിലേക്കും, അതും കടന്ന് സാർവ്വജനീനതയിലേക്കും വികസിതമാകൂ. അങ്ങിനെ വികസിതമാകാനുള്ള ആന്തരിക ശക്തി, ഖുർആന്റെ മാത്രം മൗലികതയായി ഇന്നും എന്നും നിലകൊള്ളുന്നു.

എന്നാൽ വ്യാഖ്യാനത്തിന്റെ പ്രധാന മർമ്മ പ്രധാനമായ പ്രശ്നം, വ്യാഖ്യാതാവിന്റെ വൈകാരികതകൾ കൂടി അതിലുൾച്ചേർന്ന് അർത്ഥ വിലോപം തന്നെ സംഭവിച്ചേക്കാൻ സാധ്യതയുണ്ട് എന്നതാണ്. അങ്ങിനെയാണ്, ഭൂരിപക്ഷ മേധാവിത്വത്തിന്റെ നുകക്കീഴിൽ അടിച്ചമർത്തപ്പെടുന്ന ന്യൂനപക്ഷത്തിന്റെ വിമോചന മന്ത്രങ്ങളെ പോലും സാമൂഹ്യ വിരുദ്ധമായി വ്യാഖ്യാനിക്കപ്പെടാൻ ഇട വരാറുള്ളത്.

വ്യാഖ്യാതാവിന്റെ താൽപര്യ നിഷ്ഠമായ കാഴ്ചകളാണ് വ്യാഖ്യാനത്തെ നിർണ്ണയിക്കുക എന്നർത്ഥം. അത്തരം സന്ദർഭങ്ങളിൽ വ്യാഖ്യാതാവ് തന്റെ പരിമിത അനുഭവ വൃത്തത്തിൽ സുപരിചിതമായ അർത്ഥമാകും തിരഞ്ഞെടുക്കുക. അക്കാരണത്താൽ തന്നെ, ഖുർആനെ സമീപിക്കുന്നവന്റെ മനോഗതമെന്തോ അതിനനുസരിച്ചാണ്, അവന് അതിൽ നിന്നുള്ള ഫല സിദ്ധി. തന്റെ ബോധ്യങ്ങൾക്കനുസരിച്ചാണ് ഓരോരുത്തരും ഖുർആനെ സ്വീകരിക്കുകയോ നിരാകരിക്കുകയോ വിമർശിക്കുകയോ ചെയ്യുന്നത്.

മാത്രമല്ല, ഖുർആൻ വ്യാഖ്യാനങ്ങൾക്ക്, തങ്ങൾ ജീവിച്ച കാലവുമായും സന്ദർഭവുമായും അഭേദ്യമായ ബന്ധമാണുള്ളത്. വ്യാഖ്യാനങ്ങളിൽ അധികവും സന്ദർഭത്തിന്റെ സമ്മർദ്ദങ്ങൾക്ക് പരിഹാരമായി വന്നതാകും. ഖുർആൻ അവതരിക്കുന്നത് തന്നെ അക്കാലത്തെ സാഹചര്യങ്ങളുടെ അനിവാര്യതകൾ കണക്കിലെടുത്താണല്ലോ.

അതത് കാലത്തെ പൊതു ബോധങ്ങളെ മാനവികമായി പരിവർത്തിപ്പിച്ച് മനുഷ്യ സാഹോദര്യവും സമത്വവും സ്ഥായിയായി നിലനിർത്തുകയുമാണ് പ്രവാചകന്റെ പോലും അത്തരം വ്യാഖ്യാനങ്ങളിലൂടെ (Interpretation) സാധിതമാകുന്നത്.

ഖുർആനെ സമീപിക്കുന്ന മനുഷ്യന്റെ ക്രിയാത്മകമോ നിഷേധാത്മകമോ ആയ നിലപാടുകളാണ് സത്യത്തിൽ നാം ഖുർആന്റെ അന്തസ്സത്തയായി സ്വീകരിക്കുകയോ, വിമർശന വിധേയമാക്കുകയോ ചെയ്യാറുള്ളത്. അതിനാൽ നിഷ്കളങ്കവും സത്യസന്ധവും സൂക്ഷ്മവുമായി മാത്രം ഖുർആനെ സമീപിച്ചാലേ, അത് സത്യത്തിലേക്കും നേർമാർഗ്ഗത്തിലേക്കും വഴി കാണിക്കൂ.

'(ഇച്ഛാശക്തിയുള്ള) സൂക്ഷ്മാലുക്കൾക്ക് സൻമാർഗ്ഗമാകുമെന്ന കാര്യത്തിൽ സംശയിക്കേണ്ടതില്ലാത്ത ഗ്രന്ധമാണത്' (വി.ഖു. 2 : 2).

അപ്പോലെ തന്നെ മറിച്ചും, സ്വന്തത്തോട് ശത്രുതയുള്ള, നന്മയെ വെറുക്കുന്നവർക്കും ദുർമനസ്സുള്ളവർക്കും മാത്രമേ ഖുർആന്റെ സാന്നിധ്യത്തെയും സാമീപ്യത്തെയും വെറുക്കാനാകൂ. അതിനെ നിഷേധാത്മകമായി സമീപിക്കാനും വിമർശിക്കാനുമാകൂ.

'നിനക്ക് നാം സുവ്യക്തമായ ദൃഷ്ടാന്തങ്ങൾ നൽകിയിരിക്കുന്നു. ദുർമാർഗ്ഗികളല്ലാതെ മറ്റാരും അതിൽ അവിശ്വസിക്കുകയില്ല' (വി. ഖു. 2

: 99).

അവർ അറിഞ്ഞോ അറിയാതെയോ, സ്വന്തത്തെ തന്നെയാണ് വെറുക്കുന്നതും വിമർശിക്കുന്നതും. സ്വന്തം മനസ്സാക്ഷിയെ തന്നെയാണവർ നിരാകരിക്കുന്നത്. അത് വഴി മാനവികതയെ മുഴുവനുമാണവർ നിഷേധിക്കുന്നത്.

നാം മനുഷ്യർ, വിശുദ്ധ ഖുർആനെ വിമർശിക്കുമ്പോൾ, കണ്ണാടിയിൽ നോക്കി സ്വന്തം മുഖത്തെ തന്നെയാണ് ഭർത്സിച്ച് കൊണ്ടിരിക്കുന്നത്. അല്ലാതെ അല്ലാഹുവോടുള്ള കലഹമാണതെന്ന് നാം വെറുതെ തെറ്റിദ്ധരിക്കുകയാണ്. കാരണം, അത് മനുഷ്യരായ എല്ലാവരുടെയും സ്വച്ഛമായ പ്രകൃതിയെയാണല്ലോ പ്രതിനിധീകരിക്കുന്നത്. അല്ലാതെ മനുഷ്യരോട് കലഹമോ സംവാദമോ അല്ല ഖുർആൻ അവതരിപ്പിച്ചതിലൂടെ കരുണാമയനായ അല്ലാഹു ഉദ്ദേശിച്ചത്.

പ്രപഞ്ചത്തോട് ചേർന്ന്നിന്ന്, സ്വന്തം മനസ്സാക്ഷിയെ വഞ്ചിക്കാതെ എങ്ങിനെ ജീവിക്കണമെന്ന പാഠം, മനുഷ്യന് ഓർമ്മപ്പെടുത്തി കൊടുക്കുകയാണ് ഖുർആൻ. ആ മാർഗ്ഗം ഇഷ്ടപ്പെടുന്നവർക്ക് അതംഗീകരിച്ച് ജീവിക്കാം. വേണ്ടാത്തവർക്ക് നിരാകരിക്കുകയും ചെയ്യാം.

'നാം അവന് ശരിയായ പാത കാണിച്ചു കൊടുത്തു. ഒന്നുകിൽ നന്ദിപൂർവ്വം അത് പിൻപറ്റാം. അല്ലെങ്കിൽ നന്ദികെട്ടവനായി ജീവിക്കാം'. (വി. ഖു. 76 : 3). ആരെയും നിർബന്ധ പൂർവ്വം ഈ മാർഗ്ഗം തന്നെ സ്വീകരിച്ചേ പറ്റൂ എന്ന് അല്ലാഹു നിർബന്ധിക്കുന്നില്ല.

അതിനാൽ ആരുടെയെങ്കിലുമൊക്കെ വിമർശന ശരങ്ങളേറ്റ് ഖുർആൻ പരാജയപ്പെട്ട് പോകുമോ എന്ന ഭീതി വിശ്വാസികൾക്ക് ഒട്ടുമേ ഉണ്ടാകേണ്ടതില്ല. അത് സാര സമ്പൂർണ്ണവും അന്യൂനവുമാണെന്ന ബോധ്യം, ചുരുങ്ങിയത് ഖുർആന്റെ ഉപജ്ഞാതാവും സർവ്വജ്ഞനുമായ അല്ലാഹുവിനെങ്കിലും കാണുമല്ലോ. ആ ബോധ്യത്തിൽ ചാഞ്ചല്യമുണ്ടാകുമ്പോഴല്ലേ വെല്ലുവിളികൾക്ക് ആവശ്യവും പ്രസക്തിയുമൊക്കെ കൈവരൂ.

സത്യത്തിൽ അത്തരം സന്ദർഭങ്ങളിലൊക്കെ, അവിവേകിയായ മനുഷ്യന്റെ അന്തമില്ലാത്ത അഹന്തകളെ, സ്നേഹമസൃണമായ രീതിയിൽ ന്യായ വാദങ്ങൾ നടത്തി ചിന്തിപ്പിച്ച് വിവേകത്തിലേക്ക്

തിരികെ കൊണ്ട് വരാനാണ് ഖുർആൻ ശ്രമിച്ചിട്ടുള്ളത്.

2

ആദർശത്തിന്റെ മതവും രാഷ്ട്രീയവും

ഭൂമിയിൽ അധിവസിപ്പിക്കപ്പെട്ട മനുഷ്യർക്ക്, തങ്ങളുടെ ജീവിത വ്യവഹാരങ്ങളുടെ സൈദ്ധാന്തിക അടിത്തറയായി, അല്ലാഹു കൽപിച്ചരുളിയ ആദർശ വാക്യമാണ് 'ലാ ഇലാഹ ഇല്ലല്ലാഹ്' എന്ന വിശുദ്ധ വചനമെന്ന് നാം കണ്ടു. ആദിമ മനുഷ്യനെ തന്നെ അക്കാര്യം പഠിപ്പിച്ചാണ് അല്ലാഹു ഭൂമിയിൽ അധിവസിപ്പിച്ചത്.

താനാരാണെന്നും ഭൂമിയിൽ തന്റെ ദൗത്യമെന്താണെന്നും തിരിച്ചറിഞ്ഞ്, ആത്മ ധൈര്യത്തോടെ, സ്വസ്ഥ ചിത്തനായി, കർമ്മ നിരതമായ ജീവിതം നയിക്കാൻ മനുഷ്യർക്ക് അത്തരമൊരു ആദർശ സംഹിത അനിവാര്യമായിരുന്നു. മക്കയിൽ പുനരവതരിച്ച ഖുർആനിലും പ്രസ്തുത ആദർശ വചനവും അതിന്റെ പ്രവിശാലമായ ആശയ പ്രപഞ്ചവും ആവർത്തിച്ചു ഉണർത്തപ്പെടുകയാണുണ്ടായത്.

'ഞാനല്ലാതെ മറ്റൊരിലാഹില്ല, അതിനാൽ എന്നെ മാത്രം വണങ്ങി ജീവിക്കുക, എന്ന് ബോധനം നൽകാതെ നിനക്ക് മുമ്പും ഒരു റസൂലിനെയും നാം നിയോഗിച്ചിട്ടില്ല' (വി. ഖു. 21 : 25).

'ഒരു മുന്നറിയിപ്പുകാരന്റെ സാന്നിദ്ധ്യം അനുഭവിക്കാതെ ഒരു സമൂഹവും കഴിഞ്ഞുപോയിട്ടില്ല' എന്നും ഖുർആൻ അവകാശപ്പെടുന്നുണ്ട്. (വി. ഖു. 35 : 24).

സകല മനുഷ്യരും, താന്താങ്ങളുടെ ജീവിത സിദ്ധാന്തമായി ആ ആദർശ വാക്യമുൾക്കൊള്ളുകയും, അത് പ്രതിനിധാനം ചെയ്യുന്ന ജീവിത സംസ്കൃതി പ്രസരിപ്പിക്കുകയും ചെയ്യുമ്പോഴേ ഭൂമിയിൽ

സമചിത്തതയോടെ സമാധാനപൂർവ്വം ജീവിക്കാനാകൂ. ആ വസ്തുത ആവർത്തിച്ച് ഓർമപ്പെടുത്തുകയാണ് വിശുദ്ധ ഖുർആൻ.

'നിശ്ചയം, ഇതൊരു അനുസ്മരണമാണ്. ഇച്ഛിക്കുന്നവർക്ക് അതിലൂടെ തന്റെ രക്ഷിതാവിനെ കണ്ടെത്താം'. (വി. ഖു. 76 : 29). അങ്ങിനെ കണ്ടെത്തുന്ന തന്റെ '...... നാഥനെ സദാ സ്മരിക്കുന്നതിലൂടെയാണ് മനസ്സമാധാനം കൈവരിക'. (വി. ഖു. 13 : 28).

അതിനാൽ തന്നെ പ്രസ്തുത വചനം കേവലമൊരു പ്രതിജ്ഞാ വചനമെന്ന നിലയിലല്ല വായിക്കപ്പെടേണ്ടത്. പൊതുവെ അംഗീകരിക്കപ്പെട്ട് പോരുന്ന പോലെ ജീവിതത്തെ കേവല ആരാധനാ അനുഷ്ഠാനങ്ങളിലും പൂജാവഴിപാടുകളിലും പരിമിതപ്പെടുത്തി മാത്രം കാണാൻ പഠിപ്പിക്കുന്ന ആപ്തവാക്യവുമല്ല അത്.

സമഗ്രമായൊരു ജീവൽ രാഷ്ട്രീയ പ്രഖ്യാപനം തന്നെയാണ് അത്. ഭൂമിയിൽ മനുഷ്യന്റെ വൈയക്തിക ഗാർഹിക സാമൂഹിക രാഷ്ട്രീയ ജീവിതം എങ്ങിനെ ആയിരിക്കണമെന്ന ചോദ്യത്തിന്റെ അടിസ്ഥാന ഉത്തരം! ജീവിതത്തിന്റെ ജൈവപരതയും മാനവികതയും ഉദ്ഘോഷിക്കുന്ന ഒരു ജനാധിപത്യ രാഷ്ട്രീയ സമവാക്യം!. ഭൂമിയിൽ ആകുലതകൾ ഏതുമില്ലാതെ ശാന്തിയോടെ ജീവിക്കാൻ ശക്തിയേകുന്ന ഏക മന്ത്രണം.

വിശ്വമാനവിക ബോധവും ശരിയായ ജനാധിപത്യ സംസ്കാരവും അരക്കിട്ടുറപ്പിക്കുന്ന ചില അടിസ്ഥാന മൂല്യങ്ങൾ പ്രതി ബിംബിപ്പിക്കുന്നുണ്ട് ആ ആദർശ വാക്യം. നിഷ്കപടമായ മത നിരപേക്ഷ സംസ്കാരത്തിന്റെ അടിത്തറകളായി തീരുന്ന മൂല്യങ്ങൾ!.

അതാണ് ആദ്യമായി ആദാമിനും ഹവ്വക്കും, സ്വതന്ത്രവും അനുഭൂതി ദായകവുമായ സ്വർഗ്ഗീയ ജീവിതത്തിൽ നിന്ന്, ഭൂമിയിലെ നിയന്ത്രിതവും പരിമിതവുമായ ജീവിത സാഹചര്യങ്ങളിലേക്ക് മാറ്റി പാർപ്പിക്കുമ്പോൾ അല്ലാഹു വാഗ്ദാനം ചെയ്തെന്ന് ഖുർആൻ സൂചിപ്പിച്ച 'ഹുദ' യുടെ അകക്കാമ്പ്. നേർമാർഗ്ഗത്തിന്റെ അച്ചുതണ്ട്.

മാത്രമല്ല, മനുഷ്യർക്ക് ചില വാഗ്ദാനങ്ങളും മൗലിക സംരക്ഷകളും നൽകുന്നുണ്ട് പ്രസ്തുത പ്രതിജ്ഞാ വചനം. അഥവാ, മനുഷ്യന്റെ പ്രകൃതി ദത്തമായ മൗലികാവകാശങ്ങൾ കൃത്യമായി സംക്ഷേപിച്ച് പ്രതിപാദിച്ച് സംരക്ഷിക്കുന്ന തത്വ സംഹിതയുടെ

രതച്ചുരുക്കമാണത്. ഖുർആൻ പ്രതിബിംബിപ്പിക്കുന്ന മനുഷ്യ സംസ്കൃതിയെ രൂപപ്പെടുത്തുന്ന കേന്ദ്ര ബിന്ദു.

മനുഷ്യർക്കിടയിൽ ഇസ്ലാം പുലർന്ന് കാണാനാഗ്രഹിക്കുന്ന മാനവികൈക്യത്തിലും തുല്യതയിലും പരസ്പര സ്നേഹ സൗഹാർദ്ദത്തിലും കാരുണ്യത്തിലുമധിഷ്ഠിതമായ ഒരു സാംസ്കാരിക മുന്നേറ്റത്തിന്റെ അടിസ്ഥാന ശില. ഏത് കാലത്തും തികഞ്ഞ സ്വാതന്ത്ര്യത്തോടെ നിലകൊള്ളാൻ കൊതിക്കുന്ന സകല മനുഷ്യരും കൈവിടാതെ മുറുകെപ്പിടിക്കേണ്ട മുദ്രാവാക്യം.

ഈ ആദർശ സിദ്ധാന്തം മനുഷ്യന് ഉറപ്പ് നൽകുന്ന മൗലികാവകാശങ്ങളിൽ പ്രഥമ സ്ഥാനീയമാണ് 'സ്വാതന്ത്ര്യ'മെന്ന അതി മഹനീയ ആശയം. അഥവാ അവന്റെ സകലമാന അടിമത്തങ്ങളിൽ നിന്നുമുള്ള വിമോചന പ്രഖ്യാപനമാണ് ആദർശ വാക്യം ഏറ്റ് ചൊല്ലുന്നതിലൂടെ മനുഷ്യൻ നടത്തുന്നത്.

തന്റെ സ്രഷ്ടാവും പരിപാലകനും മാർഗ്ഗദർശകനുമായ ദൈവത്തോടല്ലാതെ, ഭൂമിയിൽ മറ്റൊന്നിനോടും വിനീത വിധേയത്വം പുലർത്തേണ്ടതില്ലാത്ത, അപരിമേയവും ആത്യന്തികവുമായ സ്വാതന്ത്ര്യ പ്രഖ്യാപനം. ഭൂമിയിലെ സകലമാന അടിമത്തങ്ങളിൽ നിന്നുമുള്ള മുക്തി.

ഈയൊരു വിമോചന പ്രഖ്യാപനം ഓരോ മനുഷ്യന്റെയും ജന്മാവകാശമായാണ് ഇസ്ലാം കാണുന്നത്. ദൈവത്തിന്റെ പ്രതിനിധിയായി ഭൂമിയിൽ അധിവസിപ്പിക്കപ്പെട്ട മനുഷ്യനെ, ദൈവേതരമായ സകലമാന അടിമത്തങ്ങളിൽ നിന്നും വിമോചിപ്പിക്കുകയാണ് ആദർശ വാക്യത്തിലൂടെ വിശുദ്ധ ഖുർആൻ ഒന്നാമതായി ചെയ്യുന്നത്.

മനുഷ്യർക്ക് വാഴ്ത്താനും വിധേയത്വം അർപ്പിക്കാനും അർഹമായി സൃഷ്ടിജാലങ്ങളിൽ ഒന്നുമേയില്ല. അവരൊക്കെയും വിധേയത്വം അർപ്പിക്കേണ്ടത് സ്രഷ്ടാവും പരിപാലകനുമായ ഏക ദൈവത്തിന് മാത്രമാണ്.

'എനിക്ക് മാത്രം വിധേയരായി ജീവിക്കാനല്ലാതെ മറ്റൊന്നിനും ഞാൻ മനുഷ്യരെയും ജിന്നിനെയും സൃഷ്ടിച്ചിട്ടില്ല' (വി. ഖു. 51 : 56).

കാരണം അല്ലാഹുവാണ്, സ്രഷ്ടാവെന്ന നിലയിൽ, അവന്റെ പ്രതിനിധിയായി ഭൂമിയിൽ അധിവസിപ്പിച്ച മനുഷ്യരുടെ ജീവിത

വഴികളും നിർണ്ണയിച്ചത്. ആ വഴികളാകട്ടെ ഭൂമിയിൽ മനുഷ്യന്റെ തന്നെ പരിപാലനം സുഗമമായി നിർവ്വഹിക്കപ്പെടാൻ വേണ്ടിയാണ് താനും.

'നമ്മുടെ മാർഗ്ഗത്തിൽ പൊരുതി മുന്നേറുന്നവർക്ക്, കൃത്യമായ വഴികൾ നാം കാണിച്ച് കൊടുക്കും. തീർച്ചയായും അല്ലാഹു സുകൃതം ചെയ്യുന്നവരോടൊപ്പം തന്നെയാണ്" (വി. ഖു. 29 : 69).

മനുഷ്യന്റെ ദൈവം നിർണ്ണയിച്ച ജീവിത വഴിയുടെ സ്ഥാനമാകട്ടെ, അലംഘനീയങ്ങളായ പ്രപഞ്ച നിയമങ്ങൾ പോലെ തന്നെയാണ്. പ്രപഞ്ചമാകെ സ്വാഭാവികമായും ദൈവത്തിന്റെ ആജ്ഞാനുവർത്തി എന്ന നിലയിലാണ് ചരിച്ചുകൊണ്ടിരിക്കുന്നത്.

മനുഷ്യരും തങ്ങളുടെ ജീവിതത്തിന്റെ അധിക പങ്കും ദൈവീക നിശ്ചയങ്ങളിൽ നിന്ന് ഭിന്നരായല്ല ജീവിക്കുന്നത്. അവർക്കും തങ്ങൾക്കായി നിർണ്ണയിക്കപ്പെട്ട സഞ്ചാര പഥത്തിലൂടെ ബോധപൂർവ്വം ജീവിച്ചാൽ മാത്രമേ ജീവിത വിജയവും സാഫല്യവും പ്രാപിക്കാനാകൂ. അതിന് വിരുദ്ധമായ മറ്റു വിധേയത്വങ്ങളിൽ നിന്നും വഴികേടുകളിൽ നിന്നും മുക്തമാകേണ്ടത് മനുഷ്യന്റെ അനിവാര്യതയാണ്.

'നിങ്ങളുടെ രക്ഷിതാവ് അല്ലാഹുവാണ്. അവനാണ് ആകാശ ഭൂമികളെ ആറ് ദിവസങ്ങൾ കൊണ്ട് സൃഷ്ടിച്ചത്. ശേഷം, അവൻ (പ്രപഞ്ചത്തിന്റെ) അധിപനായി, രാവിനെ പകൽ കൊണ്ട് മൂടുന്നു. രാവാകട്ടെ, പകലിനെ പ്രാപിക്കാൻ അതിശീഘ്രം പിന്തുടരുന്നു. സൂര്യനെയും, ചന്ദ്രനെയും, നക്ഷത്രങ്ങളെയും തന്റെ കൽപന അനുസരിക്കുന്നവ ആക്കിയിരിക്കുന്നു. അറിയുക, സൃഷ്ടിപ്പും കൽപനാധികാരവും അവന് മാത്രമാണ്. ലോകരുടെ സംരക്ഷകനായ അല്ലാഹു വിശുദ്ധനത്രെ!' (വി. ഖു. 7 : 54).

അതി വിശുദ്ധനായ ദൈവത്തിന്റെ പവിത്രമായ നിർണ്ണയങ്ങൾക്ക് വിധേയമായി പരമമായ സ്വാതന്ത്ര്യം അനുഭവിച്ചും ആസ്വദിച്ചും വേണം മനുഷ്യർ ജീവിക്കേണ്ടത് എന്ന് ഖുർആൻ കൃത്യമായി നിർണ്ണയിച്ചിരിക്കുന്നു. വിശുദ്ധനായ സ്രഷ്ടാവ് നിർണ്ണയിക്കുന്ന മാർഗ്ഗവും അതി വിശുദ്ധവും നിർമ്മലവുമായിരിക്കും.

ഈ അടിസ്ഥാന പാഠം മനുഷ്യനെ ദൈവം എന്നും ഉണർത്തിക്കൊണ്ടിരുന്നിട്ടുണ്ട്. 'മുൻകഴിഞ്ഞ ഓരോ സമുദായത്തിലും,

ധിക്കാരികളെ കൈവെടിഞ്ഞ് അല്ലാഹുവിന്ന് മാത്രം വിധേയത്വമർപ്പിച്ച് ജീവിക്കുക എന്ന സന്ദേശവുമായി നാം ദൈവ ദൂതനെ നിയോഗിച്ചിട്ടുണ്ട്...' (വി. ഖു. 16 - 36).

'അല്ലാഹു നിശ്ചയിച്ച ജീവിത സരണി കൈവിട്ട് മറ്റു വഴികളാണോ അവർ കാംക്ഷിക്കുന്നത്? ആകാശ ഭൂമികളിലുള്ള സകലതും സ്വമേധയാലോ നിർബന്ധിതമായോ അവന് കീഴ്പെട്ടിരിക്കുന്നുവല്ലോ...'. (വി. ഖു.: 3 – 83).

സ്വാതന്ത്ര്യത്തിന്റെ വ്യാപ്തി

ജീവിതത്തിന്റെ സകലമാന തലങ്ങളും സ്പർശിക്കുന്നതാണ് ആ സ്വാതന്ത്ര്യ സങ്കൽപം. ജനിക്കാനുള്ള സ്വാതന്ത്ര്യം, ജീവിക്കാനുള്ള സ്വാതന്ത്ര്യം, വിശ്വാസ സ്വാതന്ത്ര്യം, ആരാധനാ സ്വാതന്ത്ര്യം, ആവിഷ്കാര സ്വാതന്ത്ര്യം, പ്രവർത്തന സ്വാതന്ത്ര്യം, സഞ്ചാര സ്വാതന്ത്ര്യം, ഇഷ്ടമുള്ളത് തിരഞ്ഞെടുക്കാനുള്ള സ്വാതന്ത്ര്യം എന്നിങ്ങനെ സ്വാതന്ത്ര്യത്തിന്റെ അതി വിപുലമായ വാതായനങ്ങളാണ് വിശുദ്ധ ഖുർആൻ മനുഷ്യർക്കായി തുറന്നു വെക്കുന്നത്.

മനുഷ്യർക്ക് ജന്മസിദ്ധമായി ലഭിച്ച വരദാനമാണ് പ്രസ്തുത സ്വാതന്ത്ര്യം. അത് സൃഷ്ടികളിലാരുടെയും ഔദാര്യമായി അവന് നൽകപ്പെട്ടതല്ല. അതിനാൽ അവയിൽ ഏത് നിലക്കും കൈ കടത്താനോ, അവ റദ്ദ് ചെയ്യാനോ, പരിമിതപ്പെടുത്താനോ ആർക്കും അധികാരമോ അവകാശമോ ഇല്ല. പരമമായ ആ സ്വാതന്ത്ര്യത്തിന്റെ അനന്ത ചക്രവാളത്തിലേക്ക് ജീവിതം പടുത്തുയർത്തി, പറുദീസയുടെ അനർഗ്ഗ സുഖ സായൂജ്യങ്ങളിലേക്ക് ചേക്കേറുക!. അതാണ് മനുഷ്യന്റെ ഉത്തരവാദിത്തമായി നിശ്ചയിക്കപ്പെട്ടിരിക്കുന്നത്.

അഥവാ എല്ലാ ബന്ധനങ്ങളിൽ നിന്നും മുക്തരായി സ്വാതന്ത്ര്യത്തിന്റെ അനന്ത വിഹായസ്സിലേക്ക് മനുഷ്യരെ ഉയർത്തിക്കൊണ്ട് പോകലാണ് ഇസ്ലാമിന്റെ വിമോചന സങ്കൽപം. മാനവ രാശിയുടെ പൊതു സാമൂഹിക അസ്ഥിത്വത്തിനും സുരക്ഷിതത്വത്തിനും ഭീഷണിയാകാത്ത കാലത്തോളം ആ സ്വാതന്ത്ര്യത്തെ, അതിന്റെ പരമാവധിയോളം, ആദരിക്കാനും പരിരക്ഷിക്കാനും ഇസ്ലാം പ്രതിജ്ഞാബദ്ധമാണ്.

ജീവിതത്തിന്റെ സർവ്വ തലങ്ങളെയും സ്പർശിക്കുന്ന ഇസ്ലാമിന്റെ സ്വാതന്ത്ര്യ സങ്കല്പം, ഒന്നാമതായി എല്ലാ അർത്ഥത്തിലുമുള്ള വിധേയത്വങ്ങളിൽ നിന്നുള്ള വിമോചനമാണ്. സകല അടിമത്തങ്ങളിൽ നിന്നുമുള്ള വിമുക്തിയാണ്. ആദർശത്തിന്റെ 'ലാ ഇലാഹ...' എന്ന ആദ്യ ഖണ്ഡം തന്നെ മറ്റെല്ലാ ദൈവങ്ങളുടെയും യജമാനൻമാരുടെയും നിരാസ പ്രഖ്യാപനമാണ്. ആരും മറ്റാരുടെയും അടിമയോ ഉടമയോ അല്ല എന്നുള്ള പ്രഖ്യാപനം.

അക്കാലത്ത് ലോകത്തെമ്പാടും നടമാടിയിരുന്ന അടിമത്ത വ്യവസ്ഥയെ ആദ്യ നാൾ മുതൽ തന്നെ സൈദ്ധാന്തികമായി നിരാകരിക്കുകയായിരുന്നു ഖുർആൻ. മനുഷ്യാരംഭ ചരിത്രത്തിലേക്ക് കൂടി വിരൽ ചൂണ്ടി മനുഷ്യന്റെ നിരുപാധികവും അപരിമേയവുമായ സ്വാതന്ത്ര്യത്തെയാണ് ഖുർആൻ ഉദ്ഘോഷിച്ചത്.

'നാം മനുഷ്യ പുത്രന്മാരെ ആദരിച്ചിരിക്കുന്നു. കരയിലും കടലിലും നാമവരെ വഹിക്കുകയും ചെയ്തു. ആരോഗ്യദായകമായ ആഹാരം നാമവർക്കേകി. നമ്മുടെ മറ്റ് സൃഷ്ടി ജാലങ്ങൾക്ക് നൽകിയതിനെക്കാളധികം ശ്രേഷ്ഠത നാമവർക്ക് നൽകുകയും ചെയ്തു' (വി. ഖു. 17 : 70).

ഏതെങ്കിലും പ്രത്യേക മനുഷ്യരിൽ മാത്രം പരിമിതപ്പെടുന്നതല്ല ആയാദരവും പരിഗണയും. മനുഷ്യ രാശിക്ക് മൊത്തമായി യാതൊരുവിധ വിവേചനവും കൂടാതെ അനുഭവിച്ചാസ്വതിക്കാനായി നൽകപ്പെട്ട സവിശേഷതകളാണവ.

ആ സവിശേഷ സ്വാതന്ത്ര്യ ബോധത്തിന്റെ നിദർശനങ്ങളാണ്; ഖാദിസിയ്യ യുദ്ധ വേളയിൽ ഇസ്ലാമിക പടനായകനായിരുന്ന സഅദ് ബിൻ അബീ വഖാസിന്റെ പ്രതിനിധിയായി, പേർഷ്യൻ പടനായകൻ റുസ്തമിനെ കാണാൻ ചെന്ന റുബഇയ്യുബിൻ ആമിറിന്റെ വാക്കുകളിൽ പ്രകടിതമാകുന്നത്. അദ്ദേഹം പേർഷ്യൻ സൈന്യാധിപനോട് പറഞ്ഞു:

"അല്ലാഹു തന്റെ അടിയാറുകളിൽ അവൻ ഉദ്ദേശിച്ചവരെ, ദാസന്മാർക്കുള്ള ദാസ്യ വൃത്തിയിൽ നിന്ന് അല്ലാഹുവിനുള്ള ദാസ്യ വൃത്തിയിലേക്ക് ആനയിക്കാൻ ഞങ്ങളെ നിയോഗിച്ചതാണ്. ദുനിയാവിന്റെ ഇടുക്കത്തിൽ നിന്ന് പരലോകത്തിന്റെ വിശാലതയിലേക്കും, മതങ്ങളുടെ അതിക്രമങ്ങളിൽ നിന്ന്

ഇസ്‌ലാമിന്റെ നീതിയിലേക്കും". ഖുർആൻ പഠിപ്പിച്ച അപരിമേയ സ്വാതന്ത്ര്യത്തിന്റെ നിദർശനം.

ഉമറുബ്നിൽ ഖത്വാബ്(റ) ഈജിപ്തിലെ ഗവർണർ അംറ് ബ്നിൽ ആസിനോടും, ഖിബ്ത്തി യുവാവിനെ ചാട്ടവാർ കൊണ്ടടിച്ച അംറിന്റെ മകൻ മുഹമ്മദിനോടും കയർത്ത് കൊണ്ട് ചോദിച്ചതും വിശുദ്ധ ഖുർആന്റെ ഇതേ ആശയമാണ്. "എന്ന് മുതലാണ് നിങ്ങൾ ജനങ്ങളെ അടിമകളാക്കിയത്? അവരുടെ ഉമ്മമാർ അവരെ സ്വാതന്ത്രരായാണല്ലോ പ്രസവിച്ചത്".

അടിമത്തം സൈദ്ധാന്തികമായി തന്നെ ഖുർആൻ നിരാകരിച്ചിരിക്കുന്നു എന്നതാണ് ഈ വസ്തുക്കളൊക്കെ തെളിയിക്കുന്നത്. മനുഷ്യനെ വ്യക്തി തലത്തിൽ തന്നെ, പരാശ്രിതത്വത്തിൽ നിന്ന് മോചിപ്പിച്ച് സ്വാശ്രയ ബോധമുള്ളവനാക്കുന്നു എന്നതാണ് ഈ സ്വാതന്ത്ര്യ സങ്കൽപത്തിന്റെ ആത്മസത്ത. സൃഷ്ടാവും പരിപാലകനുമായ അല്ലാഹുവിന്റെ മാത്രം ആശ്രിതത്വമവലംബിച്ച് മനുഷ്യർക്കിവിടെ സ്വതന്ത്രരായി ജീവിക്കാൻ കഴിയണം.

അത് മാത്രമേ മനുഷ്യന് ജീവിതത്തിൽ ഊർജ്ജവും ആർജ്ജവവും നൽകൂ. വിശുദ്ധ ഖുർആൻ ചോദിക്കുന്നു: 'അള്ളാഹു മാത്രം പോരെ അടിമക്ക്? ദൈവേതരരെ കാണിച്ച് അവർ നിന്നെ ഭയപ്പെടുത്തുന്നു. അല്ലാഹു വഴികേടിലാക്കിയവരെ സത്യ സരണിയിലേക്ക് നയിക്കാൻ ആർക്കും സാധ്യമല്ല തന്നെ' (വി. ഖു. 39 : 36).

മനുഷ്യന്റെ ആവശ്യങ്ങൾ അറിയാനും മനസ്സിലാക്കാനും നിവൃത്തിക്കാനാവശ്യമായ മാർഗ്ഗ നിർദ്ദേശങ്ങൾ നൽകാനും മനുഷ്യന്റെ അകപുറമറിയുന്ന അല്ലാഹുവിന് മാത്രമേ കഴിയൂ. അതിനാൽ തന്നെയാണ് ജീവിതാവശ്യങ്ങളുമായി വിനയാന്വിതനായി പ്രാർത്ഥനാ പൂർവ്വം സമീപിക്കേണ്ടത് അല്ലാഹുവോട് മാത്രമാണെന്നും മറ്റാർക്കുമത് നിവൃത്തിക്കാൻ സാധ്യമേ അല്ലെന്നും ഖുർആൻ ആവർത്തിച്ച് ഉണർത്തുന്നത്.

'അല്ലാഹുവിന്റെ കൂടെ വേറെ ദൈവത്തെ നിങ്ങൾ വിളിക്കരുത്. അവനല്ലാതെ വേറെ ദൈവമില്ല. അവന്റെ മുഖമൊഴികെ മറ്റെല്ലാം നശ്വരമാണ്. അവനാണ് അധികാരം. നിങ്ങൾ അവനിലേക്കാണ് മടക്കപ്പെടുക' (വി. ഖു.28 : 88).

അക്കാരണത്താൽ തന്നെയാണ് മനുഷ്യ ബന്ധങ്ങളെ ഖുർആൻ അടിമ/ഉടമ ബന്ധത്തിന്ന് പകരം, സാഹോദര്യത്തിലധിഷ്ഠിതമായ തുല്യ അവകാശ ബാധ്യതകളുടെയും, പരസ്പര ബഹുമാനത്തിന്റെയും അടിസ്ഥാനത്തിൽ പുനർ നിർവ്വചിച്ചത്. ആരും ആരുടെയും ഉടമയോ അടിമയോ അല്ല. എല്ലാവരും സഹോദരരും തുല്യരുമാണ്. ആ തുല്യതാ ബോധത്തിലൂന്നിയ മാനുഷിക ബന്ധങ്ങളാണ് പരസ്പരം പുലർത്തുകയും കാത്ത് സൂക്ഷിക്കുകയും ചെയ്യേണ്ടത്.

എന്ത് കൊണ്ട് ഇസ്ലാം അടിമത്ത വ്യവസ്ഥയെ നിരോധിച്ചില്ല എന്നതിന്റെ ഉത്തരവും അത് തന്നെയാണ്. ഇസ്ലാം സൈദ്ധാന്തികമായി തന്നെ നിരാകരിച്ച കാര്യമാണത്. ഒരാളും തന്റെ സഹ ജീവിയുടെ അടിമയായി ജീവിക്കേണ്ടവനല്ല. ലോകത്തുള്ള സകലരും/തും പരസ്പര പൂരകങ്ങളായി സഹിച്ചും സഹകരിച്ചും സഹായിച്ചും ജീവിക്കേണ്ടവരാണ് എന്നാണ് ഖുർആൻ അനുശാസിക്കുന്നത്.

ആയടിസ്ഥാനത്തിലേക്ക് മനുഷ്യരെ വഴി നടത്തുകയാണ് ഖുർആൻ ചെയ്തത്. അക്കാരണത്താൽ തന്നെ, മനുഷ്യരുടെ ധാർഷ്ട്യങ്ങളും അഹങ്കാരങ്ങളും സൃഷ്ടിച്ചെടുത്ത 'അടിമത്ത'മെന്ന അപരിഷ്കൃത സമ്പ്രദായത്തെ മാനവികതയുടെ മൂശയിൽ പുനഃക്രമീകരിക്കുകയാണ് ഇസ്ലാം ചെയ്തത്. അടിമകളെ മോചിപ്പിച്ച് കൊണ്ടും, അവർക്ക് മാനുഷികമായ സകല അവകാശങ്ങളും അംഗീകരിച്ച് നൽകിക്കൊണ്ടും ഇസ്ലാം ആയൊരു ചരിത്ര ദൌത്യമാണ് നിർവ്വഹിച്ചത്.

കൂടാതെ അല്ലാഹു മനുഷ്യ കുലത്തെ മൊത്തമായി തന്നെ പ്രത്യേകമായി സമാദരിച്ചിരിക്കുന്നു എന്ന് ഖുർആൻ പ്രത്യേകം വ്യക്തമാക്കിയത് നാം കണ്ടതാണല്ലോ. ദൈവം തന്റെ ചൈതന്യം, അതിന്റെ സകല വിശിഷ്ടതകളോടും കൂടി, മനുഷ്യരിൽ സന്നിവേശിപ്പിച്ചാണ് അവനെ ആദരിച്ചത്. എന്നിട്ട് മാലാഖമാരോട് ആദാമിന് സാഷ്ടാംഗം ചെയ്യാനാവശ്യപ്പെട്ട് കൊണ്ട് ആ ആദരവ് പ്രഖ്യാപിക്കുകയും ചെയ്തു.

'ഞാൻ (ആദാമിനെ) രൂപപ്പെടുത്തുകയും എന്റെ ആത്മ ചൈതന്യം അവനിൽ സന്നിവേശിപ്പിക്കുകയും ചെയ്താൽ, നിങ്ങളവന് സാഷ്ടാംഗം നമിക്കുക' (വി. ഖു.15 : 29).

അടിമ ഉടമ വിഭജന സങ്കൽപം കൂടാതെ, മനുഷ്യന്റെ വൈയക്തികവും സാമൂഹികവുമായ സകലമാന അവകാശങ്ങളും കിറുകൃത്യമായി സംരക്ഷിക്കപ്പെട്ടിരിക്കുന്നു എന്നതാണ് ഈ ആദരവിന്റെ പ്രഥമവും പ്രധാനവുമായ സവിശേഷ ഫലം. ആരും മറ്റൊരാളെ അടിമയായി സങ്കൽപ്പിക്കാവതല്ലെന്ന് മാത്രമല്ല, ഒരാൾക്കും മറ്റൊരാളുടെ ജീവനെടുക്കാൻ പാടില്ലെന്ന് ഖുർആൻ അസന്നിഗ്ദമായി പ്രഖ്യാപിക്കുന്നു. പൊതു വ്യവസ്ഥക്ക് പോലും ന്യായമായ കാരണങ്ങളാലല്ലാതെ ആരുടെയും ജീവൻ ഹനിക്കാനവകാശമില്ല.

'അല്ലാഹു സമാദരിച്ച ഒരാത്മാവിനെയും അനർഹമായി നിങ്ങൾ വധിക്കരുത്. അന്യായമായി ആരെങ്കിലും വധിക്കപ്പെട്ടാൽ അയാളുടെ രക്ഷാകർത്താവിന് (ഉചിതമായ തീരുമാനമെടുക്കാൻ) നാം അധികാരം നൽകിയിരിക്കുന്നു. അപ്പോഴും കൊലയിൽ അമിതത്വം കാണിക്കരുത്. തീർച്ചയായും അയാൾ സഹായിക്കപ്പെടും'. (വി. ഖു. 17 : 33).

ദൈവത്തിന് സമർപ്പിതനായി ജീവിക്കുന്ന എല്ലാ മനുഷ്യരുടെയും രക്തവും ധനവും അഭിമാനവും പവിത്രതയോടെ സംരക്ഷിക്കപ്പെടേണ്ടതാണെന്ന് പ്രവാചകൻ കണിശമായും നിഷ്കർഷിക്കുന്നതായി കാണാം.

ഈ ആദരവ് മനുഷ്യകുലത്തിലെ ഒരു വ്യക്തിക്കോ വിഭാഗത്തിനോ മാത്രമായി ലഭ്യമായ ആദരവല്ല. മനുഷ്യർ തുല്യമായി പങ്കിട്ട് അനുഭവിക്കേണ്ട ആദരവാണത്. ഒരാൾ മറ്റൊരാളെയോ ഒരു സവിശേഷ വിഭാഗം മറ്റൊരു അധഃകൃത വിഭാഗത്തെയോ കീഴൊതുക്കി പ്രയോഗിക്കേണ്ട ഒന്നുമല്ല അത്.

ഈ ഭൂമിയിൽ മനുഷ്യരിലോരോരുത്തർക്കും നിർവഹിക്കാനുള്ള ദൗത്യം ഒന്നാണ്. അല്ലാഹുവിന്റെ പ്രതിനിധിയായി ജീവിക്കുക എന്നതാണാ ദൗത്യം. അത് വ്യക്തിപരമായി തന്നെ നിർവ്വഹിച്ച് തീർക്കാൻ ഓരോരുത്തരും ബാധ്യസ്ഥരുമാണ്. പ്രതിനിധി എന്ന നിലയിൽ തന്റെ ഉത്തരവാദിത്തം നിർവ്വഹിക്കുന്ന വിഷയത്തിൽ ഓരോ വ്യക്തിയും കണക്ക് ബോധിപ്പിക്കേണ്ടത് അല്ലാഹുവോട് മാത്രമാണ്.

അല്ലാഹു സ്വതന്ത്രനും മറ്റൊന്നിനെയും ആശ്രയിക്കാതെയുമാണ് തന്റെ കർമ്മ നിരതത്വം കാത്ത് സൂക്ഷിക്കുന്നത്. അല്ലാഹുവിന്റെ പ്രാതിനിധ്യം വഹിക്കുന്ന മനുഷ്യനും, തന്റെ ദൗത്യ നിർവ്വഹണ വഴിയിൽ, അവന്റെ തണലിൽ സ്വയം പര്യാപ്തനും

സ്വതന്ത്രനുമായിരിക്കേണ്ടത് അനിവാര്യമത്രെ.

അതിനാൽ തന്നെയാണ് വ്യക്തി സ്വാതന്ത്ര്യത്തിന് അനിതര സാധാരണമായ പ്രാമുഖ്യം നൽകുന്ന ഖുർആൻ, വ്യക്തി സ്വാതന്ത്ര്യം ഹനിച്ചേക്കാവുന്ന സകല സമീപനങ്ങളെയും നിരാകരിക്കുന്നത്. വ്യക്തിത്വത്തെ നിഹനിക്കും വിധം മറ്റുള്ളവരെ കുറിച്ച് ഊഹങ്ങളും അഭ്യൂഹങ്ങളും പ്രചരിപ്പിക്കാൻ പാടില്ലെന്നത് ഖുർആന്റെ പാഠമാണ്. അവരുടെ വിവരങ്ങൾ ചോർത്തി പരസ്യമാക്കി അവഹേളിക്കരുത്; മറ്റുള്ളവരെക്കുറിച്ച് അവരുടെ അസാന്നിധ്യത്തിൽ വിശേഷിച്ചും അവമതിപ്പുകൾ പ്രചരിപ്പിക്കരുത്; തുടങ്ങി അതി ശക്തമായ നിർദേശങ്ങളാണ് ഖുർആൻ നൽകുന്നത്.

'അല്ലയോ വിശ്വസിച്ചവരെ, മിക്ക അഭ്യൂഹങ്ങളും നിങ്ങൾ വെടിയുക. കാരണം ചില നിഗമനങ്ങളെങ്കിലും കുറ്റകരമാകും. നിങ്ങൾ പരസ്പരം ചാര വൃത്തി ചെയ്ത് വിവര ചോരണം നടത്തരുത്. അസാന്നിധ്യത്തിൽ (വിശിഷ്യാ) പരസ്പരം അവമതിക്കരുത്....' (വി. ഖു. 49 : 12).

വ്യക്തി ഹത്യ ലക്ഷ്യം വെച്ച്, മറ്റൊരാളെക്കുറിച്ച് അപവാദങ്ങൾ പ്രചരിപ്പിക്കാൻ ആർക്കും അവകാശമില്ലെന്ന് ഖുർആൻ കർക്കശമായി തന്നെ അനുശാസിക്കുന്നുണ്ട്. വ്യഭിചാരാരോപണം പോലും നാല് വിവേകമതികളായ ദൃക്സാക്ഷികളുടെ പിന്തുണയോടെയല്ലാതെ ഉന്നയിച്ചാൽ, ഉന്നയിച്ചയാൾ കഠിനമായി ശിക്ഷിക്കപ്പെടണമെന്നാണ് ഖുർആന്റെ നിർദേശം. മനുഷ്യന്റെ വ്യക്തി സ്വാതന്ത്ര്യത്തിനും, അവന്റെ മഹിതമായ മാന്യത പരിരക്ഷിക്കപ്പെടുന്നതിന്നും, ഇസ്ലാം അത്രമേൽ പ്രാധാന്യം നൽകുന്നതിനാലാണത്.

☙

സാഹോദര്യവും സമത്വവും

ആദർശ വാക്യത്തിൽ നിന്ന് അത്ര തന്നെ പ്രാധാന്യത്തോടെ വായിച്ചെടുക്കേണ്ട മറ്റൊരു ആശയ തലമത്രെ മനുഷ്യന്റെ ഏകതാനതയും (Unity) തുല്യതയും (Equality) സാഹോദര്യവും (Fraternity). പ്രപഞ്ചത്തിന്റെ തന്നെ ഏകത്വവും സാഹോദര്യ സമഭാവനകളും അത് പ്രകാശിപ്പിക്കുന്നുണ്ട്.

ഒരേയൊരു ദൈവത്തിന്റെ സൃഷ്ടികളെന്ന നിലയിൽ എല്ലാ മനുഷ്യരും, എന്നല്ല സകല ജീവജാലങ്ങളും വസ്തുക്കളും സാഹോദര്യത്തിന്റെയും സഹവർത്തിത്വത്തിന്റെയും പരിധിക്കുള്ളിൽ പാരസ്പര്യം കാത്ത് സൂക്ഷിക്കണമെന്ന് പ്രഖ്യാപിക്കുകയാണ് ആദർശവാക്യം.

'ഭൂമിയിലെ ജന്തുജാലങ്ങളും ചിറകടിച്ച് പറക്കുന്ന പക്ഷികളുമൊക്കെ നിങ്ങൾക്ക് തുല്യരായ സമൂഹങ്ങൾ തന്നെ (വി. ഖു. 6 : 38).

മനുഷ്യർ വിശിഷ്യാ ഏകോദര സഹോദരരാണ്. കാരണം അവർ ആദാമിന്റെയും ഹവ്വയുടെയും മക്കളാണ്.

"ജനങ്ങളേ, നാം നിങ്ങളെ ഒരാണിൽ നിന്നും പെണ്ണിൽ നിന്നുമായി സൃഷ്ടിച്ചു. എന്നിട്ട് നിങ്ങളെ നാം വിവിധ വർഗ്ഗങ്ങളും ഗോത്രങ്ങളുമാക്കി. പരസ്പരം തിരിച്ചറിയാൻ വേണ്ടി (മാത്രം). അല്ലാഹുവിങ്കൽ നിങ്ങളിൽ അത്യുത്തമർ അതീവ സൂക്ഷ്മാലുക്കളെത്രെ (വി. ഖു. 49:13).

സകല വംശീയ വിഭാഗീയതകളും അടിസ്ഥാന പരമായി നിരാകരിക്കുകയാണിവിടെ ഖുർആൻ. അതിനാൽ സ്നേഹിച്ചും സഹകരിച്ചും പരസ്പരം സഹിച്ചും ജീവിക്കേണ്ടവരാണ് മനുഷ്യർ. ദൈവിക പാശത്തെ മുറുകെ പിടിച്ച് ഭിന്നിക്കാതെ ഒറ്റക്കെട്ടായി നിലകൊള്ളലാണ് മുസ്ലിമായി ജീവിക്കുക എന്നതിന്റെ പൊരുളെന്ന് ഖുർആൻ പഠിപ്പിക്കുന്നുണ്ട്. ശത്രുക്കളായി ഭിന്നിച്ച് നിന്നപ്പോൾ മിത്രങ്ങളാക്കി ഒരുമിപ്പിച്ചത് ഇസ്ലാമിന്റെ അതിമഹത്തായ അനുഗ്രഹമാണെന്നും മനുഷ്യരെ ഉണർത്തുന്നു.

'നിങ്ങൾ ഒത്തൊരുമിച്ച് അല്ലാഹുവിന്റെ പാശം മുറുകെ പിടിക്കുക. ഭിന്നിക്കരുത്. ശത്രുക്കളായിരുന്നപ്പോൾ അല്ലാഹു നിങ്ങൾക്ക് ചെയ്ത് തന്ന അനുഗ്രഹം ഓർക്കുക. അവൻ നിങ്ങളുടെ ഹൃദയങ്ങൾ തമ്മിൽ കൂട്ടിയിണക്കി. ദൈവാനുഗ്രഹത്താൽ നിങ്ങൾ സഹോദരണങ്ങളായി. അങ്ങിനെ നരകാഗ്നിയുടെ വക്കിലായിരുന്ന നിങ്ങളെ അവനതിൽ നിന്ന് രക്ഷിച്ചു. അപ്രകാരം അല്ലാഹു അവന്റെ ദൃഷ്ടാന്തങ്ങൾ നിങ്ങൾക്ക് വിവരിച്ച് തരുന്നു. നിങ്ങൾ ശരിയായ പാത കണ്ടെത്തിയേക്കാമെന്ന് കരുതി'. (വി. ഖു. 3 :103).

സ്നേഹ സാഹോദര്യങ്ങളുടെ അനശ്വര ഗാഥകൾ തീർക്കുകയാണ് ഇസ്ലാമികാദർശ വാക്യത്തിന്റെ പ്രഖ്യാപിത ദൗത്യത്തിൽ പ്രമുഖമെന്ന് വ്യക്തം. 'തൗഹീദ്' എന്നാൽ അല്ലാഹുവിന്റെ ഏകത്വം (Oneness of God) എന്നതിൽ പരിമിതമായി മാത്രമല്ല മനസ്സിലാക്കപ്പെടേണ്ടത്; അത് ദൈവവും മനുഷ്യനും പ്രപഞ്ചമടക്കമുള്ള (Universe) സകലത്തിന്റെയും ഒന്നാകലും ഐക്യപ്പെടലും (Unity) കൂടിയാണ്.

മനുഷ്യ സാഹോദര്യത്തിന്റെ അനിവാര്യ ഫലമെന്ന നിലയിൽ ഉരുത്തിരിയുന്ന ഗുണമാണ് സമത്വം. സ്ഥിതി സമത്വം, അവകാശ സമത്വം, അവസര സമത്വം എന്നിങ്ങനെ എല്ലാ അർത്ഥത്തിലുമുള്ള സമത്വാശയമാണത് ഉൾക്കൊള്ളുന്നത്. എല്ലാവരും ആദമിൽ നിന്ന്. ആദമാകട്ടെ മണ്ണിൽ നിന്നും. അതിനാൽ ആർക്കും ആരെക്കാളും ഒരു തരത്തിലുമുള്ള പ്രാധാന്യമോ, പ്രസക്തിയോ സവിശേഷ അവകാശങ്ങളോ ഇല്ല.

അറബിക്ക് അനറബിയേക്കാളോ, അനറബിക്ക് അറബിയേക്കാളോ, വെളുത്തവന് കറുത്തവനെക്കാളോ, കറുത്തവന് വെളുത്തവനെക്കാളോ തഖ്വ കൊണ്ടല്ലാതെ ശ്രേഷ്ഠതയേതുമില്ല എന്ന് പ്രവാചകൻ പഠിപ്പിച്ച സമത്വ വിഭാവന. പുരുഷന് സ്ത്രീയെക്കാളും സ്ത്രീക്ക് പുരുഷനെക്കാളും ഒരർത്ഥത്തിലുമുള്ള ഔന്നത്യവും ഇസ്ലാം അനുവദിക്കുന്നില്ല. എല്ലാ തലങ്ങളിലും ഈ തുല്യതാ പരിഗണന അനുഭവിക്കാൻ മനുഷ്യന് അവകാശമുണ്ട്.

സകല മനുഷ്യരും ഉടമയെന്നോ അടിമയെന്നോ വ്യത്യാസമില്ലാതെ സമന്മാരാണെന്ന് ആത്മവിശ്വാസത്തോടെ പറയാൻ ഈയൊരാദർശ മഹിമക്കേ കഴിയൂ. മനുഷ്യർക്കിടയിൽ അസമത്വങ്ങളും അസന്തുലിതത്വങ്ങളും സൃഷ്ടിക്കുന്നതിൽ പ്രധാന പങ്ക് വഹിച്ചത്/ ക്കുന്നത് മനുഷ്യന്റെ വിവേചന ചിന്തയാണ്. വംശ മേധാവിത്വ ബോധമാണ്. മേലാള കീഴാള ബോധങ്ങളാണ്.

അത്തരം അധമ ബോധങ്ങളോടൊപ്പം രൂപപ്പെട്ടു വന്ന ബഹു/പര ദൈവ വിശ്വാസങ്ങളാണ് മനുഷ്യരെ വിഭജിക്കുന്നത്. മനുഷ്യരിൽ ബ്രാഹ്മണ്യവും, ക്ഷത്രീയതയും, വൈശ്യ-ശൂദ്ര വൈജാത്യങ്ങളുമൊക്കെ ഉണ്ടായത് ആദർശ വ്യതിയാനത്തിൽ നിന്നാണ്. ഖുർആൻ അത്തരം വൈജാത്യങ്ങൾ സൃഷ്ടിക്കുന്ന

'ശീർകി'നെ കഠിനമായി ഭർത്സിക്കുന്നതായി കാണാം. മനുഷ്യർക്കിടയിൽ ജാതീയ വിഭജന വൈജാത്യങ്ങൾ തീർത്ത് അവർക്കിടയിൽ അസമത്വങ്ങളും അസന്തുലിതത്വങ്ങളും സൃഷ്ടിച്ച്, നീതിയുടെ സന്തുലനം തകിടം മറിക്കുന്നത് കൊണ്ടാണ് 'ശീർകി'നെ ഖുർആൻ പൊറുക്കാനാകാത്ത പാപമായി പരിചയപ്പെടുത്തുന്നത്.

അത്തരം അസമത്വങ്ങളിൽ നിന്ന് മനുഷ്യ മക്കളെ മുക്തരാക്കുകയാണ് ലാ ഇലാഹ ഇല്ലല്ലാഹ് എന്ന ആദർശ വാക്യം. ആ ആദർശ വാക്യത്തിന്റെ ആദ്യ പകുതിയായ 'ലാ ഇലാഹ....' എന്നതിന്റെ വിവക്ഷയെന്നോണം സകല അടിമത്തങ്ങളിൽ നിന്നുമുള്ള മനുഷ്യ വിമോചനം. തുല്യ നീതിയാണ് സമത്വത്തിന്റെ പ്രസന്നവും പ്രസരിപ്പുമാർന്ന ഭാവം. നീതിക്ക് വേണ്ടിയാണ് ഇസ്ലാം നിലകൊള്ളുന്നത് തന്നെ.

"നാം നമ്മുടെ പ്രവാചകന്മാരെ, സുവ്യക്തമായ തെളിവുകളുമായി നിയോഗിച്ചു. അവരോടൊപ്പം ജനങ്ങൾ നീതിപൂർവ്വം നിലകൊള്ളാൻ ഗ്രന്ഥവും തുലനപ്പെടുത്തുന്ന ത്രാസും ഇറക്കി" (വി. ഖു. 57 : 25).

സാരോപദേശങ്ങളുടെ വേദ പുസ്തകമായി അവതരിപ്പിക്കപ്പെടുക മാത്രമല്ല, നിഷ്കൃഷ്ട നീതിയുടെ മാനദണ്ഡങ്ങളും പറഞ്ഞു തന്നിരിക്കുന്നു ഖുർആൻ.

"അല്ലയോ സത്യ വിശ്വാസികളെ നിങ്ങൾ നീതി നടപ്പിലാക്കുന്നവരും അല്ലാഹുവിന് സാക്ഷ്യം വഹിക്കുന്നവരുമാകുവിൻ. അങ്ങിനെ ചെയ്യുന്നത് നിങ്ങൾക്കോ, നിങ്ങളുടെ മാതാപിതാക്കൾക്കോ, കുടുംബക്കാർക്കോ എതിരാകുമെങ്കിൽ പോലും..." (വി. ഖു. 4 : 135).

സ്വജന പക്ഷപാതങ്ങൾക്കപ്പുറം അഴിമതി രഹിതമായ നീതിബോധം കൈക്കൊള്ളുക എന്നതാണ് സ്വഭാവിക നിയോഗം.

"അല്ലയോ വിശ്വസിച്ചവരെ, നിങ്ങൾ അല്ലാഹുവിന്റെ മാർഗ്ഗത്തിൽ നിലകൊള്ളുവിൻ. നീതിക്ക് സാക്ഷികളാകുവിൻ. ഏതെങ്കിലും വിഭാഗത്തോടുള്ള വിരോധം നീതി പാലിക്കുന്നതിൽ നിന്ന് നിങ്ങളെ തടയാതിരിക്കട്ടെ. നിങ്ങൾ നീതി ചെയ്യുക. അതാണ് സൂക്ഷ്മതയോട് ഏറ്റവും അടുത്തത്" (വി. ഖു. 5 : 8).

ആരോടൊക്കെയോ തോന്നുന്ന ഇഷ്ടമോ വെറുപ്പോ ഉൾക്കൊള്ളുന്ന മനോ ഘടനയല്ല, നീതി നിഷ്ടമായ നിലപാടുകൾ

സ്വീകരിക്കാൻ അടിസ്ഥാനമാകേണ്ടത് എന്നർത്ഥം.

നീതിയെക്കുറിച്ച് അത്രമാത്രം വാചാലമാണ് ഖുർആൻ. ശിക്ഷയുടെ കാര്യത്തിൽ ഉന്നതരെ വെറുതെ വിടുകയും സാധാരണക്കാരെ ശിക്ഷിക്കുകയും ചെയ്യുമായിരുന്നു അക്കാലത്തെ നൈതികത. വിഭാഗീയ ഗോത്ര മേധാവിത്വ സംസ്കൃതിയിൽ സമഭാവനയും തുല്യ നീതിയുമൊന്നും തീരെ പരിഗണനീയമാകാറില്ല.

അത്തരമൊരു സന്ദർഭത്തിലാണ് പ്രവാചകന്, 'അല്ലാഹുവാണ്! മുഹമ്മദിന്റെ മകൾ ഫാത്തിമ തന്നെയാണ് കട്ടതെങ്കിൽ പോലും ഞാനവരുടെ കൈ വെട്ടുമായിരുന്നു' എന്ന് അസന്നിഗ്ധമായി പ്രഖ്യാപിക്കേണ്ടി വന്നത്. അഥവാ, ഖുർആന്റെ നൈതികത അങ്ങിനെ പറയിച്ചത്.

അങ്ങിനെ മാനവികതയിലധിഷ്ഠിതമായ ഒരു ജനാധിപത്യ സംസ്കൃതിക്ക് രൂപം നൽകി, ജനാധിപത്യ ബോധമുള്ള ജനാധിപത്യ മൂല്യങ്ങളംഗീകരിക്കുന്ന, ഒരു സമൂഹത്തെ അന്നവിടെ അറേബ്യയിൽ വാർത്തെടുക്കാനായി എന്നതാണ് ഖുർആന്റെ വിജയം.

വ്യക്തികളും ഗോത്രങ്ങളും സമൂഹങ്ങളും പരസ്പരം അംഗീകരിക്കുകയും ആദരിക്കുകയും ചെയ്യുന്ന, തുല്യ നീതിയലധിഷ്ഠിതമായൊരു സാമൂഹ്യ ഘടനക്കവിടെ ബീജാവാപം നടത്താൻ പ്രവാചകന് സാധ്യമായി. കാലാകാലത്തേക്കുമുള്ള ജനകോടികൾക്ക് വേണ്ടി ഉയിരെടുത്ത ഒരുത്തമ സമൂഹത്തിന്റെ പിറവിക്ക് നാന്ദി കുറിക്കപ്പെടുകയായിരുന്നു അന്നവിടെ.

എന്നാൽ പിൽക്കാലത്ത് ആദർശത്തിന്റെ വൈപുല്യമാർന്ന ജീവിത വിവക്ഷയെ മറന്നോ അവഗണിച്ചോ, ജീവിതത്തെ കേവലം ആരാധനകളിലും അനുഷ്ഠാനങ്ങളിലും പൂജാ വഴിപാടുകളിലും ഒതുക്കിയാണ് വായിക്കപ്പെട്ടത്. ഖുർആനെയും അതേ പരിമിതികളിൽ തളച്ചിടപ്പെട്ടാണ് അധിക പേരും വായിച്ചത്.

ഇന്നും മഹാ ഭൂരിപക്ഷവും വായിച്ച് കൊണ്ടിരിക്കുന്നതും അങ്ങിനെ തന്നെ. അല്ലാഹുവിനെ മാത്രമേ ആരാധിക്കാവൂ. അവനോട് മാത്രമേ ഉദവിയും സഹായവും അർത്ഥിക്കാവൂ. എന്നിങ്ങനെയുള്ള പരിമിതമായ വൃത്തത്തിലൊതുങ്ങും ആ വായനയുടെ ചക്രവാളം.

മനുഷ്യരെ ആരാധനകളിൽ മാത്രം തളച്ചിട്ട്, ജീവിതത്തെ ആധ്യാത്മികതയാകുന്ന സങ്കുചിത വൃത്തത്തിലൊതുക്കി

തീർക്കുകയാണ് ഈ വായന സമ്മാനിച്ച പരിമിതി. ജീവിതത്തിന്റെ സാമൂഹികവും രാഷ്ട്രീയവുമായ മുഖ്യ തലങ്ങളിൽ നിന്നൊക്കെ ഖുർആന്റെ പാഠങ്ങൾ അകറ്റി നിർത്തപ്പെട്ടു. ആദർശ വാക്യത്തിന്റെ കേവല മത പക്ഷ വായനയുടെ പരിമിതിയാണിവിടെ അനാവൃതമാകുന്നത്.

പക്ഷെ ആരാധനകളുടെ നിർവിഘ്നവും കൃത്യവുമായ നിർവ്വഹണമല്ല മനുഷ്യന്റെ നിയോഗ ധർമ്മം. ഭൂമിയിൽ സമഗ്രമായൊരു ജീവിതത്തിന് സാക്ഷിയായി ഉദാത്തമായൊരു നാഗരികത പടുത്തുയർത്തലാണ് മനുഷ്യന്റെ യഥാർത്ഥ നിയോഗ ലക്ഷ്യം.

ആ ജീവിതം ആയാസ രഹിതമായി സഫലീകരിക്കാൻ ആവശ്യമായ ഊർജ്ജവും ആർജ്ജവവും മനോവീര്യവും (തഖ്വ) മനുഷ്യർക്ക് ലഭ്യമാക്കുകയാണ് ആരാധനകളുടെ സാക്ഷാൽ ലക്ഷ്യം എന്ന് ഖുർആൻ തന്നെ വിശദീകരിച്ചിട്ടുണ്ട്. നമസ്കാരവും നോമ്പും പോലുള്ള ആരാധനകളൊക്കെ, ജീവിതത്തെ വിമലീകരിക്കുന്നതിനും തഖ്വ വർദ്ധിപ്പിക്കുന്നതിനുമാണ് എന്നൊക്കെ വിശുദ്ധ ഖുർആൻ തന്നെ സമ്മതിക്കുന്നുണ്ട്.

ആരാധനകളൊക്കെയും പ്രാർത്ഥനാ നിർഭരങ്ങളാണ്. ആരാധനയുടെ മജ്ജയാണ് പ്രാർത്ഥന എന്ന് പ്രവാചകൻ പഠിപ്പിക്കുന്നുണ്ട്. അതാകട്ടെ ദൈവത്തോടുള്ള വിനീതമായ അർത്ഥനയാണ്. തന്റെ ദൗത്യ നിർവ്വഹണത്തിൽ, അഥവാ ജീവിതത്തിൽ, ഐഹികവും പാരത്രികവുമായ വിജയം കൈവരിക്കാനുള്ള, പ്രാപ്തിക്കും, കഴിവിനും വേണ്ടി ദൈവത്തോടുള്ള അർത്ഥനയാണത്.

അതിലൂടെ ലഭ്യമാകുന്ന ആത്മ വിശ്വാസത്തിലൂടെ മാത്രമേ മനുഷ്യന് വിജയകരമായ ജീവിത സാഫല്യത്തിലേക്ക് മുന്നേറാനാകൂ. ശരിയായ പുരോഗതിയിലേക്കും വികാസത്തിലേക്കും നടന്നടുക്കാനാകൂ. മനുഷ്യർക്ക് ദൈവവുമായുള്ള ആത്മ ബന്ധം അരക്കിട്ടുറപ്പിച്ച് അവരുടെ ജന്മ ദൗത്യം നിർവ്വഹിക്കാൻ അതനിവാര്യമാണ്.

അങ്ങിനെ ജീവിത സപര്യയിലുടനീളം ഊർജ്ജം ആഗിരണം ചെയ്ത് ആത്മ വിശ്വാസവും ധൈര്യവും സംഭരിക്കാനുള്ള

ഉപാധിയായാണ് ആരാധനകളെ ഇസ്ലാം കാണുന്നത്. ആരാധനകളെ ജീവിതമാക്കുകയല്ല, മറിച്ച് ജീവിതത്തിന് ശക്തിയും പ്രചോദനവും നൽകും വിധം ആരാധനകൾ ഫലപ്രദമായി നിർവ്വഹിക്കാനാണ് ഇസ്ലാം അനുശാസിക്കുന്നത്.

∞

മൗലികാവകാശങ്ങളുടെ ജനാധിപത്യപരത

മേൽ ചൊന്ന മൂല്യങ്ങളൊക്കെയും മനുഷ്യന്റെ മൗലികാവകാശങ്ങളാണ്. ജന്മ സിദ്ധമായ, ദൈവം നൽകിയ വരദാനങ്ങൾ. അടിമയെന്നോ ഉടമയെന്നോ, കറുത്തവനെന്നോ വെളുത്തവനെന്നോ വ്യത്യാസങ്ങൾ കൂടാതെ, സകല മനുഷ്യർക്കും പ്രകൃത്യാ അനുവദിച്ച് കിട്ടേണ്ട അടിസ്ഥാന മൂല്യങ്ങൾ. വിശ്വാസത്തിന്റെ കരുത്തിൽ നിന്ന് ഉരുത്തിരിഞ്ഞ് വരുന്ന ജീവിതത്തിന്റെ സൈദ്ധാന്തിക അടിത്തറകൾ.

ഭൂമിയിൽ ജനിച്ച് വീഴുന്ന ഒരാൾക്ക് പോലും നിഷേധിക്കപ്പെടാനാകാത്ത മൗലികാവകാശങ്ങൾ. ഭൂമിയിൽ അവയുടെ സമഞ്ജസമായ നിർവ്വഹണമാണ് മനുഷ്യ ജീവിതത്തിന് ശാന്തിയും സമാധാനവും പ്രധാനം ചെയ്യുക. ദുഃഖിക്കുകയോ ഭയപ്പെടുകയോ ചെയ്യേണ്ടതില്ലാത്ത ജീവിതാനുഭവത്തിന്ന് രൂപ ഭാവങ്ങൾ നൽകുന്നത് അവയാണ്.

മനുഷ്യന്റെ ജന്മ സിദ്ധമായ മൗലികാവകാശങ്ങൾ ആർക്കും നിഷേധിക്കപ്പെടാതെ തുല്യമായി പരിരക്ഷിക്കപ്പെടുന്ന നീതി ബോധത്തെയാണ് ജനാധിപത്യ സംസ്കാരമായി ആധുനിക ലോകം പരിഗണിക്കുന്നത്. അല്ലാതെ ജനാധിപത്യത്തെ ചിലർ വായിക്കുകയോ ഉൾക്കൊള്ളുകയോ ചെയ്യുന്ന പോലെ, സാങ്കേതികാർത്ഥത്തിലുള്ള ഭൂരിപക്ഷാധിപത്യമല്ല. ഒരു വ്യക്തിക്ക് ജന്മം കൊണ്ട് ലഭ്യമായ ജീവിക്കാനുള്ള അവകാശത്തെ, ഭൂരിപക്ഷത്തിന്റെ ഇച്ഛക്ക് വിധേയമായി റദ്ദാക്കുക പാടില്ല.

ഇന്ന് പലേടത്തും നടക്കുന്ന പോലെ, സാങ്കേതികാർത്ഥത്തിലുള്ള ഭൂരിപക്ഷത്തിന്റെ ഇംഗീതങ്ങൾ ന്യൂനപക്ഷങ്ങളുടെ മേൽ അടിച്ചേൽപ്പിക്കുന്ന പ്രവണതയെയല്ല ജനാധിപത്യം കൊണ്ട് വിവക്ഷിക്കപ്പെടുന്നത്. ഏകാധിപത്യ സമഗ്രാധിപത്യ

അഭിവാഞ്ചകൾക്ക് അധികാരം വാഴാനുള്ള കുറുക്കുവഴികളുടെ പേരുമല്ല ജനാധിപത്യം. വിശുദ്ധ ഖുർആൻ എന്തായാലും അത്തരമൊരു ജനാധിപത്യ സങ്കൽപത്തെ അംഗീകരിക്കുന്നില്ല തീർച്ച.

അതിനാൽ ഇസ്‌ലാമികാദർശം ഉറപ്പ് നൽകുന്ന അത്തരം മൗലിക സംരക്ഷകൾ എല്ലാ മനുഷ്യർക്കും തുല്യമായി അനുഭവിക്കാനും ആസ്വദിക്കാനും അവസരമുണ്ടാകുമാറ് ജനാധിപത്യ പുനഃസ്ഥാപനം ഇസ്‌ലാമിക സമൂഹത്തിന്റെ ബാധ്യതയാണ്. അതിന് വേണ്ടി പ്രവർത്തിക്കുക എന്നതാണ് ഇസ്‌ലാമിന്റെ സംസ്ഥാപനത്തിന് വേണ്ടി പ്രവർത്തിക്കുക എന്നതിന്റെ കാതലായ താൽപര്യവും. അതാണ് ജനപക്ഷ രാഷ്ട്രീയ പ്രവർത്തനവും ലക്ഷ്യമാക്കേണ്ടത്.

മാനവിക മൂല്യങ്ങളും പ്രകൃതി ദത്തമായ മനുഷ്യാവകാശങ്ങളും യഥേഷ്ടം ആസ്വദിച്ച് അനുഭവിക്കുന്നതിൽ മനുഷ്യർക്കിടയിൽ ഒരു തരത്തിലുമുള്ള വിഭാഗീയതകളും വൈജാത്യങ്ങളും തടസ്സമാകാവതല്ല. വിശ്വാസിയോ അവിശ്വാസിയോ എന്ന വ്യത്യാസം പോലും പരിഗണനീയമല്ല. മനുഷ്യർ ആരായാലും അവരുടെ വിശ്വാസം എന്ത് തന്നെയായാലും, എല്ലാവരെയും തുല്യമായി കണ്ട് വേണം ഭൗതിക ലോകത്ത് നിലപാടുകൾ സ്വീകരിക്കേണ്ടത് എന്ന് ഖുർആൻ ശക്തമായി ഉൽബോധിപ്പിക്കുന്നു.

ഭൂമിയുടെ അവകാശികളായ മനുഷ്യരെ തങ്ങളുടെ അതിജീവനത്തിന് വേണ്ടി വിശ്വാസികളാകാൻ നിർബ്ബന്ധിക്കരുത് എന്നാണ് പ്രവാചകനോടുള്ള ഖുർആന്റെ ആഹ്വാനം. 'നിന്റെ നാഥൻ കാംക്ഷിച്ചിരുന്നുവെങ്കിൽ, ഭൂമിയിലുള്ള സകല മനുഷ്യരും ഒന്നടങ്കം വിശ്വസിക്കുമായിരുന്നു. എന്നിട്ട് നീയാണോ ജനങ്ങളെ വിശ്വാസികളാകാൻ നിർബ്ബന്ധിക്കുന്നത്?' (വി. ഖു. 10 : 99).

ഭൂമിയിലെ വിഭവങ്ങൾ വിശ്വാസികൾക്കായി വീതിച്ച് നൽകണമെന്ന് ഇബ്രാഹിം അലൈഹിസ്സലാം പ്രാർത്ഥിച്ചപ്പോഴും അല്ലാഹു തിരുത്തുകയായിരുന്നുവെന്ന് ഖുർആൻ അനുസ്മരിക്കുന്നു. 'ഈ നാട് നിർഭയമുള്ളതാക്കേണമേ എന്നും ഈ നാട്ടുകാരിൽ അല്ലാഹുവിലും അന്ത്യ ദിനത്തിലും വിശ്വസിച്ചവരെ വിവിധ ഫലങ്ങൾ ഭക്ഷിപ്പിക്കേണമേ എന്നും ഇബ്റാഹീം (അ) പ്രാർത്ഥിച്ച സന്ദർഭം. അല്ലാഹു പറഞ്ഞു: അവിശ്വാസികളെയും...' (വി. ഖു. 2 : 126).

ജീവിത വിഭവങ്ങൾ എല്ലാവരുടെയും തുല്യമായ അവകാശമാണെന്ന് അർത്ഥശങ്കക്കിടമില്ലാത്ത വിധം പറയുകയാണ് ഖുർആൻ.

മനുഷ്യർക്കെന്നല്ല, ദൈവത്തിന്റെ സൃഷ്ടിജാലങ്ങൾക്കൊക്കെയും നിയതമായ മൗലികാവകാശങ്ങൾ ഉറപ്പ് വരുത്തുകയാണ് ഇസ്ലാമിക മാർഗ്ഗദർശനത്തിന്റെ സാംഗത്യം. പ്രകൃതി-പാരിസ്ഥിതിക സംരക്ഷണങ്ങളൊക്കെ ഖുർആന്റെ കൃത്യവും കണിശവുമായ പരിഗണയിൽ വരുന്നത് അതിനാലാണ്.

അത് കൊണ്ട് തന്നെയാണ് മനുഷ്യർക്ക് അവരുടെ സ്വാതന്ത്ര്യങ്ങളെ ഹനിക്കുന്ന നിയമക്കുരുക്കുകൾ സൃഷ്ടിച്ച് ലോകം അവർക്ക് കാരാഗൃഹമാക്കുന്ന സമ്പ്രദായങ്ങൾ ഇസ്ലാമികമല്ലെന്ന് പറയേണ്ടി വരുന്നത്. എല്ലാ ഏകാധിപത്യ വർഗ്ഗാധിപത്യ സമ്പ്രദായങ്ങളെയും സാമ്രാജ്യത്വ സർവ്വാധിപത്യ പ്രവണതകളെയും ഇസ്ലാമിന് കണിശമായും നിരാകരിക്കേണ്ടി വരുന്നതും അതിനാൽ തന്നെ.

ഇന്ന് ഭൂമിയിൽ പലേടത്തും ജനാധിപത്യത്തിന്റെ സാധ്യതകൾ ദുരുപയോഗം ചെയ്ത് വർഗ-വംശീയാധിപത്യങ്ങൾ ആരോഹിതമാകുന്നുണ്ട്. അത് ജനാധിപത്യത്തെ അധികാര ശ്രേണിയിലേക്കുള്ള കേവലമൊരു മാർഗ്ഗമായി മാത്രം കാണുന്നത് കൊണ്ടാണ്. ജനാധിപത്യത്തെ ഒരാശയമായും ആദർശമായും മാനവിക രാഷ്ട്രീയ സംസ്കൃതിയായും പരിചയപ്പെടുത്തുന്ന ഖുർആന്, മാനുഷ്യ നന്മയിലധിഷ്ഠിതമായ ജനാധിപത്യ പുനഃസ്ഥാപനത്തിന്ന് വേണ്ടി യത്നിക്കുക എന്നത് അതിന്റെ മൗലികതയിലുൾച്ചേർന്ന വസ്തുതയാണ്.

മനുഷ്യന്റെ സ്വച്ഛര ശുഭ്രമായ നൈസർഗ്ഗികതയുടെ മേധാവിത്വമാണ് ജനാധിപത്യ സംസ്ഥാപനത്തിലൂടെ ഖുർആൻ ഉന്നം വെക്കുന്നത്. മനുഷ്യന്റെ നൈസർഗ്ഗികതലൊക്കെയും ദൈവം അവനിൽ നിക്ഷേപിച്ച അവന്റെ പ്രകൃതിയാണ്. ദൈവത്തിന്റെ നിശ്ചയങ്ങളും നിയമങ്ങളും അവൻ മനുഷ്യരിൽ നിക്ഷേപിച്ച അവന്റെ സർഗ്ഗാത്മകത തന്നെയാണ്.

ദൈവാധിപത്യത്തിന്റെ ജനാധിപത്യപരത

ചുരുക്കിപ്പറഞ്ഞാൽ മനുഷ്യന്റെ സർഗ്ഗ പ്രകൃതിയെയാണ് ഖുർആൻ പ്രതിനിധീകരിക്കുന്നത്. ആ പ്രകൃതിപരതയെയും സർഗ്ഗാത്മകതയെയും നിരാകരിച്ച് പ്രകൃതിക്കന്യമായ വഴികളിലൂടെ സഞ്ചരിക്കുന്നതിനെയാണ് ഖുർആൻ അക്രമം, അന്ധകാരം, വഴികേട് എന്നൊക്കെ വ്യവഹരിക്കുന്നത്; പ്രകൃതി പരമായ ക്രമങ്ങളെ തെറ്റിച്ച് കൊണ്ടുള്ള വ്യവഹാരം എന്നർത്ഥം. അതിനാൽ ആ സ്വച്ഛ പ്രകൃതിയിലേക്ക് മനുഷ്യനെ തിരികെ കൊണ്ട് പോകുക എന്ന പ്രക്രിയയാണ് സത്യത്തിൽ ദൈവാധിപത്യമാകുന്ന ജനാധിപത്യം. രണ്ടും ഒരേ നാണയത്തിന്റെ അഭേദ്യമായ രണ്ട് പുറങ്ങൾ മാത്രം.

അങ്ങിനെ ഖുർആൻ ആവർത്തിച്ച് ഓർമപ്പെടുത്തിക്കൊടുത്ത ദൈവ പ്രോക്തമായ ജനാധിപത്യ സംസ്കൃതി പുനഃസ്ഥാപിച്ച് കൊണ്ടാണ് പ്രവാചകൻ അന്ന് അറേബ്യയിൽ ഒരിസ്ലാമിക വിമോചന വിപ്ലവം സാധിച്ചെടുത്തത്. അതിലൂടെയാണ് തികഞ്ഞ അപ്‌രിഷ്കൃതരും, വിഭാഗീയതയുടെ അടിസ്ഥാനത്തിൽ കലഹപ്രിയരുമായിരുന്ന അന്നത്തെ സമൂഹത്തെ ഒരു വിശുദ്ധ സംസ്കൃതിയുടെ വാഹകരും പ്രചാരകരുമാക്കി പരിവർത്തിപ്പിക്കാൻ ഖുർആന്റെ പിൻബലത്തോടെ പ്രവാചകന് സാധിതമായത്. അതിനാൽ തന്നെയാണ് ലോകോത്തരമായ ഒരു സംസ്കൃതിയായി അതിന് വളർന്ന് പരിലസിക്കാൻ കഴിഞ്ഞതും.

സത്യത്തിൽ അന്ന് അറേബ്യയിൽ സംഭവിച്ചത് ശരിയായ അർത്ഥത്തിലുള്ള ഒരു രാഷ്ട്രീയ മാറ്റം തന്നെയായിരുന്നു, ഒരു സാംസ്കാരിക നാഗരിക മുന്നേറ്റവും. ഏകാധിപത്യ വർഗ്ഗാധിപത്യ സമഗ്രാധിപത്യ പ്രവണതകളെയൊക്കെ നിരാകരിച്ച് കൊണ്ട്, പ്രവാചകൻ ഉയർത്തിക്കൊണ്ട് വന്ന ഒരു ദൈവപ്രോക്ത ജനാധിപത്യ രാഷ്ട്രീയത്തിന്റെ വിജയമായിരുന്നു അത്.

ഗോത്ര സാമ്പ്രദായിക വ്യവസ്ഥയിൽ രൂപപ്പെട്ട സ്വത്വ രാഷ്ട്രീയത്തിന്റെ സങ്കുചിതത്വങ്ങളിൽ നിന്ന്, വിശ്വ മാനവികതയുടെ സ്വർഗ്ഗീയ വിഹായസ്സിന്റെ വിശാലതയിലേക്കുള്ള പ്രവേശനം കൂടിയായിരുന്നു അന്നത്തെ ആ രാഷ്ട്രീയ മാറ്റം. അഥവാ ദൈവിക വ്യവസ്ഥയാകുന്ന, മനുഷ്യ സമൂഹത്തിന്റെ സർഗ്ഗാത്മകതക്ക്

അംഗീകാരവും അവകാശവും ആധിപത്യവും നൽകിയ പ്രക്രിയ.

ദൈവികമായ സ്നേഹവും സാഹോദര്യവും കാരുണ്യവും ആർദ്രതയും സാമൂഹ്യ നീതിയുമൊക്കെ സകല വിഭാഗീയതകൾക്കുമുപരി എല്ലാവരും തുല്യമായി പങ്കിട്ടെടുത്ത് ഐഹിക ജീവിതം സഫലമാക്കി സായൂജ്യമടയാനുതകുന്ന ജനാധിപത്യ പ്രക്രിയ.

അല്ലാതെ കേവലം ആരാധനകളും പ്രാർത്ഥനകളുമൊക്കെ അല്ലാഹുവോട് മാത്രമേ ആകാവൂ എന്ന പ്രാന്തവൽകൃത ധാരണയെ ആവർത്തിച്ച് പഠിപ്പിച്ച് കൊണ്ടിരിക്കുന്ന പ്രക്രിയയുടെ പേരല്ല ഖുർആൻ പുനഃരവതരിപ്പിച്ച 'ദീൻ'. പിൽക്കാലത്ത് വളരെ പരിമിതപ്പെടുത്തി നിർവ്വചിക്കപ്പെട്ട പോലെ, കേവല ആചാരാനുഷ്ഠാനങ്ങളുടെ സംസ്ഥാപനത്തിന്ന് വേണ്ടി അവതരിച്ച മതവുമല്ല ഇസ്ലാം. അല്ലാഹു അവതരിപ്പിച്ച ദീൻ അവനുള്ള സമ്പൂർണ്ണമായ ജീവിത സമർപ്പണം തന്നെയാണ്.

മനുഷ്യൻ സമ്പൂർണ്ണ സമർപ്പിതനായി ഈ ലോകത്ത് ജീവിച്ച്, അവനും ദൈവവും പരസ്പരം സംപ്രീതരാകാനുതകുന്ന ജീവിത മാർഗ്ഗമാണ് 'അദ്ദീൻ'. അറബി ഭാഷയിൽ 'ദീൻ' എന്ന വാക്കിനർത്ഥം സമർപ്പണം എന്ന് തന്നെയാണ്. അതിനെ തന്നെയാണ് ഇസ്ലാമെന്ന് വിവക്ഷിക്കുന്നതും. ആ ദീനാണ് ആദ്യാവസാനം അല്ലാഹു അവതരിപ്പിച്ചതും എന്നെന്നുമുള്ള ജീവിത വിജയത്തിനായി നിലനിർത്തിപ്പോരുന്നതും.

'അല്ലാഹു (എന്നും) അവതരിപ്പിച്ച ദീൻ, ഇസ്ലാം (അല്ലാഹുവിനുള്ള സമ്പൂർണ്ണമായ സമർപ്പണം) തന്നെയാണ്. പക്ഷെ വേദം നൽകപ്പെട്ടവർ ജ്ഞാന ലബ്ധിക്ക് ശേഷവും തങ്ങൾക്കിടയിലെ അക്രമം കാരണമാണ് ഭിന്നിച്ചത്. തന്റെ ദൃഷ്ടാന്തങ്ങളെ നിഷേധിക്കുന്നവരെ അല്ലാഹു അതി വേഗം വിചാരണ ചെയ്യും'. (വി. ഖു. 3 - 19).

'(നബിയെ), പറയുക! ഞങ്ങൾ അല്ലാഹുവിൽ വിശ്വസിച്ചിരിക്കുന്നു. നമുക്ക് അവതീർണ്ണമായതിലും, ഇബ്രാഹിം, ഇസ്മാഈൽ, ഇസ്ഹാഖ്, യഅഖൂബ് സന്താന പരമ്പര എന്നിവർക്കൊക്കെ അവതരിച്ചതിലും ഞങ്ങൾ വിശ്വസിച്ചിരിക്കുന്നു. മാത്രമല്ല മൂസ, ഈസ, മറ്റു പ്രവാചകർക്കും തങ്ങളുടെ രക്ഷിതാവിൽ

നിന്ന് അവതരിപ്പിക്കപ്പെട്ടവയിലും. അവരിലാരെയും ഞങ്ങൾ വേർതിരിക്കുന്നില്ല. ഞങ്ങൾ അല്ലാഹുവിന് സമർപ്പിതരാണ്. ഇസ്‌ലാമല്ലാത്ത ദീൻ ആർ ആഗ്രഹിച്ചാലും അതവനിൽ നിന്ന് സ്വീകരിക്കപ്പെടുകയില്ല. പാരത്രിക ജീവിതത്തിൽ അവൻ നഷ്ടപ്പെട്ടവരോടൊപ്പമായിരിക്കും' (വി. ഖു. 3 : 85).

ദൈവം പ്രപഞ്ചോൽപ്പത്തി മുതൽ വിവിധങ്ങളായ സന്ദർഭങ്ങളിലായി അവതരിപ്പിച്ച് കൊണ്ടിരുന്ന 'ദീൻ', 'ഇസ്‌ലാം' തന്നെയായിരുന്നു എന്നും; എക്കാലത്തുമുള്ള മനുഷ്യരൊക്കെയും മുസ്ലിംകളുമായിരുന്നു എന്നും വിശുദ്ധ ഖുർആന്റെ അടിസ്ഥാനത്തിൽ നിരൂപിക്കാനാണ് ന്യായം. ഇടവേളകളിലൊക്കെ ചില മനുഷ്യർ ദൈവ നിഷേധികളും ധിക്കാരികളുമായി നന്ദികേട് (കുഫ്ർ) പുലർത്തിയിരുന്നു എന്ന് മാത്രം.

അങ്ങിനെ നിഷ്കൃഷ്ടമായ ജനാധിപത്യ ബോധത്തിലും, വിശ്വ മാനവിക സാഹോദര്യത്തിലുമധിഷ്ഠിതമായ സാമൂഹ്യ വ്യവസ്ഥയുടെ സംസ്ഥാപനമാണ് 'ഇഖാമത്തുദ്ദീൻ' എന്ന സംക്ഷേപത്തിലൂടെ ഉദ്ദേശിക്കപ്പെട്ടത് എന്നും വായിച്ചെടുക്കാൻ പ്രയാസമുണ്ടാകില്ല.

ചുരുക്കിപ്പറഞ്ഞാൽ പരസ്പര സ്നേഹത്തിലും സാഹോദര്യ ബോധത്തിലും ബഹുമാനത്തിലുമധിഷ്ഠിതമായ ഒരു ജനാധിപത്യ രാഷ്ട്രീയ വ്യവസ്ഥിതിയുടെ സംസ്ഥാപനമാണ് 'ഇഖാമത്തുദ്ദീൻ' എന്ന ലക്ഷ്യ നിർണ്ണയത്തിലൂടെ ഉദ്ദേശിക്കപ്പെടുന്നത്.

'നൂഹിന് നാം ഉപദേശിച്ചത് തന്നെ നിങ്ങൾക്കും നാം ദീൻ ആയി അംഗീകരിച്ചിരിക്കുന്നു, താങ്കൾക്ക് വെളിപാടായി നൽകിയതിനെയും. കൂടാതെ ഇബ്റാഹീമിനും മൂസാക്കും ഈസക്കും ഉപദേശിച്ചതിനെയും. അതിനാൽ നിങ്ങൾ ആ ദീൻ സ്ഥാപിച്ച് നിലനിർത്തുക. അതിൽ ഭിന്നത പുലർത്തരുത്. നിങ്ങൾ ഏതൊന്നിലേക്കാണോ ക്ഷണിക്കുന്നത്, അത് ബഹുദൈവ വിശ്വാസികൾക്ക് അസഹ്യമായ ഭാരമാണ്. അല്ലാഹു താനിച്ഛിക്കുന്നവരെ തന്നിലേക്ക് ചേർത്ത് വെക്കുന്നു. പശ്ചാത്തപിക്കുന്നവർക്ക് തന്നിലേക്ക് വഴി കാണിക്കുകയും ചെയ്യുന്നു' (വി. ഖു 42 : 13).

3

പ്രപഞ്ചവും മനുഷ്യനും

പ്രപഞ്ചോൽപ്പത്തിയെക്കുറിച്ചും ഭൂമിയിൽ അധിവസിപ്പിക്കപ്പെട്ട മനുഷ്യനെ കുറിച്ചും, വിശുദ്ധ ഖുർആൻ അതീവ ലളിതവും വസ്തുനിഷ്ടവും യുക്തി ഭദ്രവുമായ വിശദീകരണമാണ് നൽകുന്നത്. സകലരുടേയും സകലത്തിന്റെയും സ്രഷ്ടാവായ അല്ലാഹു, തന്റെ പ്രതിനിധികളായ മനുഷ്യരുടെയും മറ്റിതര സൃഷ്ടി ജാലങ്ങളുടെയും പരിപാലനാർത്ഥം, പ്രപഞ്ചത്തെ സൃഷ്ടിച്ച് സംവിധാനിച്ച് പരിപാലിച്ച് പോരുന്നു എന്നാണ് ഖുർആന്റെ പക്ഷം.

തന്റെ പ്രതിനിധിയായ മനുഷ്യനെ ഭൂമിയിൽ അധിവസിപ്പിക്കാനുറച്ച് സൃഷ്ടിച്ച് സംവിധാനിച്ച അള്ളാഹു, മനുഷ്യന്റെ സുരക്ഷിതവും ആഡംബര പൂർണ്ണവുമായ അധിവാസത്തിന് അനുയോജ്യമാം വിധം ഭൂമിയെയും, പ്രപഞ്ചത്തെ തന്നെയും എല്ലാ വിധ സൗകര്യങ്ങളോടെയും അതി വൈദഗ്ധ്യത്തോടെയും ഔദാര്യത്തോടെയും സജ്ജമാക്കി.

ഭൂമിയിൽ അധിവസിപ്പിക്കപ്പെട്ട മഹാ ഭൂരിഭാഗം ആളുകളും വിശ്വസിച്ച് പോരുന്ന വസ്തുതയും അത് തന്നെയാണ്. 'അതെ, അതാണ് നിങ്ങളുടെ പരിപാലകനായ അല്ലാഹു. അവനല്ലാതെ മറ്റു ഇലാഹുകളില്ല. അവനാണ് സകലതിന്റെയും സ്രഷ്ടാവും. അതിനാൽ അവന് മാത്രം വിധേയരായി ജീവിക്കുക. അവൻ എല്ലാം സസൂക്ഷ്മം നിരീക്ഷിച്ച് നിയന്ത്രിക്കുന്നവനാണ്. കണ്ണുകൾക്കവനെ പ്രാപിക്കാനാകില്ല. അവനാകട്ടെ സകല കണ്ണുകളെയും തിരിച്ചറിയുന്നു. അവൻ സൗമ്യനും സൂക്ഷ്മ ജ്ഞാനിയുമാണ്'. (വി. ഖു. 6 : 102, 103).

'(നബിയെ അവരോട്) ചോദിക്കുക; രണ്ട് നാളുകളിലായി ഭൂമിയെ രൂപപ്പെടുത്തിയവനെ നിങ്ങൾ നിഷേധിക്കുകയും അവന് പകരക്കാരെ പരിഗണിക്കുകയുമാണോ? അവനാകട്ടെ ലോകരുടെ പരിപാലകൻ കൂടിയാണ്. അതിന് മുകളിൽ അവൻ പർവ്വതങ്ങൾ തീർത്തു. അതിലവൻ അനുഗ്രഹങ്ങൾ വിതച്ചു. നാല് നാളുകൾ കൊണ്ട് ആവശ്യക്കാർക്കൊക്കെ തുല്യമായി ഭക്ഷണമൊരുക്കുകയും ചെയ്തു. പിന്നീട് ആകാശത്തേക്ക് തിരിഞ്ഞു. അത് അപ്പോൾ ധൂമ പടലമായിരുന്നു. അങ്ങിനെ അതിനോടും ഭൂമിയോടും പറഞ്ഞു: സ്വയമേവയോ നിർബ്ബന്ധിതമായോ നിങ്ങൾ രണ്ടും വരിക. ഞങ്ങൾ അനുസരിക്കാൻ തയ്യാറായി വന്നിരിക്കുന്നു എന്നവ പറഞ്ഞു' (വി. ഖു. 41 : 9 - 11).

മരുഭൂമിയിലെ ആട്ടിടയൻ കണ്ട അതീവ ലളിതനായ ഒരു അല്ലാഹുവിനെക്കുറിച്ചല്ല ഖുർആന്റെ പരാമർശം. അന്ന് ഗോത്ര ദൈവങ്ങളായി കഅബയിൽ പ്രതിഷ്ഠിച്ച് പൂജിച്ചിരുന്ന നിരാലംബരും നിസ്സഹായരുമായ ദൈവങ്ങളെ കുറിച്ചുമായിരുന്നില്ല ഖുർആൻ പ്രതിപാദിച്ചത്. പ്രപഞ്ചത്തെ നിസ്തുലമായി സൃഷ്ടിച്ച് സംവിധാനിച്ച് പരിപാലിക്കുകയും, ഭൂമിയിൽ ജനിച്ച്, ഭൂമിയെ ആസ്പദിച്ച് ജീവിക്കുന്ന സകല ജീവജാലങ്ങൾക്കും യഥേഷ്ടം ജീവിത സൗകര്യങ്ങളും ആഹാരവും ഒരുക്കി വെച്ച ഭൂമിയുടെ സർവ്വാധിപനായ അല്ലാഹുവെ കുറിച്ചാണ്.

തികച്ചും അരൂപിയായ ഒരാസൂത്രകന്റെ യുക്തിനിഷ്ഠമായ ആസൂത്രണ വൈഭവത്തിൽ, വളരെ സോദ്ദേശ പൂർണ്ണമായ ലക്ഷ്യത്തോടെ തന്നെയാണ് പ്രപഞ്ചം അതിന്റെ സകല സവിശേഷതകളോടും കൂടി ഉണ്മയാർന്നത്. 'ആകാശ ഭൂമികളേയും അവക്കിടയുള്ള എല്ലാറ്റിനെയും നാം കളി തമാശയായി സൃഷ്ടിച്ചതല്ല. അതൊരു വിനോദമാക്കാൻ നാം കരുതിയിരുന്നെങ്കിൽ, നമ്മുടെ പക്കൽ നിന്ന് തന്നെ നാമതിനെ അങ്ങിനെ ചെയ്യുമായിരുന്നു' (വി. ഖു. 21 : 16 – 17).

സ്രഷ്ടാവും പരിപാലകനുമായ ദൈവം അദൃശ്യനായി നിലകൊള്ളുന്നു എന്നത് ദൈവ സാന്നിധ്യത്തെ നിഷേധിക്കാനുള്ള ന്യായമല്ല. സർവ്വ സമ്പൂർണ്ണനായ ദൈവത്തിന്റെ പ്രതിബിംബം നാം മനുഷ്യ നേത്രത്തിന് അപ്രാപ്യമാണെന്നത് ദൈവത്തിന്റെ

പരിമിതിയെയല്ല സൂചിപ്പിക്കുന്നത്. മറിച്ച് മനുഷ്യന്റെ മാത്രം കഴിവിന്റെ പരിധിയെയും പരിമിതികളെയുമാണ്. മനുഷ്യന്റെ കാഴ്ചയ്ക്ക് മാത്രമല്ല പരിമിതി. അവന്റെ കേൾവി, കായികവും ഭാവനാപരവുമായ കുതിപ്പ് മുതലായ സകല കഴിവുകൾക്കും പരിമിതികൾ മാത്രമാണുള്ളത്.

പ്രപഞ്ചത്തിൽ അന്തർലീനമായ മറ്റു ഊർജ്ജ സ്രോദസ്സുകളുടെ സഹായത്തോടെ, മനുഷ്യന്റെ കുതിപ്പ് എത്ര തന്നെ വേഗത കൂട്ടാൻ ശ്രമിച്ചാലും, അതിനൊന്നും ഒരു പരിധിക്കപ്പുറം കടക്കുക സാധ്യമല്ല. പ്രപഞ്ചാതീത സത്യങ്ങളിലേക്ക് (Metaphysics) കടന്ന് കയറാനും മനുഷ്യരുടെ സ്ഥലകാല പരിമിതിക്കുള്ളിൽ ഉഴറുന്ന വൈഭവങ്ങൾക്ക് സാധ്യമല്ല.

ദൃഷ്ടി ഗോചരമായ ഈ പ്രപഞ്ച ആകാരത്തെ തന്നെ, ഒരൊറ്റ ഫ്രൈമിൽ കാണാൻ നമ്മുടെ നഗ്ന ദൃഷ്ടികൾക്ക് സാധ്യമല്ല എന്നത് അനുഭവമാണല്ലോ. അതിനാൽ, പ്രാപഞ്ചിക പരിമിതികളിൽ തളച്ചിടപ്പെടാനാകാത്ത ഒരു സാരസമ്പൂർണ്ണ അസ്ഥിത്വത്തെ, നമ്മുടെ പരിമിത കഴിവുകളിൽ ഒതുക്കാൻ സാധ്യമാകാത്തതാണ് അല്ലാഹുവെ കാണാതിരിക്കാനുള്ള വളരെ ലളിതമായ കാരണം.

മൂസാ നബി(അ) അല്ലാഹുവുമായി നടത്തുന്ന ഒരു സംഭാഷണ മുഹൂർത്തം ഖുർആൻ അനുസ്മരിക്കുന്നുണ്ട്. 'അങ്ങിനെ മൂസ, നമ്മുടെ നിശ്ചിത സമയത്ത് (സ്ഥലത്തും) വരികയും തന്റെ നാഥൻ അദ്ദേഹവുമായി സംസാരിക്കുകയും ചെയ്തപ്പോൾ, അദ്ദേഹം അപേക്ഷിച്ചു: രക്ഷിതാവേ, എനിക്കൊന്ന് പ്രത്യക്ഷനാകുമോ, ഞാനൊന്ന് കാണട്ടെ. അപ്പോൾ അല്ലാഹു പറഞ്ഞു: നിനക്കെന്നെ കാണാൻ കഴിയുകയില്ല. എന്നാലും ആ പർവ്വതത്തിലേക്ക് നോക്കുക. അത് അതിന്റെ യഥാ സ്ഥാനത്ത് ഉറച്ച് നിന്നാൽ നിനക്കെന്നെ കാണാനായെന്ന് വരും. അങ്ങിനെ തന്റെ നാഥൻ ആ പർവ്വതത്തിൽ തെളിഞ്ഞതും, പർവ്വതമാകെ പൊട്ടിപ്പിളർന്ന്, മൂസ സ്തബ്ദനായി നിലം പതിച്ചു പോയി. പിന്നീട് ഉണർന്നപ്പോൾ അദ്ദേഹം പറഞ്ഞു: നീ പരിശുദ്ധനത്രേ. ഞാൻ നിന്നോട് ക്ഷമ ചോദിക്കുന്നു. ആദ്യമേ തന്നെ നിന്നിൽ വിശ്വാസമർപ്പിച്ചവനാണ് ഞാൻ' (വി. ഖു. 7 : 143).

സ്ഥല കാല പരിമിതികൾക്ക് ഉൾക്കൊള്ളാനാകാത്ത അസ്ഥിത്വത്തിന്റെ ഉടമയാണ് അല്ലാഹു. അതിനാൽ അവന്റെ സൃഷ്ടി

വൈഭവങ്ങളിലൂടെയും അവൻ അവന്റെ സൃഷ്ടികളിൽ സന്നിവേശിപ്പിച്ച വിശിഷ്ട ഗുണങ്ങളിലൂടെയും, അവനെ കണ്ടെത്തുക എന്നത് മാത്രമാണ് നാം മനുഷ്യർക്ക് കരണീയമായത്.

'മാതൃകയില്ലാതെ സൃഷ്ടിക്കുന്നവനാണ് (അല്ലാഹു). അവന് കൂട്ടുകാരിയില്ലാതെ എങ്ങിനെയാണ് മക്കളുണ്ടാകുക. അവൻ എല്ലാറ്റിനെയും പടച്ചു. എല്ലാം സൂക്ഷ്മമായി അറിയുന്നവനാണവൻ. അതാണ് നിങ്ങളുടെ രക്ഷിതാവായ അല്ലാഹു. അവനല്ലാതെ വേറെ ഇലാഹില്ല. സകലതിനേയും സൃഷ്ടിച്ചവനാണവൻ. അതിനാൽ നിങ്ങൾ അവന് കീഴൊതുങ്ങി ജീവിക്കുക. അവനാണ് എല്ലാറ്റിന്റെയും ഉത്തരവാദി. കണ്ണുകൾക്കവനെ പ്രാപിക്കാനാകില്ല. എന്നാലോ അവൻ കണ്ണുകളെ പ്രാപിക്കുന്നു. അവൻ ആർദ്ര മാനസനായ നൈപുണ്യമുള്ളവനത്രെ. നിങ്ങളുടെ നാഥനിൽ നിന്ന് നിങ്ങൾക്ക് ഉൾക്കാഴ്ചകൾ ലഭിച്ചിരിക്കുന്നു. ആ കാഴ്ചകൾ ദർശിക്കുന്നവന് അതിന്റെ ഗുണം ലഭിക്കും. വല്ലവനും അന്ധത നടിച്ചാലോ അതിന്റെ ദോഷം അവന് തന്നെയാണ്" (വി. ഖു. 6 : 101 – 104).

പ്രപഞ്ചവും അതിൽ സവിശേഷമായി അധിവസിപ്പിക്കപ്പെട്ട മനുഷ്യരും ഒരാസൂത്രണവുമില്ലാതെ യാദൃശ്ചികമായി ഉണ്ടായതല്ല. പ്രപഞ്ചോൽപത്തി എങ്ങിനെ എന്ന് ഖുർആൻ വിശദീകരിക്കുന്നത് ഇപ്രകാരമാണ്. 'സത്യ നിഷേധികൾ കാണുന്നില്ലേ? ഭൂവാനങ്ങൾ ഒട്ടിച്ചേർന്നായിരുന്നു. പിന്നീട് നാമതിനെ വേർപെടുത്തി. എല്ലാ ജീവനുള്ള വസ്തുക്കളെയും നാം വെള്ളത്തിൽ നിന്നാണ് ആവിഷ്കരിച്ചത്. അവർ വിശ്വസിക്കുന്നില്ലേ' (വി.ഖു. 21 : 30).

പ്രപഞ്ചോൽപത്തിയെ കുറിച്ച് ശാസ്ത്രം മുന്നോട്ട് വെക്കുന്ന ഒടുവിലത്തെ നിഗമനം 'മഹാ വിസ്ഫോടന സിദ്ധാന്ത'മാണ് (The Big Bang Theory), ഏറെക്കുറെ പതിമൂന്നിലധികം ബില്യൺ വർഷങ്ങൾക്ക് മുൻപ് മഹാ സ്ഫോടനത്തിലൂടെ വിഭജിക്കപ്പെട്ട ഒരേക കണിക, അതി തീവ്രമായ ചൂട് അതിജീവിച്ച്, കാലാന്തര പ്രയാണത്തിലൂടെ, വികാസം പ്രാപിച്ച് ശീതീകരിക്കപ്പെട്ടാണ്, നാം അധിവസിക്കുന്ന ഈ പ്രപഞ്ചം രൂപപ്പെട്ടത് എന്നാണ് ആ സിദ്ധാന്തത്തിന്റെ കാതൽ. ഇരുപതാം നൂറ്റാണ്ടിന്റെ ആദ്യ പാതിയിൽ മാത്രം ആവിഷ്കരിക്കപ്പെട്ട ഈ നിഗമനം, ഒരു വേള ഖുർആന്റെ മേൽ ചൊന്ന പരാമർശവുമായി താദാത്മ്യം പ്രാപിക്കുന്നതായി കാണാം.

സഹസ്രാബ്ദങ്ങളായി അനുസ്യൂതം ചലിച്ച് കൊണ്ടിരിക്കുന്ന ഈ പ്രപഞ്ചത്തിന്റെ അന്യൂനമായ വ്യവസ്ഥാപിതത്വവും അതി വിദഗ്ദമായ ഘടനാ മികവുമൊക്കെ സ്രഷ്ടാവായ അല്ലാഹുവിന്റെ സാന്നിധ്യത്തിലേക്കും വൈദഗ്ദ്യത്തിലേക്കുമാണ് വിരൽ ചൂണ്ടുന്നത്.

'ഭൂ വാനങ്ങളെ സൃഷ്ടിച്ചതിലും രാപകലുകളുടെ മാറ്റങ്ങളിലും ജനങ്ങൾക്ക് ഉപകാരപ്രദമായ വസ്തുക്കളുമായി സമുദ്രത്തിൽ സഞ്ചരിക്കുന്ന കപ്പലിലും, നിർജ്ജീവമായ ഭൂമിയെ ആകാശത്ത് നിന്ന് അല്ലാഹു മഴ വർഷിപ്പിച്ച് പുനരുജ്ജീവിപ്പിച്ച് സർവ്വ ജീവജാലങ്ങളെയും വിന്യസിച്ചതിലും, കാറ്റിനെയും ആകാശ ഭൂമികൾക്കിടയിൽ അധീനപ്പെടുത്തപ്പെട്ട മേഘ പാളികളെ ചലിപ്പിക്കുന്നതിലുമൊക്കെ ചിന്താ ശേഷിയുള്ള ജനതക്ക് പാഠങ്ങളുണ്ട്'. (വി. ഖു. 2 : 164).

പ്രപഞ്ച സൃഷ്ടിപ്പിനെക്കുറിച്ച് ഏതൊരു സാധാരണക്കാരനും മനസ്സിലാകും വിധം, അതീവ സരളമായി ഖുർആൻ അവതരിപ്പിച്ച ഈ വീക്ഷണമാണ് മനുഷ്യന്റെ ഐഹിക ജീവിതത്തിന്റെ ഗതി വിഗതികളെ നിർണ്ണയിക്കുന്നതും നിയന്ത്രിക്കുന്നതും. ആ യാഥാർത്ഥ്യം അനുസ്മരിപ്പിച്ച് കൊണ്ടാണ് വിശുദ്ധ ഖുർആന്റെ ആദ്യാവതരണം ആരംഭിക്കുന്നതും.

ഈ പ്രപഞ്ചത്തിന്റെ ഉടമസ്ഥനും സംവിധായകനും വിധാതാവും അവനാണ്. അവന്റെ നിർണ്ണിത വ്യവസ്ഥകൾ പാലിച്ച് മാത്രമേ ഈ പ്രപഞ്ചവും അതിലെ സചേതനവും അചേതനവുമായ സകല വസ്തുക്കളും ചരിക്കൂ. നശ്വരമായ ഐഹിക ജീവിതം അനശ്വരമായ മറ്റൊരു ജീവിതത്തിലേക്കുള്ള മുന്നൊരുക്കമാണ്.

ഈ പ്രപഞ്ചത്തെ അല്ലാഹു സൃഷ്ടിച്ച് സംവിധാനിച്ചിരിക്കുന്നത് സോദ്ദേശത്തോടെയാണെന്ന് ഖുർആൻ വ്യക്തമാക്കുന്നുണ്ട്. ഭൂമിയിൽ മനുഷ്യർക്ക് തങ്ങളുടെ ദൗത്യ നിർവ്വഹണാർത്ഥം, ജീവിക്കാനുള്ള സാഹചര്യങ്ങൾ ഒരുക്കുകയാണ് പ്രപഞ്ചത്തിന്റെ അന്യൂനമായ സംവിധാനത്തിലൂടെ അല്ലാഹു ചെയ്തത്.

'ഭൂമിയിലെ സകലതും നിങ്ങൾക്കായി സൃഷ്ടിച്ചവനാണവൻ. പിന്നീടവൻ ആകാശത്തേക്ക് തിരിയുകയും അവയെ ഏഴ് ആകാശങ്ങളായി സംവിധാനിക്കുകയും ചെയ്തു. അവൻ സർവ്വജ്ഞനാണ്'. (വി. ഖു. 2 : 29).

❦

മനുഷ്യ പ്രതിനിധി

മനുഷ്യ സൃഷ്ടിപ്പിനെക്കുറിച്ചും ഖുർആൻ പല സന്ദർഭങ്ങളിലായി വാചാലമാകുന്നുണ്ട്. 'നാം മനുഷ്യനെ മണ്ണിന്റെ സത്തയിൽ നിന്ന് സൃഷ്ടിച്ചു. പിന്നീടവനെ സുസജ്ജവും സുശാന്തവുമായ ഗർഭ പാത്രത്തിൽ ശുക്ലമായി നിക്ഷേപിച്ചു. പിന്നീടാ ശുക്ലത്തെ രക്ത പിണ്ഡമാക്കി പരിവർത്തിപ്പിച്ചു. രക്ത പിണ്ഡത്തെ മാംസപിണ്ഡമായും. ശേഷം മാംസത്തിൽ നിന്ന് അസ്ഥിയുണ്ടാക്കി. എന്നിട്ട് അസ്ഥിയെ മാംസം കൊണ്ട് പൊതിഞ്ഞു. അങ്ങിനെ മറ്റൊരു സൃഷ്ടിയെ നാം ഉയിരെടുപ്പിച്ചു. സ്രഷ്ടാക്കളിൽ മികച്ചവനായ അല്ലാഹു വിശുദ്ധനത്രെ' (വി. ഖു. 23 : 14).

മനുഷ്യന്റെ ഉണ്മയെക്കുറിച്ച് ഖുർആൻ നൽകുന്ന ഈ ആഖ്യാനത്തെക്കാൾ വിശിഷ്ടമായൊരു ആഖ്യാനം നൽകാൻ ഇന്നേ വരെ ശാസ്ത്ര വിശകലനങ്ങൾക്കൊന്നിനും സാധ്യമായിട്ടില്ല എന്നതാണ് യാഥാർത്ഥ്യം. മനുഷ്യന്റെ ഉൽഭവത്തെക്കുറിച്ച് ശാസ്ത്രമിപ്പോഴും ഗവേഷണത്തിലാണ്. ശാസ്ത്ര നിഗമനങ്ങളിൽ ഒന്നെന്ന വിധേന പരിചയപ്പെടുത്തപ്പെട്ട പരിണാമ സിദ്ധാന്തമാണ് (Evolution Theory), അൽപമെങ്കിലും പ്രചുര പ്രചാരം ലഭിച്ച വ്യാഖ്യാനമായി എടുത്ത് കാണിക്കാനുള്ളത്.

പക്ഷെ, ഒരു പാട് തീരാത്ത സംശയങ്ങളാണ് ആ വാദമുണർത്തുന്നത്. ഏത് ജീവിയിൽ നിന്നുത്ഭവിച്ചാണ് മനുഷ്യനുണ്ടായത്?. മനുഷ്യനിൽ എത്തിയതോടെ പരിണാമം നിലച്ചു പോയോ? മനുഷ്യന് മാത്രമാണോ ഈ പരിണാമം ബാധകമായിട്ടുള്ളത്? അഥവാ മറ്റു ജീവജാലങ്ങളും വസ്തുക്കളും പരിണാമ വിധേയമാകുന്നുണ്ടോ?. ഇത്യാദി ഉത്തരമില്ലാത്ത അനേകം സമസ്യകളാണ്, പരിണാമ വാദം സിദ്ധാന്തമായി അംഗീകരിച്ചാൽ, നാം അഭിമുഖീകരിക്കേണ്ടി വരിക.

അതിനാൽ പ്രപഞ്ചോൽപത്തിയെക്കുറിച്ചും മനുഷ്യ സൃഷ്ടിപ്പിനെ കുറിച്ചുമൊക്കെ വിശുദ്ധ ഖുർആന്റെ അവകാശ വാദങ്ങളോളം സ്വീകാര്യമായ മറ്റൊരു വിശദീകരണവും ഇന്നോളം ഭൂമിയിൽ ലഭ്യമല്ല എന്ന വസ്തുത അംഗീകരിച്ചേ പറ്റൂ. അത്

കൊണ്ടാണ് നാം മനുഷ്യർ ആ സൃഷ്ടി വൈഭവം തിരിച്ചറിഞ്ഞ് വിവേകപൂർവ്വം നമിച്ച് വിനയാന്വിതരാകേണ്ടി വരുന്നത്.

'നിന്നും ഇരുന്നും ചരിഞ്ഞും അല്ലാഹുവിനെ സ്മരിക്കുന്നവരാണ് (ബുദ്ധിയുള്ള മനുഷ്യർ). മാത്രമല്ല ആകാശ ഭൂമികളുടെ സൃഷ്ടിപ്പിനെ കുറിച്ച് അവർ ചിന്തിക്കും. (എന്നിട്ട് പറയും) നാഥാ! നീ ഇവയൊന്നും അനാവശ്യമായി സൃഷ്ടിച്ചതല്ല. നീ പ്രകീർത്തിക്കപ്പെടാൻ തികച്ചും അർഹനത്രെ. അതിനാൽ ഞങ്ങളെ നരക ശിക്ഷയിൽ നിന്ന് രക്ഷിക്കേണമേ. (വി. ഖു. 3 : 191).

അങ്ങിനെ ആസൂത്രിതമായി സുസജ്ജമാക്കിയ പ്രപഞ്ചത്തിൽ അല്ലാഹു മനുഷ്യനെ അധിവസിപ്പിച്ചു. അല്ലാഹുവിന്റെ 'പ്രാതിനിധ്യം' വഹിച്ച് ഭൂമിയെ നിർമ്മിക്കുക എന്ന ധർമ്മം സത്യസന്ധമായി നിർവ്വഹിച്ച് ജീവിക്കണം എന്ന ദൗത്യമേൽപ്പിച്ച് കൊണ്ടാണ് മനുഷ്യരെ ഭൂമിയിൽ അധിവസിപ്പിച്ചത്. ആയൊരു സന്ദർഭത്തെ ഖുർആൻ അനുസ്മരിക്കുന്നത് ഇപ്രകാരമാണ്.

ദൈവം മാലാഖമാരോട് പറഞ്ഞു: ".... ഞാൻ ഭൂമിയിൽ പ്രതിനിധി(ഖലീഫ)യെ അധിവസിപ്പിക്കുകയാണ്....". (വി. ഖു. 2 : 30). ദൈവത്തിന്റെ പ്രാധിനിധ്യമാണ് (ഇസ്തിഖ്ലാഫ്) മനുഷ്യരുടെ അടിസ്ഥാന ദൗത്യമെന്ന് പറഞ്ഞു വെക്കുകയാണ് ഖുർആൻ.

പ്രതിനിധാനമെന്നാൽ പകരക്കാരനാകുക എന്നാണർത്ഥം. താൻ ചെയ്യേണ്ട ഉത്തരവാദിത്തം തനിക്ക് പകരം മറ്റൊരാളെ ചുമതലപ്പെടുത്തി നിർവ്വഹിപ്പിക്കുന്നതിനെയാണ് പ്രതിനിധിയാക്കുക എന്നത് കൊണ്ട് സാധാരണ ഉദ്ദേശിക്കുന്നത്. ഇസ്ലാമിന്റെ ആദർശ വാക്യം ഉറപ്പ് നൽകുന്ന സനാതനവും ശാശ്വതവുമായ മൗലികാവകാശങ്ങൾ അനുഭവിച്ച്, ഭൂമിയിൽ ദൈവത്തിന്റെ പ്രതിനിധിയായി ജീവിക്കുക എന്നതാണ് ഈ ലോകത്ത് മനുഷ്യന് നിർവഹിക്കാനുള്ള ധർമ്മം. അഥവാ ദൈവത്തിന്റെ പ്രതിനിധിയായി, അവൻ വിശ്വസിച്ചേൽപ്പിച്ച ഉത്തരവാദിത്തം യാഥാർഹം നിർവ്വഹിക്കുക.

എന്താണാ ഉത്തരവാദിത്തം? ഭൂമിയിൽ അദ്ധ്വാനിച്ച് ജീവിച്ച് സ്വർഗ്ഗ സമാനമായ വാസ സ്ഥലമാക്കി മാറ്റുക (ഇസ്തിഅമാറുൽ അർള്) എന്ന ദൗത്യമാണ് ദൈവം മനുഷ്യനെ ഏൽപ്പിച്ചിരിക്കുന്നത്.

'സമൂദ് ജന വിഭാഗത്തിലേക്ക് നാമവരുടെ സഹോദരൻ സ്വാലിഹിനെ (നിയോഗിച്ചു). അദ്ദേഹം അവരോട് പറഞ്ഞു: എന്റെ ജനമേ, നിങ്ങൾ അല്ലാഹുവിന് ഇബാദത്ത് ചെയ്യുവിൻ. അവനല്ലാതെ നിങ്ങൾക്ക് വേറെ ഇലാഹില്ല. അവൻ നിങ്ങളെ ഭൂമിയിൽ നിന്ന് ജനിപ്പിക്കുകയും, ഭൂമിയിൽ (പുനർ നിർമ്മിച്ച് ജനവാസ യോഗ്യമാക്കാൻ) അധിവസിപ്പിക്കുകയും ചെയ്തിരിക്കുന്നു..' (വി. ഖു. 11 : 61).

യജമാനനായ ദൈവത്തിന് ദാസ്യ വൃത്തി (ഇബാദത്ത്) ചെയ്യുക എന്നും ഖുർആൻ ഈ ഉത്തരവാദിത്ത നിർവ്വഹണത്തെ വിശേഷിപ്പിക്കുന്നുണ്ട്. "നിങ്ങളിൽ, വിശ്വാസികളായി അനുയോജ്യമായ പ്രവർത്തനങ്ങളിൽ ഏർപ്പെടുന്നവരെ, അവരുടെ മുൻഗാമികളെ പ്രതിനിധികളാക്കിയ പോലെ, ഭൂമിയിൽ പ്രതിനിധികളാക്കാമെന്ന് അല്ലാഹു വാഗ്ദാനം ചെയ്തിരിക്കുന്നു. അപ്രകാരം തന്നെ അല്ലാഹു അവർക്ക് സസന്തോഷം നൽകി ആദരിച്ച ജീവിത സരണി സൗകര്യപ്പെടുത്തി കൊടുക്കുകയും ചെയ്യും. ഭയപ്പാടിന് ശേഷം നിർഭയത്വം പകരമായി നൽകും. അതിനാൽ അവരെനിക്ക് ദാസ്യ വൃത്തി ചെയ്യട്ടെ. എന്നിൽ മറ്റൊന്നിനെയും പങ്ക് ചേർക്കാതിരിക്കട്ടെ. എന്നിട്ടും ആരെങ്കിലും നിഷേധികളായാൽ അവർ തന്നെയാണ് അധർമ്മകാരികൾ". (വി. ഖു. 24 : 55)

ഭൂമിയെ പുനർ നിർമ്മിച്ച് വികസിപ്പിച്ച് വാസ യോഗ്യമാക്കി തീർക്കുകയും, സുഖാഢംബരങ്ങളുടെ പറുദീസയാക്കി മാറ്റാനുമുള്ള ധർമ്മമാണ് ഖിലാഫത്തിലൂടെ അല്ലാഹു മനുഷ്യരെ ഏൽപ്പിച്ചത്. അഥവാ ഭൂമിയിൽ മനുഷ്യർക്ക് ക്ഷേമവും സൗഖ്യവും സമാധാനവും ഉറപ്പ് വരുത്തുന്ന നിർമ്മിതികൾ ഉണ്ടാക്കുക എന്നതാണ് പ്രതിനിധിയായ മനുഷ്യന്റെ ജന്മ ബാധ്യത.

നിഷ്കൃഷ്ടമായ ദൈവിക നീതി പുലർത്തിക്കൊണ്ട് അതി സൂക്ഷ്മമായി തന്നെ വേണം പ്രസ്തുത നിർമ്മിതി ഭൂമിയിലുടനീളം നിർവ്വഹിക്കാൻ എന്നതും, പ്രാതിനിധ്യത്തിന്റെ അടിസ്ഥാന ഘടകം തന്നെ. സ്വജന പക്ഷപാത ചിന്തകൾക്കതീതമായി അഴിമതി രഹിത തുല്യതാ പരിഗണന എല്ലാ സൃഷ്ടി ജാലങ്ങൾക്കും ലഭ്യമാക്കുക എന്നതാണ് പ്രാതിനിധ്യത്തിന്റെ അടിസ്ഥാന ഭാവമായ ഈ നീതി ബോധത്തിന്റെ താൽപര്യം. ഈ നീതി നിർവ്വഹണത്തിലൂടെ മാത്രമേ,

ഭൂമിയിൽ സൌഖ്യവും സമാധാനവും ശാന്തിയും പുലരുകയുള്ളൂ.

ഈ പ്രാതിനിധ്യത്തിന് മറ്റൊരു സവിശേഷ തലം കൂടിയുണ്ട്,. സമസൃഷ്ടി ജീവ ജാലങ്ങൾക്കൊക്കെ നന്മയുടെ ആർദ്രമായ തണലും കരുത്തുമായി മാറുക എന്നതാണത്. പ്രതിനിധിയായി നിശ്ചയിക്കപ്പെട്ട മനുഷ്യൻ 'ഇഹ്സാന്റെ' പര്യായമായിരിക്കണം എന്നാണ് ഖുർആൻ നിർബന്ധ പൂർവ്വം ഉണർത്തുന്നത്. നീതിയോടോപ്പമാണ് നന്മയുടെ സ്ഥാനം ഖുർആൻ നിശ്ചയിച്ചിരിക്കുന്നത്.

'അല്ലാഹു നീതിയും നന്മയും അനുശാസിക്കുന്നു. അടുത്ത ബന്ധുക്കൾക്ക് നൽകാനും. അശ്ലീലതയും തിന്മയും അതിക്രമവും വിരോധിക്കുകയും ചെയ്യുന്നു. നിങ്ങൾ ഓർത്തിരിക്കാൻ അവൻ നിങ്ങളെ ഉൽബോധിപ്പിക്കുന്നു (വി. ഖു. 16 : 90).

സ്വന്തം ആവശ്യങ്ങൾ മാറ്റിവെച്ചും മറ്റുള്ളവരുടെ ആവശ്യങ്ങൾക്ക് പരിഗണന നൽകലാണ് സത്യവിശ്വാസത്തിന്റെ കാതൽ എന്ന് ഖുർആൻ പഠിപ്പിക്കുന്നുണ്ട്. '.....തങ്ങൾക്ക് പ്രത്യേകമായി ആവശ്യമുള്ളതോടൊപ്പം തന്നെ, സ്വന്തത്തെക്കാൾ മറ്റുള്ളവർക്ക് പ്രാമുഖ്യം നൽകുമവർ. മനസ്സിന്റെ ലുബ്ദ് അതിജീവിച്ചവരാരോ, അവരാണ് വിജയികൾ' (വി. ഖു. 59 : 9).

ഇഹ്സാൻ എന്താണെന്ന് ഒരിക്കൽ ഒരാൾ പ്രവാചകനോട് ചോദിച്ചു. അദ്ദേഹം പറഞ്ഞു: 'നീ അല്ലാഹുവിനെ കാണുന്നു എന്ന് നിനച്ച് അവന് ഇബാദത്ത് ചെയ്യുക. നീ അവനെ കാണുന്നില്ലെങ്കിലും അവൻ നിന്നെ കാണുന്നുണ്ടല്ലോ'. അല്ലാഹുവിനുള്ള ഇബാദത്ത് തന്നെയാണ് പ്രാതിനിധ്യമെന്ന് നാം നേരത്തെ വിശദീകരിച്ചതാണ്.

ഇഹ്സാൻ അഥവാ മാനവ സേവനം തന്നെയാണ് ഇബാദത്ത് എന്നാണ് പ്രവാചകൻ പഠിപ്പിക്കുന്നത്. 'ഇബാദത്ത്' എന്ന സാങ്കേതിക പദം, മനുഷ്യന്റെ അല്ലാഹുവിനുള്ള സമർപ്പണത്തെ ഉൾക്കൊള്ളുന്ന പോലെ തന്നെ, മനുഷ്യ സേവന പ്രവർത്തനങ്ങൾ കൂടി ഉൾക്കൊള്ളാൻ മാത്രം വ്യപ്തമാണ് എന്നർത്ഥം.

'സ്വാലിഹ്' ആയ പ്രവർത്തനങ്ങൾ കൊണ്ട് ജീവിതം ധാന്യമാക്കാനുള്ള നിരന്തരമായ ഖുർആന്റെ ആഹ്വാനവും അതേ നിർമ്മാണ വികസന പ്രക്രിയയെയാണ് ധ്വനിപ്പിക്കുന്നത്. നമസ്കാരത്തെ കുറിച്ച് 67 തവണ ഖുർആനിൽ ആവർത്തിച്ചപ്പോൾ 167 തവണയാണ് ക്രിയാത്മക പ്രവർത്തനങ്ങൾ ചെയ്യുന്നതിനെ

സൂചിപ്പിച്ച് കൊണ്ട് 'വഅമിലുസ്സ്വാലിഹാത്ത്' എന്ന പ്രയോഗം ഖുർആൻ നടത്തിയിരിക്കുന്നത്.

ചുരുക്കിപ്പറഞ്ഞാൽ, സ്രഷ്ടാവിനെ പോലെ അതുല്യനും, അന്യൂനനുമായ സൃഷ്ടി കർത്താവാകാൻ മനുഷ്യന് സാധിച്ചില്ലെങ്കിലും, സർഗ്ഗ പരതയുള്ള നിർമ്മാതാവും ഉൽപാദകനുമാകാൻ മനുഷ്യന് കഴിയും. നീതി പൂർവ്വകമായ വിതരണവും ഏറെക്കുറെ സമ്പൂർണ്ണമെന്ന് പറയാവുന്ന വിധം നന്മയുടെ വ്യാപനവും മനുഷ്യ സാധ്യത്തിൽ പെട്ടതാണ്. അവ ഭൂമിയിൽ നിർവഹിക്കാനുള്ള ബാധ്യതയാണ്, അല്ലാഹു മനുഷ്യനെ, അവന്റെ പ്രതിനിധിയായി നിയോഗിച്ച് കൊണ്ട്, ഏൽപ്പിച്ചിരിക്കുന്നത്.

അമാനത്താകുന്ന പ്രാതിനിധ്യം

മനുഷ്യന്റെ പ്രാതിനിധ്യത്തെ പരാമർശിച്ച് കൊണ്ട് തന്നെയാണ് ഖുർആനിലെ 'അമാനത്ത്' എന്ന പദവും ഉപയോഗിച്ചിരിക്കുന്നത്. "ഭൂവാനങ്ങൾക്കും പർവ്വതങ്ങൾക്കും നാം അമാനത്ത് പ്രദർശിപ്പിച്ചു. അവ അതേറ്റെടുക്കാൻ വിസമ്മതിക്കുകയും നിസ്സഹായത പ്രകടിപ്പിക്കുകയും ചെയ്തു. അങ്ങിനെ പിന്നീടത് മനുഷ്യൻ ഏറ്റെടുത്തു. അവൻ അത്യധികം മാർഗ്ഗഭ്രംശിയും അങ്ങേയറ്റത്തെ അജ്ഞാനിയുമായിരുന്നു". (വി. ഖു. 33 : 72).

അമാനത്തെന്നാൽ വിശ്വസ്തതയോടെ ഏൽപ്പിക്കപ്പെടുന്ന വസ്തുവോ. ചെയ്തു തീർക്കാനുള്ള ഉത്തരവാദിത്വമോ ഒക്കെയാകാം. മുഖ്യമായും നാല് തലങ്ങളിലുള്ള അമാനത്തുകളാണ് അല്ലാഹു മനുഷ്യനെ ഏൽപിച്ചത് എന്ന് കാണാം.

ഒന്ന് ജീവിതമാകുന്ന അമാനത്ത്. അല്ലാഹു മനുഷ്യർക്ക് നൽകിയ അവന്റെ വരദാനമാണ് ജീവനും ജീവിതവും. തിരികെ വിളിക്കപ്പെടുന്നതിന് മുൻപ് ഇഹ ലോകത്ത് നിർവ്വഹിക്കാനായി ചില ദൗത്യങ്ങൾ ഏൽപ്പിച്ച് കൊണ്ടാണ് അല്ലാഹു ഈ ജീവിതം മനുഷ്യർക്ക് നൽകിയത് എന്ന് മാത്രം.

ഈ ജീവിതത്തിനൊരു അർത്ഥവും ലക്ഷ്യവുമുണ്ട്. മനുഷ്യരെ സൃഷ്ടിച്ചത് വെറുതെയല്ല എന്ന് ഖുർആൻ തന്നെ അനുസ്മരിക്കുന്നു. 'നാം നിങ്ങളെ വ്യർത്ഥമായി സൃഷ്ടിച്ചതാണെന്ന് നിങ്ങൾ

വിചാരിച്ചുവോ? നിങ്ങളാരും നമ്മിലേക്ക് മടക്കപ്പെടുകയില്ലെന്നും' (വി. ഖു. 23 : 99).

നേരത്തെ സൂചിപ്പിച്ച പോലെ ഭൂമിയുടെ വികസന പ്രക്രിയയുടെ ചുമതല, നീതി നിർവ്വഹണത്തിന്റെ ബാധ്യത, ഭൂമിയിലെ സകല ചരാചരങ്ങൾക്കും ആവോളം അനുഭവിക്കാനാകുമാറ് നന്മയുടെ പ്രസരണം എന്നിങ്ങനെ മനുഷ്യനെ വിശ്വസ്തതയോടെ ചെയ്യാനായി ഏൽപ്പിക്കപ്പെട്ട ഉത്തരവാദിത്തത്തെയാണ് മറ്റൊരു ധർമ്മമായി (അമാനത്ത്) കാണാനൊക്കുക.

ജീവിതമാകുന്ന അമാനത്ത് വിജയകരമായി നിർവ്വഹിച്ച് തീർക്കാൻ അനുയോജ്യമാം വിധം പ്രവിശാലമായി വിതാനിക്കപ്പെട്ട ഈ പ്രപഞ്ചമാണ് മറ്റൊരമാനത്ത്. സസൂക്ഷ്മം ഉത്തരവാദിത്ത ബോധത്തോടെ നീതി പൂർവ്വം കൈകാര്യം ചെയ്യപ്പെടേണ്ട ഒരു അമാനത്ത് എന്ന നിലയിൽ അല്ലാഹു മനുഷ്യന്റെ കരങ്ങളിൽ അതിനെ ഏൽപിച്ചിരിക്കുകയാണ്. വിശ്വസ്തമായി അതിനെ കൈകാര്യം ചെയ്യണമെന്ന നിബന്ധനയോടെ.

കൂടാതെ മറ്റൊരമാനത്ത് കൂടി അല്ലാഹു മനുഷ്യരെ ഏൽപിച്ചിരിക്കുന്നു. ഭൂമിയിൽ ജീവിതം നിർവിഘ്നം നിർവ്വഹിക്കാൻ അനിവാര്യമായ, മനുഷ്യന്റെ സർഗ്ഗപരമായ വൈഭവങ്ങളും കഴിവുകളും.

ജീവിതം മാത്രമല്ല ജീവിക്കാനാവശ്യമായ വസ്തുക്കളും കഴിവുകളുമൊക്കെ ഔദാര്യപൂർവ്വം നൽകി ആദരിച്ച ശേഷം, തന്റെ നിർണ്ണിത പ്രകൃതിക്ക് അനുരോധമായി, സ്വതന്ത്രരായി ജീവിച്ച്, തന്റെ ദൗത്യ നിർവഹണത്തിൽ ഏർപ്പെടണമെന്ന ആഹ്വാനവുമായി, മനുഷ്യനെ ഈ ഭൂമിയിൽ നിവസിപ്പിച്ചിരിക്കുകയാണ് അല്ലാഹു.

അന്ത്യ നാളിൽ നാലു കാര്യങ്ങളെക്കുറിച്ചു വിചാരണ ചെയ്യപ്പെടാതെ ഒരു ദൈവ ദാസന്റെയും കാൽപാദങ്ങൾ മുന്നോട്ട് നീങ്ങുകയില്ല എന്ന് ഖുർആന്റെ സാരാംശമായി പ്രവാചകൻ പഠിപ്പിക്കുന്നുണ്ട്. തന്റെ ആയുസ്സ് എങ്ങിനെ ചിലവഴിച്ചു എന്നും, തന്റെ ആരോഗ്യം എന്തിന് വേണ്ടി വിനിയോഗിച്ചു എന്നും, ധനം എങ്ങിനെ സമ്പാദിച്ചുവെന്നും എങ്ങിനെയൊക്കെ ചിലവഴിച്ചുവെന്നും, ജ്ഞാനം എന്തിനായി വിനിയോഗിച്ചുവെന്നും.

മനുഷ്യന്റെ എല്ലാം ‘അമാനത്ത്’ ആയി ലഭ്യമായതാണെന്നും അവയൊക്കെ നിയതവും അർഹവുമായ വിധമേ വിനിയോഗിക്കാവൂ, ഇല്ലെങ്കിൽ ചോദിക്കപ്പെടും എന്നുമാണ് പ്രസ്തുത വചനം സൂചിപ്പിക്കുന്നത്.

എന്നാലും മനുഷ്യനെ സത്യസന്ധമായി ഏൽപ്പിച്ച പ്രാതിനിധ്യമെന്ന ധർമ്മം തന്നെയാണ് മുഖ്യമായും അമാനത്ത് കൊണ്ട് വിവക്ഷിക്കപ്പെടുന്നത്. അത് അവന്റെ സമ്പൂർണ്ണ ജീവിതം തന്നെയാണ്. ജീവിതം സ്വാഭിലാഷമനുസരിച്ച് മനുഷ്യന് ലഭിച്ചതല്ല. എവിടെ എപ്പോൾ എങ്ങിനെ ജനിക്കണമെന്നത് മനുഷ്യന്റെ തിരഞ്ഞെടുപ്പിൽ പെട്ടതുമല്ല. ജീവിതാന്ത്യവും അവന്റെ തിരഞ്ഞെടുപ്പിന് വിധേയമല്ല.

’അവസാന നിമിഷത്തെക്കുറിച്ചുള്ള അറിവ് അല്ലാഹുവിന്റെ പക്കലാണ്. മഴ വർഷിപ്പിക്കുന്നതും അവൻ തന്നെ. ഗർഭാശയങ്ങളിൽ എന്താണ് വളരുകയെന്നും അവനറിയാം. നാളെ എന്തൊക്കെ ആർജ്ജിക്കുമെന്ന് ഒരാൾക്കുമറിയില്ല. ഏത് ഭൂമിയിൽ വെച്ചാണ് മരണമെന്നും ഒരുത്തനുമറിയില്ല. നിശ്ചയം അല്ലാഹു തന്നെയാണ് സൂക്ഷ്മ ജ്ഞാനിയും അതി വിദഗ്ധനും. (വി. ഖു. 31 : 34).

നൈസർഗ്ഗിക മനുഷ്യൻ

ആകാരത്തിൽ മനുഷ്യനെക്കാൾ വലിയ സൃഷ്ടികളായ, ആകാശ ഭൂമികളും പർവ്വതങ്ങളുമൊക്കെ ഏറ്റെടുക്കാൻ വിസമ്മതിച്ച ദൗത്യമാണ് മനുഷ്യൻ ഏറ്റെടുത്തിരിക്കുന്നത്. എന്ത് കൊണ്ടാണ് അല്ലാഹുവിന്റെ സൃഷ്ടിജാലങ്ങളിൽ താരതമ്യേന ചെറുതായ മനുഷ്യന് മാത്രം അതേറ്റെടുക്കാനായി?.

മറ്റൊന്നുകൊണ്ടുമല്ല; അത്തരമൊരു അമാനത്ത് ഏറ്റെടുക്കാൻ മനുഷ്യൻ യോഗ്യനായത്, ദൈവം അവനെ പ്രത്യേകമായി സുസജ്ജനാക്കിയത് കൊണ്ട് മാത്രമാണ്. തന്റെ ജ്ഞാന വിജ്ഞാനീയങ്ങളിൽ നിന്നും കഴിവുകളിൽ നിന്നും ആവശ്യമായതെല്ലാം മനുഷ്യന് ഉദാരതയോടെ നൽകിയാണ്, അല്ലാഹു അടിസ്ഥാന പരമായ ആ യോഗ്യത അവനിൽ നിക്ഷേപിച്ചത്. ആ യോഗ്യത കൈവരിക്കുന്നതിന് മുൻപ് മനുഷ്യൻ അക്രമിയായ

അജ്ഞാനിയായിരുന്നു എന്നാണല്ലോ ഖുർആൻ തന്നെ പറയുന്നത്.

ദൈവം മനുഷ്യനെ തന്റെ 'ചൈതന്യം' നൽകി ആദരിച്ച പോലെ തന്നെ, തന്റെ പ്രാവീണ്യങ്ങളും സ്വഭാവങ്ങളും നൽകി ആദരിച്ചു. 'അങ്ങിനെ നാം ആദാമിന് സർവ്വ നാമങ്ങളും പഠിപ്പിച്ചു". (വി. ഖു. 2 : 31).

ജീവ സന്ധാരണത്തിന് ഉതകും വിധം സകല നാമങ്ങളും പഠിപ്പിച്ചു എന്നാണ് പ്രകൃത വചനത്തെ പൊതുവെ വ്യാഖ്യാനിച്ച് പോരുന്നത്. എന്നാൽ സകല നാമങ്ങളും' എന്നത് കൊണ്ട് വിവക്ഷിതമാകുന്നത്, പദാർത്ഥങ്ങളുടെ നാമങ്ങൾ മാത്രമാണെന്ന് നിർണ്ണയിക്കപ്പെട്ടിട്ടില്ല. വസ്തുതകളുടെയും ഗുണങ്ങളുടെയും, സ്വഭാവങ്ങളുടെയും വൈഭവങ്ങളുടെയുമൊക്കെ നാമങ്ങളും അതിൽ പെടുമെന്ന് തീർച്ച.

നാമങ്ങളിൽ അതി വിശിഷ്ടമായതാണ് 'അസ്മാഉല്ലാഹിൽ ഹുസ്ന'. അഥവാ ദൈവത്തിന്റെ ഗുണ നാമങ്ങൾ. അല്ലാഹുവിന്റെ സമഗ്രമായ വൈഭവങ്ങളെയും കഴിവുകളെയും സ്വഭാവ സവിശേഷതകളെയുമാണ് ഗുണനാമങ്ങളൊക്കെ പ്രതീകവൽക്കരിക്കുന്നത്.

അല്ലാഹുവിന്റെ പകരക്കാരായ പ്രതിനിധികളായി പണിയെടുക്കേണ്ടവർക്ക്, അവരുടെ ദൗത്യ നിർവ്വഹണത്തിനും അതിജീവനത്തിനും ഏറ്റം അനിവാര്യമായത്, അതിനുള്ള കഴിവുകളും യോഗ്യതകളും ആണെന്നിരിക്കെ, മനുഷ്യനെ ദൈവം പഠിപ്പിച്ച നാമങ്ങളിൽ, ഭൂമിയിലെ അവന്റെ അതിജീവനത്തിനുള്ള വൈഭവങ്ങൾ പഠിപ്പിച്ചിട്ടുണ്ടാകുക സ്വാഭാവികം മാത്രം.

അതിജീവനത്തിനുള്ള വൈഭവങ്ങൾ എന്നാൽ, ഖിലാഫത്ത് (ഇബാദത്ത്/ അമാനത്ത്) യാഥാർഹം നിർവഹിക്കാനുള്ള പ്രാവീണ്യങ്ങൾ എന്നർത്ഥം. ആദമിനെ അഭ്യസിപ്പിച്ച സർവ്വനാമങ്ങളുമെന്ന് പറഞ്ഞതിൽ അവ കൂടി ഉൾപ്പെട്ടിട്ടുണ്ട് എന്ന കാര്യത്തിൽ തർക്കമേതുമുണ്ടാകേണ്ടതില്ല.

നേരത്തെ പരാമർശിച്ച പ്രാതിനിധ്യ പ്രവർത്തനങ്ങളൊക്കെയും (ഉൽപാദനം, നീതിപൂർവകമായ വിതരണം, നന്മയുടെ മികച്ച വ്യാപനം) സത്യത്തിൽ ഉരുവം പ്രാപിക്കുന്നത് ഈ വൈഭവങ്ങളിൽ നിന്നും പ്രാവീണ്യങ്ങളിൽ നിന്നുമാണ്.

എന്നാൽ ഒരുകാര്യം വ്യക്തമാണ്. ലോകത്തുള്ള സകലരും പദാർത്ഥങ്ങളെ ഒരേ നാമം ഉപയോഗിച്ചല്ല വ്യവഹരിക്കുന്നത്. ദേശ ഭാഷാ വ്യത്യാസങ്ങൾക്കും ജീവിത ചുറ്റുപാടുകൾക്കും അനുഗുണമായി ഭാഷാ പ്രയോഗങ്ങളിലും ശൈലികളിലും നാമങ്ങളിൽ തന്നെയും അന്തരങ്ങൾ കാണാനൊക്കും. ഒരേ വസ്തുവിന് പലേടത്തും നാമങ്ങൾ വ്യത്യസ്തമത്രെ.

ലോകത്ത് നിലവിൽ വരാൻ പോകുന്ന എല്ലാ ഭാഷകളിലുമുള്ള പേരുകൾ ആദമിനെ പഠിപ്പിച്ചു എന്ന് കരുതുന്നതിന്റെ ഔചിത്യം സംശയാസ്പദമാണ്. മാത്രമല്ല, നാമങ്ങൾ പഠിപ്പിച്ചു എന്ന് പറയുന്നതിലൂടെ സകല വിജ്ഞാനീയങ്ങളും പഠിപ്പിച്ച്, മനുഷ്യനെ സർവ്വജ്ഞനാക്കി എന്ന് നിരൂപിക്കാനും ന്യായമില്ല. 'വിജ്ഞാനീയങ്ങളിൽ നിന്ന് അൽപം മാത്രമേ നാം നിങ്ങൾക്ക് നൽകിയിട്ടുള്ളൂ' എന്ന് ഖുർആൻ തന്നെയാണ് പ്രഖ്യാപിച്ചത്.

എന്നാൽ, ഒന്നൊഴിയാതെ എല്ലാ മനുഷ്യനിലും ഏറ്റക്കുറച്ചിലുകളോടെ ആണെങ്കിലും കണ്ട് വരുന്ന ചില അടിസ്ഥാന മൂല്യങ്ങളും ഗുണങ്ങളുമുണ്ട്. അവന്റെ യോഗ്യതകൾ, നൈപുണ്യങ്ങൾ, വൈഭവങ്ങൾ, സർഗ്ഗാത്മകത, വൈദഗ്ധ്യം എന്നൊക്കെ വ്യവഹരിക്കാൻ പറ്റുന്ന ഗുണങ്ങളാണ് അവ. ദൈവത്തിന്റെ ഗുണനാമങ്ങളുമായി (അസ്മാഉല്ലാഹിൽ ഹുസ്ന) താദാത്മ്യം കൊള്ളുന്നവയുമാണ് അവയെല്ലാം.

നിർമ്മാണ വൈഭവം, ഉടമസ്ഥത, പരിപാലന ശേഷി, ഭരണ നൈപുണ്യം, സ്നേഹം, കാരുണ്യം, ദയ, ആർദ്രത, നീതി ബോധം, ജ്ഞാന തൃഷ്ണ എന്നിങ്ങനെ മനുഷ്യന്റെ അടിസ്ഥാന ഗുണങ്ങൾ ഒട്ടനവധി ഉണ്ട്. അവയാണ് മനുഷ്യനെ അതിജീവനത്തിന് യോഗ്യനാക്കുന്ന അവന്റെ മാനവികത. തന്റെ നിശ്ചിതമായ പ്രതിനിധാനത്തിന് യോഗ്യനാക്കും വിധം ദൈവം മനുഷ്യനിൽ നിക്ഷേപിച്ച ഗുണങ്ങളാണവ.

മനുഷ്യനെ തന്റെ പ്രതിനിധിയായി അല്ലാഹു ഭൂമിയിൽ ജീവിക്കാൻ യോഗ്യനാക്കുന്നത് തന്നെ, സ്വന്തം 'ചൈതന്യ'ത്തിൽ (റൂഹ്) നിന്ന് ഒരംശം അവനിലേക്ക് സന്നിവേശിപ്പിച്ച് ആദരിച്ച് കൊണ്ടാണല്ലോ. മണ്ണിനോട് ചേർന്ന് നിൽക്കാൻ മണ്ണിന്റെ സാരാംശങ്ങളും, സ്വാതന്ത്ര്യത്തിന്റെ അനന്ത വിഹായസ്സിലേക്ക് പറന്നുയരാൻ

ബന്ധനങ്ങളറിയാത്ത ദൈവത്തിന്റെ ചൈതന്യവും!.

കൂടാതെ ഉയർച്ചയിൽ വിണ്ണിനോട് ചേരാൻ വെമ്പുന്ന മനുഷ്യനെ, ദൈവ സ്പർശമുള്ള സർഗ്ഗ വിശുദ്ധ മൂല്യങ്ങളുടെയും ഗുണങ്ങളുടെയും കഴിവുകളുടെയും വൈഭവങ്ങളുടെയും സാരാംശങ്ങളും നൽകിയാണ് തന്റെ പ്രതിനിധിയായി അല്ലാഹു ഭൂമിയിൽ വിന്യസിച്ചത്. തന്റെ കാരുണ്യത്തെ നൂറായി വിഭജിച്ച്, അതിലൊരംശം മാത്രം ഭൂമിയിലേക്കിറക്കിയതിൻ ഫലമാണ് ഇവിടെ കരുണയുടെ മഹാ സാഗര സാന്നിദ്ധ്യം അനുഭവപ്പെടുന്നത് എന്ന് പ്രവാചകൻ അനുസ്മരിക്കുന്നുണ്ട്. മനുഷ്യ ഹൃദയങ്ങളിലും കാരുണ്യക്കടൽ അലയടിക്കുന്നുണ്ട്. വിശുദ്ധ ഖുർആനും അതിന്റെ അലയൊലികളാൽ സമ്പന്നമാണ്.

അതിനാലാകാം പ്രവാചകന്റെ സ്വഭാവം മുഴുക്കെ ഖുർആനായിരുന്നു എന്ന് ആയിഷ(റ) സമ്മതിക്കുന്നത്. ഖുർആനിൽ തന്നെയാണല്ലോ അല്ലാഹുവിന്റെ വിശുദ്ധ ഗുണനാമങ്ങൾ ആവർത്തിച്ച് പരാമർശിക്കപ്പെട്ടനത്. ആ സ്വഭാവ ഗുണങ്ങൾ ഉൾക്കൊണ്ട് തന്നെയായിരുന്നു പ്രവാചകൻ ജീവിച്ചത് എന്ന് തന്നെ വായിക്കപ്പെടേണ്ടതുണ്ട്.

അപ്പോൾ പ്രവാചകനെ അനുധാവനം ചെയ്യുന്ന മനുഷ്യരും അതുൾക്കൊണ്ട് തന്നെയാണ് ജീവിക്കേണ്ടത്. തൊണ്ണൂറ്റി ഒൻപതോ അതിൽ കൂടുതലോ ആയി പണ്ഡിതന്മാർ പരിചയപ്പെടുത്തിയിട്ടുള്ള അല്ലാഹുവിന്റെ വൈഭവങ്ങളിൽ സുപ്രധാനമായത്, നിസ്തുലമായ സൃഷ്ടി പരിപാലന വൈഭവം തന്നെയാണ്. അതോടൊപ്പം നീതിപൂർവ്വകവും സുഗമവുമായ പരിപാലനത്തിന് അനിവാര്യമായ പ്രാപഞ്ചിക നീതിന്യായ വ്യവസ്ഥയുടെ സാന്മാർഗ്ഗിക വിധാതാവായിരിക്കുക എന്നതും അവന്റെ തന്നെ കഴിവുകളിൽ പെട്ടതത്രെ.

പ്രാതിനിധ്യമെന്ന മഹാ ദൗത്യം നിർവ്വഹിക്കാൻ, അത്തരം വൈഭവങ്ങളിലൊക്കെ അല്ലാഹുവെ അനുകരിക്കുക മാത്രമേ മനുഷ്യന് കരണീയമായിട്ടുള്ളൂ. അതിനാൽ തന്നെയാണ് ജീവിതത്തിലുടനീളം ദൈവ സ്മരണ പുലർത്തി ജീവിക്കുന്നവനായിരിക്കും അവനെന്ന് ഖുർആൻ അനുസ്മരിക്കുന്നത്.

'നിന്നും ഇരുന്നും കിടന്നും അല്ലാഹുവെ സ്മരിക്കുന്നവരാണവർ. ആകാശ ഭൂമികളുടെ സൃഷ്ടിപ്പിനെക്കുറിച്ചും അവർ ചിന്തിക്കും. (എന്നിട്ടവർ സമ്മതിക്കും) നാഥാ, നീ ഇതൊന്നും അനാവശ്യമായി സൃഷ്ടിച്ചതല്ല. നീ പരിശുദ്ധനത്രേ. നാരകീയ താഢനത്തിൽ നിന്ന് നീ ഞങ്ങളെ സംരക്ഷിക്കേണമേ' (വി. ഖു. 3 : 191).

അല്ലാഹുവിന്റെ പ്രാതിനിധ്യം വഹിച്ച് അവന്റെ സഹായികളായി ജീവിക്കാനാണ് ഭൂമിയിൽ മനുഷ്യരെ അധിവസിപ്പിച്ചത് എന്നാണ് പറഞ്ഞ് വന്നതിന്റെ താൽപര്യം. അല്ലാഹുവിന്റ അനുമതിയോടെയും അനുഗ്രഹാശിസ്സുകളോടെയും ഈ ഭൂമിയെ പുഷ്കലമാക്കി മാറ്റലാണ് മനുഷ്യർക്കിവിടെ നിർവഹിക്കാനുള്ള യഥാർത്ഥ ധർമ്മം.

'അല്ലയോ സത്യത്തെ പുൽകിയവരെ, നിങ്ങൾ അല്ലാഹുവെ സഹായിച്ചാൽ അവൻ നിങ്ങളെയും സഹായിക്കും. നിങ്ങളുടെ പാദങ്ങൾക്ക് സ്ഥൈര്യം നൽകുകയും ചെയ്യും' (വി. ഖു. 47 : 7).

മനുഷ്യനെ, അല്ലാഹു തന്നെ നിശ്ചയിച്ചേൽപിച്ച പ്രധിനിധ്യമെന്ന ദൗത്യം നിർവഹിക്കാനായി തന്റെ തന്നെ സവിശേഷ ഗുണങ്ങളിൽ നിന്ന് കഴിവും ശേഷിയും നൽകി ആദരിച്ചു. അത് വഴി മനുഷ്യന് അല്ലാഹുവിനുള്ള ദാസ്യ വൃത്തി ചെയ്യാൻ അവനെ പ്രാപ്തനാക്കും വിധം സകല വിദ്യകളും അഭ്യസിപ്പിച്ചു.

അവയിൽ സുപ്രധാനമത്രെ, അറിവ് നേടാനുള്ള മനുഷ്യന്റെ അപാരമായ കഴിവ്. അപ്രകാരം തന്നെ തന്റെ ജ്ഞാന ബോധങ്ങളെ പ്രകാശിപ്പിക്കാനും തലമുറകൾക്ക് കൈമാറാനുമുള്ള വിദ്യയെന്ന നിലയിൽ ആവിഷ്കാര ശേഷിയും ഭാഷയും സ്വാതന്ത്ര്യവും ദാനമായി നൽകി, അവൻ മനുഷ്യനെ ആദരിച്ചു.

അതിനാൽ തന്നെ ആദമിനെ സകല നാമങ്ങളും പഠിപ്പിച്ചു (അല്ലമ ആദമൽ അസ്മാഅ കുല്ലഹാ) എന്നതിന്, മനുഷ്യന് ദൈവത്തിന്റെ പ്രാതിനിധ്യമാകുന്ന, അവന്റെ നിയോഗ ദൗത്യം യാഥാർഹം നിർവ്വഹിക്കാനാകും വിധം, ദൈവിക വൈഭവങ്ങളെ സൂചിപ്പിക്കുന്ന ഗുണനാമങ്ങൾ സർവ്വതും പഠിപ്പിച്ചു യോഗ്യരാക്കി എന്ന് വായിക്കുമ്പോഴാണ് അർത്ഥപൂർണ്ണമാകുന്നത്. അങ്ങിനെയാണ് മനുഷ്യൻ സമ്പൂർണ്ണമായി ആദരണീയനാകുന്നത്. അതാണ് മനുഷ്യൻ അവന്റെ അതിജീവനത്തിനായി പ്രയോജനപ്പെടുത്തുന്ന സ്വന്തം സർഗ്ഗാത്മക കഴിവുകൾ.

അവ മനുഷ്യരിൽ അല്ലാഹു നിക്ഷേപിച്ച സ്വന്തം പ്രകൃതിയാണ്. അതിനാലാണവ മനുഷ്യന്റെ പ്രകൃതിയായിത്തീർന്നതും. 'അതിനാൽ നിഷ്കളങ്ക മാനസനായി നീ സർഗ്ഗ വ്യവസ്ഥക്ക് (ദീൻ) വിധേയനാകുക. അഥവാ, അല്ലാഹുവിന്റെ പ്രകൃതിക്ക്. അവൻ അതേ പ്രകൃതിയിലാണ് ജനങ്ങളെയും പടച്ചത്. അല്ലാഹുവിന്റെ സൃഷ്ടിപ്പിൽ മാറ്റം വരുത്തരുത്. അതാണ് അവക്രമായ സർഗ്ഗ വ്യവസ്ഥ. പക്ഷേ, അധികമാളുകളും അത് മനസ്സിലാക്കുന്നില്ല'. (വി. ഖു. 30 : 30).

അത് കൊണ്ടാണ് മനുഷ്യന്റെ കലാ സാഹിത്യ സാംസ്കാരിക പ്രവർത്തനങ്ങളടക്കമുള്ള സകല സർഗ്ഗാത്മക ആവിഷ്കാരങ്ങളും, പ്രകൃതിപരവും ദൈവ ദത്തവുമാണ് എന്ന് പറയേണ്ടി വരുന്നത്. സംഗീതവും നാടകവും നടനവും നർത്തനവുമൊക്കെ ജീവിതമാകുന്ന സമൂലമായ ആവിഷ്കാരത്തിന്റെ അവിഭാജ്യ ഭാവങ്ങളും ഭാഗങ്ങളുമാകുന്നത്. അവയൊക്കെ ഖിലാഫത്തിന്റെ നിർവ്വഹണത്തിന് അനിവാര്യങ്ങളായ ഗുണങ്ങളായി അല്ലാഹു മനുഷ്യനിൽ നിക്ഷേപിച്ചതാണ് എന്നർത്ഥം.

അത്തരം ചോദനകളൊക്കെ പ്രകൃതിപരവും സ്വാഭാവികങ്ങളുമാണ്. സ്വാഭാവികതകളെ നിരാകരിക്കാനോ, നിഷേധിക്കാനോ, തിരസ്കരിക്കാനോ, നിരോധിക്കാനോ നമുക്കാർക്കും അവകാശമില്ല. നിരാകരണം പ്രകൃതിയെ തന്നെ നിരാകരിക്കലാണ്. ദൈവികമായി നൽകപ്പെട്ട സ്വാഭാവികതകളെയും സ്വാതന്ത്ര്യങ്ങളെയും നിഷേധിക്കലോ നിരോധിക്കലോ ആണ്. ഇസ്ലാമിന്റെ ആദർശ വാക്യം മനുഷ്യ ജീവിതത്തിന് ഉറപ്പ് നൽകുന്ന മൗലികാവകാശങ്ങളുടെ തിരസ്കാരവും ലംഘനവുമായി തീരുമത്.

സന്തുലിതമാകുന്ന 'വസത്വിയ്യത്'

പക്ഷെ, ഖുർആൻ പ്രതിനിധാനം ചെയ്യുന്ന സാംസ്കാരിക വികാസത്തിന്റെ സവിശേഷമായൊരു അടിത്തറയുണ്ട്. അതത്രേ 'വസതിയ്യത്ത്'. മധ്യമം, സന്തുലിതം. മിതത്വം, എന്നൊക്കെ വസാത്വിയ്യതിനെ വിവക്ഷിക്കാം. അതിന്റെ ആന്തരിക ഭാവം കേവല നീതി തന്നെയാണ്.

ത്രാസിന്റെ രണ്ടറ്റങ്ങളും സമീകരിച്ച് മദ്ധ്യേയുള്ള സൂചി, യാതൊരു വിധ ചാഞ്ചാട്ടവുമില്ലാതെ മുകളിലോട്ട് ലംഭമായി നിൽക്കുമ്പോഴാണ് കേവലമായ നീതി സാക്ഷാത്കരിക്കപ്പെടുക. അങ്ങിനെ ഭൂമിയിൽ നീതിയുടെ സന്തുലിതത്വം നില നിർത്തുക എന്ന ദൗത്യവുമായാണല്ലോ എക്കാലത്തുമുള്ള ജന സഞ്ചയം ഉയിർകൊണ്ടത്.

'വ്യക്തമായ തെളിവുകളോടെ നാം നമ്മുടെ ദൂതന്മാരെ നിയോഗിച്ചിരുന്നു. ജനങ്ങൾ നീതി നടപ്പിലാക്കാൻ, അവർക്കൊപ്പം വേദ പുസ്തകവും ത്രാസും ഇറക്കി. മാത്രമല്ല, നാം ഇരുമ്പും ഇറക്കി. അതിന് കഠിനമായ ശക്തിയുണ്ട്. ജനങ്ങൾക്ക് ധാരാളം ഉപകാരങ്ങളുമുണ്ട്. കാഴ്ചക്കപ്പുറം തന്നെയും തന്റെ ദൂതനെയും ആരൊക്കെ സഹായിക്കുമെന്ന് അല്ലാഹുവിന് തിരിച്ചറിയാനാണത്. തീർച്ചയായും അല്ലാഹു ശക്തനും അജയ്യനുമത്രേ' (വി. ഖു. 57 : 25).

'അപ്രകാരം, നാം നിങ്ങളെ, ജനങ്ങൾക്ക് (നീതിയുടെ) സാക്ഷികളാകാൻ, ഒരു മധ്യമ സമുദായമാക്കി തീർത്തിരിക്കുന്നു. പ്രവാചകൻ നിങ്ങൾക്കും സാക്ഷിയാകാൻ...' (വി. ഖു. 2 : 143).

തന്റെ വിശ്വാസത്തിലും അനുഷ്ഠാനങ്ങളിലും മറ്റ് ജീവ സന്ധാരണ വഴികൾ തിരഞ്ഞെടുക്കുന്നതിലുമൊക്കെ, സർവ്വതന്ത്ര സ്വതന്ത്രനായിരിക്കെ തന്നെ, വ്യക്തിതാൽപര്യങ്ങൾ സമൂഹ താൽപര്യങ്ങളുമായി കൂട്ടിമുട്ടി സംഘർഷാവസ്ഥ സംജാതമാകാതെ പരിരക്ഷിക്കപ്പെടാൻ, വിശ്വാസിയായ മനുഷ്യൻ സമചിത്തതയോടെ മിതവും സന്തുലിതവുമായ സമീപനങ്ങൾ സ്വീകരിക്കാൻ ബാധ്യസ്ഥനാണ് എന്നാണ് ഖുർആൻ അനുസ്മരിക്കുന്നത്. അതിനാൽ അവന്റെ സർഗ്ഗ പരമായ ആവിഷ്കാരങ്ങളൊക്കെയും ആ മധ്യമ സ്വഭാവം സ്വീകരിച്ച് കൊണ്ടായിരിക്കണം എന്നതാണ് ഖുർആന്റെ ഉൽബോധനം.

അമിതമായാൽ അമൃതും വിഷമാണെന്നത് സനാതനമായൊരു തത്വമത്രെ. സർഗ്ഗാത്മകത തന്നെ ആണെന്നിരിക്കിലും, വ്യക്തി നിഷ്ഠമായതോ അല്ലാതെയോ ഉള്ള ഏത് പ്രവർത്തനങ്ങളും അസന്തുലിതമായി സമൂഹ മദ്ധ്യേ വളർച്ച പ്രാപിക്കുമ്പോൾ സ്വാഭാവിക സന്തുലിതത്വത്തിലേക്ക് ജീവിതത്തെ മടക്കി കൊണ്ട് വരാൻ വ്യവസ്ഥാനുസാരം നിലപാടുകളെടുക്കാൻ സമൂഹത്തിനും

ബാധ്യത വന്നേക്കും.

ഇസ്ലാമിന്റെ പ്രവാചക കാലഘട്ടത്തിൽ അത്തരം നിലപാടുകൾ സ്വീകരിക്കുന്നതിന്റെ നിരവധി അനുഭവങ്ങൾ കണ്ടെത്താനാകും. ചില സന്ദർഭങ്ങളിൽ കവിതയും പാട്ടും സംഗീതവും പോലുള്ള സർഗ്ഗപരമായ ആവിഷ്കാരങ്ങൾക്ക് വിലക്കുകളേർപ്പെടുത്തിയ നിലപാടുകളുണ്ടായത് അത്തരം ചില സവിശേഷ സന്ദർഭങ്ങളിലാണ്.

കവിത, സംസ്കാരിക വളർച്ചയുടെ മാപിനിയാകുന്നതിന് പകരം, ഒരു സാമൂഹിക ജ്വരമായി കത്തിപ്പടരുകയും, ജനങ്ങളിലധികവും തികഞ്ഞ കാൽപനിക ലോകത്ത് നിഷേധാത്മകമായി വിഹരിച്ച്, പൈശാചികതകളുടെ അതിപ്രസരണത്തിന് ഹേതുവായി തീരുകയും ചെയ്തപ്പോഴാണ്, വിശുദ്ധ ഖുർആൻ അതിനെ നിരൂപണാത്മകമായി വിലയിരുത്തിയത്.

'(പ്രവാചകരെ) ചോദിക്കുക: ആർക്കാണ് അസുര ബാധയേൽക്കുകയെന്ന് ഞാൻ പറഞ്ഞു തരേണമോ. അപവാദങ്ങളും ദുഷിപ്പും പ്രചരിപ്പിക്കുന്നവർക്കാണ് അതുണ്ടാകുക. അവർ ചെവി കൂർപ്പിച്ച് കേൾക്കും. അവരിൽ അധിക പേരും കളവ് പറയുന്നവരാണ്. കവികളെ പിൻപറ്റുക പ്രലോഭിതരാണ്. അവർ സകല താഴ്വരകളിലും അലയുന്നത് താങ്കൾ കണ്ടില്ലയോ? അവർ ചെയ്യാത്തത് പറയുന്നവരാണ്' (വി. ഖു. 26 : 221 – 226).

കാവ്യാത്മകമായി കാര്യങ്ങൾ അവതരിപ്പിക്കുന്നവരെയല്ല ഖുർആൻ ഇവിടെ പിടികൂടുന്നത്. കവിതയിലൂടെ കള്ളം ഒളിച്ച് കടത്തുന്നവരെയാണ്. സർഗ്ഗാത്മകമാണെങ്കിൽ കൂടി, കവിതയും ദുഷിക്കും. ദുർനടപ്പിന്റെയും പൈശാചികതയുടെയും നാവും പരിചയുമായി മാറും ചിലപ്പോൾ അത്. അത്തരം സന്ദർഭങ്ങളിൽ മനുഷ്യരെ നന്മയിലേക്ക് വഴി നടത്തുന്നതിന്റെ ഭാഗമായി ചിലപ്പോൾ കവിതയെ തന്നെ നിരുൽസാഹപ്പെടുത്തേണ്ട സന്ദർഭങ്ങളുമുണ്ടായേക്കാം. രോഗാതുരമായ സന്ദർഭങ്ങളിൽ, ഇഷ്ട ഭക്ഷണത്തെ ഭിഷഗ്വരന്മാർ രോഗിക്ക് താൽക്കാലികമായി നിർത്തിവെക്കുന്ന പോലെ.

സംഗീതം പോലുള്ള സർഗ്ഗാത്മക പ്രവർത്തനങ്ങളെ നിർത്തി വെച്ച സന്ദർഭങ്ങളിലും, ശാശ്വതമായ നിരോധത്തിന്റെ ഭാഗമായല്ല പ്രവാചകൻ അത്തരം നിലപാടുകളെടുത്തിരിക്കുക. എന്ത് പ്രേരണ

കൊണ്ടായാലും, തന്റെ അടിയാറുകൾക്ക് അവരുടെ ധർമ്മ നിർവ്വഹണ മാർഗ്ഗത്തിൽ ഒരു ടൂൾ ആയി ഉപയോഗിക്കാൻ അനുവാദം നൽകിയ അത്തരം കഴിവുകളെയോ പ്രതിഭാ വിലാസങ്ങളെയോ നിരോധിക്കാനുള്ള അവകാശം പ്രവാചകന് പോലും അല്ലാഹു നൽകിയിട്ടില്ല.

'അല്ലയോ നബിയെ, ഭാര്യമാരുടെ ഇഷ്ടങ്ങൾ കാംക്ഷിച്ച്, അല്ലാഹു അനുവദിച്ചവയെ താങ്കളെന്തിന് നിഷിദ്ധമാക്കണം' (വി. ഖു. 66 : 1)

മനുഷ്യന്റെ സർഗ്ഗാത്മക കഴിവുകളും ആവിഷ്കാരങ്ങളും, അവ ഏത് രൂപേണയുള്ളതാണെങ്കിലും സ്വാഭാവികമായി വളരാൻ അവസരങ്ങൾ സൃഷ്ടിക്കുകയും പരമാവധി പ്രോത്സാഹിപ്പിക്കുകയുമാണ് കരണീയവും അനിവാര്യവും. അതിലൂടെയാണ് മനുഷ്യൻ വികസിച്ച് സംസ്കൃതനായി, നിലനിൽക്കാൻ യോഗ്യനായ നല്ല മനുഷ്യനാകുന്നത് (സ്വാലിഹ്).

ലോകത്തിന് പലതും സംഭാവന ചെയ്യാൻ കഴിയുന്ന ഉത്തമ പൌരനായിത്തീരാൻ അവനെ പ്രാപ്തനാക്കാൻ ആ സമീപനത്തിന് കഴിയും. അങ്ങിനെ വളർന്ന് തന്റെ 'ഖിലാഫത്ത്' ആകുന്ന ദൗത്യം നിർവ്വഹിക്കാൻ സർവ്വാത്മനാ ഉൽസുകരാക്കുകയാണ് ശരിയായ മാർഗ്ഗം. പകരം, എല്ലാ സർഗ്ഗ വാസനകളേയും നിരോധിച്ച് അടിച്ചമർത്തി മനുഷ്യനെ വളരാൻ അനുവദിക്കാതെ അയോഗ്യനാക്കും വിധം തളർത്തിക്കളയുന്നത് പ്രകൃതി വിരുദ്ധമാണ്.

അല്ലാഹുവിന്റെ അതി വിശിഷ്ട ഗുണങ്ങളിൽ പെട്ടതാണല്ലോ റുബൂബിയ്യത്ത് അഥവാ സംരക്ഷണാധികാരം. സംരക്ഷണം എന്നത് തന്നെയാണ് തർബിയത്ത് അഥവാ പരിപാലനം. സംരക്ഷണമാണ് വളർച്ചയുടെ അടിസ്ഥാനോപാധി. അല്ലാഹുവിന്റെ പരിപാലന രീതി, അതിജീവനത്തിനുള്ള ഉപാധികൾ (ടൂൾസ്) നൽകുക മാത്രമല്ല, അവ പരിപോഷിപ്പിച്ച് ശക്തിപ്പെടുത്തി വളർത്തിയെടുത്ത് യോഗ്യനാക്കിത്തീർത്ത് കൊണ്ട് കൂടിയാണ്.

അതിനാൽ മനുഷ്യന്റെ സർഗ്ഗാത്മക കഴിവുകൾ പരിപോഷിപ്പിച്ച് ജീവിക്കാൻ യോഗ്യനാക്കുന്നതിനെയാണ് 'തർബിയത്ത്' എന്ന് തിരിച്ചറിയണം. സർഗ്ഗപരമായ കഴിവുകളെ നിരോധിച്ച് അടിച്ചമർത്തിയല്ല തർബിയത്ത് സാധ്യമാകുക. വിദ്യാഭ്യാസ സപര്യയിലൂടെ എല്ലാ സർഗ്ഗപരതയെയും, മെയ് വഴക്കത്തോടെ

പരിപക്വമായി കൈകാര്യം ചെയ്യാനാകും വിധം, വളർത്തി പരിപോഷിപ്പിക്കുന്നതാണ് തർബിയത്. അപ്പോൾ മാത്രമേ സമ്പൂർണ്ണനും യോഗ്യനുമായ മനുഷ്യന്റെ പിറവി പൂർണ്ണാർത്ഥത്തിൽ സാധ്യമാകൂ. ഖുർആൻ സമർപ്പിക്കുന്ന വിദ്യാഭ്യാസ വീക്ഷണത്തിന്റെ ആത്മാവും അത് തന്നെയാണ്.

മാത്രമല്ല, ആണെന്നോ, പെണ്ണെന്നോ, കറുത്തവനെന്നോ, വെളുത്തവനെന്നോ, സമ്പന്നനെന്നോ, സാധാരണക്കാരനെന്നോ ഉള്ള യാതൊരു വിധ വിഭജന ചിന്തയും കൂടാതെ, മനുഷ്യനെന്ന പരിഗണയിൽ, എല്ലാവർക്കും തുല്യമായി ലഭ്യമാക്കേണ്ട അവകാശമായാണതിനെ ഇസ്ലാം പരിഗണിക്കുന്നത്. വിശ്വാസ വൈജാത്യങ്ങളോ സാംസ്കാരിക ഭിന്നതകളോ അക്കാര്യത്തിൽ പരിഗണനീയമേയല്ല. വിശ്വസിക്കാനും അവിശ്വസിക്കാനും അനുസരിക്കാനും ധിക്കരിക്കാനുമൊക്കെയുള്ള അവകാശം മൗലികവും തികച്ചും വ്യക്തിപരവുമാണ്.

അപ്രകാരം തന്നെ മനുഷ്യനെ വിദ്യാഭ്യാസം നൽകി, സ്ഫുടം ചെയ്ത് വളർത്തുന്ന വിഷയത്തിൽ, ലിംഗ വ്യത്യാസങ്ങൾക്കതീതമായി, ആണും പെണ്ണും തുല്യമായ പരിഗണനയാണ് അർഹിക്കുന്നത്. കാരണം ആണും പെണ്ണുമുൾക്കൊള്ളുന്ന മനുഷ്യഗാത്രമൊന്നടങ്കമാണ് 'ഖിലാഫത്തി'ന്റെ ഭാരം എൽപിക്കപ്പെട്ടിരിക്കുന്നത്.

അതിനാൽ തന്നെ ആത്മാവിഷ്കാരത്തിനും അവതരണത്തിനും ഓരോരുത്തർക്കും അർഹവും നീതിപൂർവകവുമായ അവസരങ്ങൾ ഒരുക്കപ്പെടേണ്ടതാണ്. അപ്പോൾ മാത്രമേ ഇസ്ലാമിന്റെ അതി വിശിഷ്ടവും അതുല്യവുമായ ജനാധിപത്യ സങ്കൽപം പുഷ്കലവും സഫലവുമാകൂ.

അങ്ങിനെ ജനാധിപത്യ സംവിധാനത്തിലൂടെ മാനവിക മൂല്യങ്ങൾ സമ്പൂർണ്ണമായി അനുഭവിച്ച് ആസ്വദിക്കുന്ന പരിപൂർണ്ണനും സ്വതന്ത്രനുമായ മനുഷ്യനെ വാർത്തെടുക്കുകയായിരുന്നു അന്ന് ഖുർആൻ ചെയ്തത്. ഇന്നും അതങ്ങിനെ തന്നെ ആവേണ്ടതുണ്ട്. സ്വർഗ്ഗത്തിൽ പുണ്യം കിട്ടാൻ വേണ്ടി മാത്രം പഠിക്കുകയോ പാരായണം ചെയ്യപ്പെടുകയോ ചെയ്യേണ്ട ഗ്രന്ഥമായി അതൊരിക്കലും മാറാവതല്ല. ഐഹിക ജീവിതത്തിന്റെ കടിഞ്ഞാൺ കയ്യിലേന്തുന്ന

സമ്പൂർണ്ണനായ മനുഷ്യനെ വാർത്തെടുക്കാനാകാണം അതിന്റെ പാരായണവും പഠനവും പ്രയോഗവും.

4

മുസ്ലിമും കാഫിറും

സ്വതന്ത്രനായി ജീവിക്കാനുള്ള അവകാശം നൽകി ഭൂമിയിൽ അധിവസിപ്പിച്ച മനുഷ്യരെ, അവരുടെ ജീവിത നിലപാടുകൾ കണക്കിലെടുത്ത്, മുഖ്യമായ രണ്ട് വിഭാഗങ്ങളായി പരിചയപ്പെടുത്തുന്നുണ്ട് ഖുർആൻ.

'നാം അവന് (സ്വന്തന്ത്രനായി വിഹരിക്കാനുള്ള) വഴി കാണിച്ചു കൊടുത്തു. ഒന്നുകിൽ നന്ദിയുള്ളവനാകാം. അല്ലെങ്കിൽ നന്ദി കെട്ടവനാകാം'. (വി. ഖു. 76 : 3).

ജീവിതത്തെ സമ്പൂർണ്ണമായി അല്ലാഹുവിന്റെ നിയമ വ്യവസ്ഥകൾക്ക് സമർപ്പിച്ച്, അല്ലാഹുവോട് നന്ദി കാണിച്ച് അവനെ അനുസരിച്ച് ജീവിക്കുന്നവനെയാണ് ഖുർആൻ 'മുസ്ലി'മെന്ന് പരിചയപ്പെടുത്തുന്നത്. ദൈവത്തോട് കൂറ് പുലർത്താതെ അഹന്തയും ധിക്കാരവും കാണിച്ച് നന്ദി കെട്ടവനായി ജീവിക്കുന്നവനെ 'കാഫിറെ'ന്നും.

മുസ്ലിമെന്നോ കാഫിറെന്നോ വ്യത്യാസമില്ലാതെ, മനുഷ്യർക്കെല്ലാവർക്കും അവന്റെ ജീവിത വ്യവഹാരങ്ങളിലഖിലവും, അല്ലാഹുവിന്റെ നിയമ വ്യവസ്ഥക്ക് നിർബന്ധ പൂർവ്വം വിധേയനായി ജീവിക്കാനേ കഴിയൂ. വായു, വെള്ളം, ഭക്ഷണം പോലെ അവന്റെ ജീവസന്ധാരണത്തിന് അവശ്യം ആവശ്യമായ അമൂല്യങ്ങളായ അനേകം ഘടകങ്ങൾ വിഹിതമായ രീതിയിൽ യഥേഷ്ടം ഉപയോഗപ്പെടുത്തി മാത്രമേ മനുഷ്യർക്കിവിടെ നില നിൽക്കാനൊക്കൂ. അവയൊക്കെ അല്ലാഹുവിന്റെ ഔദാര്യങ്ങളാണ്. അവനീ പ്രപഞ്ചത്തിൽ മനുഷ്യർക്ക് ഒരുക്കി വെച്ച ജീവിത സൌകര്യങ്ങൾ.

അവ ഉപയോഗിച്ച് തന്നെ വേണം മനുഷ്യന് തന്റെ അതിജീവനം ഉറപ്പ് വരുത്താൻ.

മനുഷ്യനെന്നല്ല, മറ്റു ജന്തു ജാലങ്ങളും, പ്രപഞ്ചം ഒന്നടങ്കം തന്നെ യാതൊരു വിധ നീക്ക് പോക്കിനും സാധ്യമാകാത്ത വിധം, അല്ലാഹുവിന്റെ നിയതമായ വ്യവസ്ഥക്ക് വിധേയമായി, അവന്റെ മാത്രം ഔദാര്യങ്ങൾ അനുഭവിച്ച് തന്നെയാണ്, ഭൂമിയിൽ ജീവിതായോധനം നടത്തുന്നത്. അവ ഉദാരമായി നൽകുന്നതിൽ വിശ്വാസമോ അവിശ്വാസമോ പരിഗണിക്കേണ്ടത് ഒരടിസ്ഥാനമായി അല്ലാഹു കണ്ടിട്ടേയില്ല.

കഅബയുടെ നിർമ്മാണ പ്രവർത്തനങ്ങൾ പൂർത്തീകരിച്ച ഉടനെയുള്ള പ്രവാചകൻ 'ഇബ്രാഹീമീ'(അ)ന്റെ പ്രാർത്ഥന ഖുർആൻ അനുസ്മരിക്കുന്നത് പ്രത്യേകം ശ്രദ്ധാർഹമാണ്.

'നാഥാ, നീ ഇതൊരു നിർഭയ രാജ്യമാക്കേണമേ. അല്ലാഹുവിലും അന്ത്യ ദിനത്തിലും വിശ്വസിച്ച് നന്ദിയോടെ ജീവിക്കുന്ന, ഈ നാട്ടിലെ ജനങ്ങൾക്ക് ഭക്ഷണമായി ഫല സമൃദ്ധി നൽകേണമേ. അപ്പോൾ അല്ലാഹു പറഞ്ഞു. നന്ദികേട് കാണിക്കുന്നവർക്കും ഹൃസ്വ കാലത്തേക്ക് ജീവിത വിഭവങ്ങൾ നൽകുന്നതാണ്. പിന്നീട് നാരകീയ ശിക്ഷകളിലേക്ക് നാം അവനെ നിർബന്ധിക്കും. ദയനീയമായ പരിണിതിയത്രേ അത്. (വി. ഖു. 2 : 126).

ആകാശ ഭൂമികളിലുള്ള സകലവും അനുസരണയോടെയോ, നിർബന്ധിതമായോ അല്ലാഹുവിന് കീഴൊതുങ്ങിയാണ് നിലകൊള്ളുന്നതെന്ന് ഖുർആൻ വ്യക്തമാക്കുന്നുണ്ട്.

'കിഴക്കും പടിഞ്ഞാറുമൊക്കെ അല്ലാഹുവിനുള്ളതാണ്. നിങ്ങൾ എങ്ങോട്ട് തിരിഞ്ഞാലും അവിടെ അല്ലാഹുവിന്റെ മുഖമുണ്ട്. അല്ലാഹു അതി വിശാലനും അഗാധജ്ഞനുമാണ്. അല്ലാഹു പുത്രനെ സ്വീകരിച്ചു എന്നുമവർ പറഞ്ഞു. അവൻ പരിശുദ്ധനത്രേ. എന്നാൽ ആകാശ ഭൂമികളിലുള്ളതൊക്കെ അവനുള്ളതാണ്. എല്ലാം അവന് സമർപ്പിതരുമാണ്. (വി. ഖു. 2 : 115 – 116).

പ്രപഞ്ചത്തിലെ സചേതനവും അചേതനവുമായ സകലതും ദൈവത്തിന് സമർപ്പിതരാണ് എന്ന അർത്ഥത്തിൽ, മുസ്ലിം എന്ന വിശേഷണത്തിന് അർഹമാണ് എന്ന് കൃത്യമായി സൂചിപ്പിക്കുകയാണ് ഖുർആൻ. ഭൂമിയിൽ ജന്മം കൊണ്ട സകലരും അറിഞ്ഞോ

അറിയാതെയോ അല്ലാഹുവിന്റെ നിശ്ചയങ്ങള്‍ക്ക് വിധേയരായി മാത്രമാണ് ജീവിക്കുന്നത്.

'അല്ലാഹുവിനുള്ള വിധേയത്വമല്ലാതെ മറ്റെന്താണ് അവര്‍ കാംക്ഷിക്കുന്നത്. ആകാശത്തിലും ഭൂമിയിലുമുള്ള സകലതും സ്വയമേവയോ, നിര്‍ബന്ധിതമായോ അവന് കീഴ്പെട്ടിരിക്കുന്നു. ആത്യന്തികമായ മടക്കവും അവങ്കലേക്ക് തന്നെ' (വി. ഖു. 3 : 82)

എന്നാല്‍ മനുഷ്യരെ മാത്രം, പരിമിതമായ തന്റെ സര്‍ഗ്ഗ ജീവിത പരിസരത്ത്, സ്വതന്ത്ര ചിന്തയും വിവേചന പാടവവും നല്‍കി അല്ലാഹു അനുഗ്രഹിച്ചിരിക്കുന്നു. അവരുടെ ജീവിത ദൌത്യത്തിന്റെ (ഖിലാഫത്ത്) സഫലമായ നിര്‍വ്വഹണം സാധ്യമാകുന്നതിന് വേണ്ടിയാണ് മറ്റു ജീവജാലങ്ങള്‍ക്കൊന്നിനും നല്‍കിയിട്ടില്ലാത്ത ആയൊരാദരവ് മനുഷ്യര്‍ക്കായി മാത്രം അല്ലാഹു നല്‍കിയത്.

എന്നിട്ട്, നിയതമായ നേരിന്റെ മാര്‍ഗ്ഗമാണ് തിരഞ്ഞെടുക്കുന്നതെങ്കില്‍ മനുഷ്യന്‍ വിമോചനത്തിലേക്കും, സ്വര്‍ഗ്ഗീയതയിലേക്കുമാണ് നടന്നടുക്കുക; പരിധി വിട്ട ധിക്കാരത്തിന്റെയും നന്ദികേടിന്റെയും മാര്‍ഗ്ഗത്തിലൂടെയാണ് യാത്രയെങ്കില്‍ ദയനീയമായ പരാജയത്തിന്റെ കൈപ്പുനീരായിരിക്കും അനുഭവിക്കേണ്ടി വരികയെന്നും അല്ലാഹു മനുഷ്യരോട് മുന്നറിയിപ്പ് നല്‍കുകയും ചെയ്തു.

അങ്ങിനെ താനിച്ഛരിക്കുന്ന വഴി, പരിണിതിയുടെ പരിഗണന കൂടാതെ, തിരഞ്ഞെടുക്കാന്‍ മനുഷ്യന് സ്വാതന്ത്ര്യവും അവകാശവും നല്‍കുകയാണ് അല്ലാഹു ചെയ്തത്. അനുസരണത്തിന്റെയോ നന്ദികേടിന്റെയോ വഴി, അറിഞ്ഞോ അറിയാതെയോ സ്വയം തന്നെ ഓരോരുത്തര്‍ക്കും തിരഞ്ഞെടുക്കാം.

അതിനാല്‍, ദൈവം മനുഷ്യര്‍ക്ക് നല്‍കിയ സ്വാതന്ത്ര്യങ്ങളെ എന്തിന്റെ പേരിലായാലും നിഷേധിക്കാനോ നിരാകരിക്കാനോ, മറ്റു സാമൂഹ്യമായ ശല്യങ്ങളും അരക്ഷിതത്വങ്ങളും സൃഷ്ടിക്കാത്ത പക്ഷം, തടയിടാനോ ഒരു വ്യക്തിക്കും ശക്തിക്കും അവകാശമില്ല. ഒരു സാമൂഹിക ഘടനയില്‍ വ്യക്തി നിഷ്ഠ അവകാശ സ്വാതന്ത്ര്യങ്ങളേക്കാള്‍ മുഖ്യ പരിഗണന നല്‍കപ്പെടുക, സമൂഹ നിഷ്ഠ അവകാശ സ്വതന്ത്ര്യങ്ങള്‍ക്കാണ് എന്നത് മനുഷ്യന്റെ സഹജാവമായ ബോധ്യങ്ങളില്‍ പെട്ടതാണ്.

വിശ്വാസം, ആചാരങ്ങൾ, അനുഷ്ഠാനങ്ങൾ എന്നീ വ്യക്തി നിഷ്ഠമായ കാര്യങ്ങൾ ആരിലും അടിച്ചേൽപ്പിക്കപ്പെടേണ്ട ഒന്നായിട്ടല്ല വിശുദ്ധ ഖുർആൻ കാണുന്നത്. ഇച്ഛാനുസാരം അവ സ്വീകരിക്കുകയോ തിരസ്കരിക്കുകയോ ചെയ്യാവുന്ന വിധം സ്വാതന്ത്ര്യത്തോടെയാണ് മനുഷ്യനെ അല്ലാഹു ഭൂമിയിൽ അധിവസിപ്പിച്ചിരിക്കുന്നത്. അത്തരം വിഷയങ്ങളിൽ ബലാൽക്കാരം പാടില്ലെന്നത് ഇസ്‌ലാമിന്റെ അടിസ്ഥാന തത്വമാണ്.

വിവേകവും അവിവേകവും സ്വയം തിരിച്ചറിഞ്ഞു തീരുമാനമെടുക്കാൻ കഴിയുന്ന മനുഷ്യനെ, വ്യവസ്ഥക്ക് വിധേയനായി ജീവിക്കണമെന്ന് നിർബന്ധിക്കേണ്ടതില്ലെന്ന് അസന്ദിഗ്ദമായി പ്രഖ്യാപിക്കുന്നുണ്ട് ഖുർആൻ. അവൻ സ്വയം തിരഞ്ഞെടുപ്പിലൂടെ വ്യവസ്ഥകൾക്ക് വിധേയപ്പെടേണ്ടവനാണ്.

'വ്യവസ്ഥക്ക് വിധേയത്വം പുലർത്തേണ്ട വിഷയത്തിൽ ആരെയും നിർബന്ധിക്കേണ്ടതില്ല. വഴികേടിൽ നിന്ന് വിവേകമെന്തെന്ന് സുവ്യക്തമായിരിക്കുന്നു. ദൈവേതര ശക്തികളെ ധിക്കരിച്ച് അല്ലാഹുവെ അഭയമായി സ്വീകരിച്ചവൻ, ഒരിക്കലും അറ്റ് പോകാത്ത ബലിഷ്ഠമായ പാശത്തെയാണ് മുറുകെ പിടിച്ചത്. അല്ലാഹു സകലതും കേൾക്കുന്നവനും അഗാധജ്ഞനുമാണ്' (വി. ഖു. 2 : 256).

അതിനാൽ ദൈവം മനുഷ്യന് നിശ്ചയിച്ച് നൽകിയ സ്വച്ഛമായ പ്രകൃതിക്കുള്ള സമർപ്പണമാണ് ഇസ്ലാം എന്ന സംജ്ഞയിലൂടെ നിഷ്പന്നമാകുന്നത് എന്ന് നമുക്ക് ഉറപ്പിച്ച് പറയാനാകും. പ്രപഞ്ചം മൊത്തമായി തന്നെ മുസ്ലിം എന്ന വിശേഷണത്തിന് അർഹമാണ്.

പ്രപഞ്ചത്തിന്റെ ആ സമ്പൂർണ്ണ സമർപ്പണമാണ് ലോകത്തിന് വ്യവസ്ഥാപിതത്വം നൽകുന്നത്. അങ്ങിനെയാണ് ലോകത്ത് ശാന്തിയും സമാധാനവും സാക്ഷാത്കരിക്കപ്പെടുക. ആ സമർപ്പണത്തെ തന്നെയാണ് ഇസ്ലാം എന്ന് പറയുന്നത്. അതുവഴി ഭൂമിയിൽ സംജാതമാകുന്ന സമാധാനവും ശാന്തിയുമാണ് ഇസ്‌ലാം.

'ഈമാൻ' എന്ന ഖുർആന്റെ സാങ്കേതിക പദവും തുല്യ ആശയം തന്നെയാണ് പ്രതിനിധീകരിക്കുന്നത്. ദൈവത്തെക്കുറിച്ചുള്ള കേവല അറിവല്ല ഈമാൻ. ദൈവത്തിൽ വിശ്വസിക്കുന്നതിലൂടെ കൈവരിക്കേണ്ട ജീവിത സമാധാനമാണത്. വിശ്വാസം സമാധാനമാണ്. പരിപൂർണ്ണനായ ഒരു രക്ഷിതാവിന്റെ

സംരക്ഷണയിലാണ് തന്റെ ജീവിതമെന്ന വിശ്വാസം നൽകുന്ന മനഃശാന്തിക്കും സമാധാനത്തിനും അതിരില്ല. അജയ്യനായ ഒരു സ്രഷ്ടാവിൽ അർപ്പിക്കുന്നതിനെക്കാൾ വലിയ ആത്മ ധൈര്യം മനുഷ്യന് മറ്റൊന്നുമില്ല.

'അല്ലാഹുവിൽ വിശ്വസിക്കുകയും ദൈവസ്മരണയാൽ മനഃശ്ശാന്തി കൈവരിച്ചവരുമാണവർ., അല്ലാഹുവെ സ്മരിക്കുന്നതിലൂടെ ഹൃദയങ്ങൾ ശാന്തമാകുമെന്ന് തിരിച്ചറിഞ്ഞു കൊൾക. (വി. ഖു. 13 : 28).

ആ ശാന്തതയാണ് മനുഷ്യന്റെ ശക്തി. മാനസികമായി സ്വയം കൈവരിക്കുന്ന സമാധാനം മാത്രമല്ല. തന്റെ സഹജീവികളെ കൂടി, ഏകനായ ദൈവത്തിന്റെ സൃഷ്ടികളെന്ന പരിഗണയിൽ, സ്വന്തം സഹോദരരായി വിശ്വാസത്തിലെടുത്ത് പകർന്ന് നൽകേണ്ട സാന്ത്വനം കൂടിയാണ് സമാധാനം. ലോകത്ത് സംസ്ഥാപിക്കപ്പെടേണ്ട ഭയരഹിതവും ദുഃഖരഹിതവുമായ ജീവിതത്തിന്റെ ഒരടിസ്ഥാന ഘടകമത്രേ ഈമാൻ. അഥവാ, വിശ്വാസം.

കർമ്മ തലത്തിലുള്ള അതിന്റെ പ്രതിനിധാനം എങ്ങിനെ വേണമെന്ന് പ്രവാചകൻ വിശദീകരിക്കുന്നുണ്ട്. തന്റെ നാവിൽ നിന്നും കൈക്കരുത്തിൽ നിന്നും മറ്റുള്ള ജനങ്ങൾ രക്ഷപ്പെട്ടെങ്കിൽ മാത്രമേ ഒരാൾ യഥാർത്ഥ മുസ്ലിം ആകൂ എന്നും, ആളുകൾക്ക് അവരുടെ രക്തത്തിനും ധനത്തിനും സുരക്ഷിതത്വം നൽകുന്നവനാണ് യഥാർത്ഥ സത്യ വിശ്വാസി എന്നും പ്രവാചകൻ ആവർത്തിച്ച് പഠിപ്പിക്കുന്നുണ്ട്.

നിങ്ങളുടെ അയൽവാസി നിങ്ങളുടെ ശബ്ദ കോലാഹലങ്ങളിൽ നിന്ന് സുരക്ഷിതനാകുന്നില്ലെങ്കിൽ പോലും നിങ്ങൾ വിശ്വാസിയാണെന്ന് അവകാശപ്പെടാനാകില്ല എന്നും പ്രവാചകൻ പഠിപ്പിക്കുന്നതായി കാണാം. വിശുദ്ധ ഖുർആൻ പഠിപ്പിച്ച സത്യവിശ്വാസത്തിന്റെ ജീവിതവുമായി ബന്ധപ്പെട്ട തീഷ്ണമായ പ്രതിഫലനങ്ങളാണ് പ്രവാചകൻ പഠിപ്പിക്കുന്നത്.

അത് കൊണ്ടാണ് ലോകർക്ക് നിർഭയത്വം നൽകുന്ന അല്ലാഹുവിന്റെ ഗുണനാമങ്ങളിൽ പരാമൃഷ്ടമായ 'മുഅമിൻ' എന്ന നാമം തന്നെ വിശ്വാസിയായ മനുഷ്യനേയും അല്ലാഹു വിളിച്ചത്. ഭൂമിയിൽ വിശ്വാസത്തിലൂടെ സമാധാനം കൈവരിച്ചവൻ എന്ന

പോലെ തന്നെ, ലോകത്ത് സകലർക്കും സമാധാനം ഉറപ്പ് വരുത്തേണ്ടവൻ എന്നുമാണ് ആ വിശിഷ്ട നാമത്തിന്റെ വ്യാപ്തി.

പക്ഷേ, ഭൂമിയിൽ സമാധാനം പുലരണമെങ്കിൽ പ്രകൃതി നിശ്ചയിച്ച സ്വച്ഛമായ നിയമ വ്യവസ്ഥകൾക്ക് വിധേയത്വം പുലർത്തിയാകണം മനുഷ്യർ ജീവിക്കേണ്ടത്. ആ പ്രകൃതിയെ മാറ്റി മറിക്കാൻ ഒരാൾക്കും അവകാശമില്ല. അഥവാ മാറ്റി മറിച്ചാൽ ജീവിതം താളം തെറ്റും. അസ്വസ്ഥതകളും അസമാധാനവും നിറഞ്ഞ് നാരകീയമാകുകയും ചെയ്യും. അങ്ങിനെ ദൈവ നിശ്ചിത വ്യവസ്ഥക്ക് വിധേയമായി ജീവിക്കുക എന്നതിനെയാണ് ദീൻ അനുസരിച്ചു ജീവിക്കുക എന്നതിന്റെ താൽപര്യം.

'ദീൻ' എന്ന പ്രയോഗത്തിന് സർഗ്ഗ വ്യവസ്ഥക്ക് ആഭിമുഖ്യത്തോടെ വിധേയമായി ജീവിക്കുക' എന്ന സമഗ്രതയെയാണ് ഖുർആൻ പരിചയപ്പെടുത്തുന്നത്. അറബിയിൽ 'ദാന' എന്ന ക്രിയാധാതുവിന് 'വിധേയത്വം കാണിച്ചു', 'കീഴ്പ്പെട്ടു' 'അപ്രമാദിത്വം അംഗീകരിച്ചു' എന്നൊക്കെയാണ് അർത്ഥം. അതിനാൽ, പൊതുവേ മനസ്സിലാക്കപ്പെട്ട് പോരുന്ന പോലെ, കേവല മതാനുഷ്ഠാനങ്ങൾ ആചരിക്കുന്നത് മാത്രമല്ല ദീൻ. അല്ലാഹുവിന്റെ സർവ്വ വ്യവസ്ഥകൾക്കുമുള്ള നിർവിഘ്നമായ വിധേയത്വമാണത്.

'അതിനാൽ നിഷ്കളങ്ക മാനസനായി നീ സർഗ്ഗ വ്യവസ്ഥക്ക് (ദീൻ) വിധേയനാകുക. അഥവാ, അല്ലാഹുവിന്റെ പ്രകൃതിക്ക്. അവൻ അതേ പ്രകൃതിയിലാണ് ജനങ്ങളെയും പടച്ചത്. അല്ലാഹുവിന്റെ സൃഷ്ടിപ്പിൽ മാറ്റം വരുത്തരുത്. അതാണ് അവക്രമായ സർഗ്ഗ വ്യവസ്ഥ. പക്ഷേ, അധിക ജനങ്ങളും അത് മനസ്സിലാക്കുന്നില്ല. പാശ്ചാതാപ വിവശരായി അവനിലേക്ക് മടങ്ങുക. അവനെ സൂക്ഷിച്ചും നമസ്കാരം നിലനിർത്തിയും (ജീവിക്കുക). നിങ്ങൾ ബഹുദൈവ വിശ്വാസികളിൽ ഉൾപ്പെടരുത്. തങ്ങളുടെ വിധേയത്വം, വിവിധ വിഭാഗങ്ങളായി വിഘടിപ്പിച്ചവരാണവർ. ഓരോ വിഭാഗവും തങ്ങളുടെ നിലപാടുകളിൽ സന്തുഷ്ടരാണ്". (വി. ഖു. 30 : 30 - 33).

ഖുർആൻ വിശദമായി തന്നെ പരിചയപ്പെടുത്തുന്ന 'ഇസ്ലാം', 'ദീൻ' എന്നീ രണ്ട് പദങ്ങളും ഒരേ ആശയമാണ് ദ്യോതിപ്പിക്കുന്നത്. അല്ലാഹുവിന്റെ നിയമ വ്യവസ്ഥക്കുള്ള സമ്പൂർണ്ണ സമർപ്പണമെന്ന ആശയം.

'അല്ലാഹു നിശ്ചയിച്ച ജീവിത സരണി (ദീൻ) കൈവിട്ട് മറ്റു വഴികളാണോ അവർ കാംക്ഷിക്കുന്നത്? ആകാശ ഭൂമികളിലുള്ള സകലതും സ്വമേധയാലോ നിർബന്ധിതമായോ അവന് കീഴ്പെട്ടിരിക്കുന്നു. അവനിലേക്ക് തന്നെയാണ് അവർ മടക്കപ്പെടുന്നതും'. (വി. ഖു.: 3 : 83).

'അല്ലാഹുവിന്റേതാണ് ആകാശ ഭൂമികളിലുള്ളതെല്ലാം. നിത്യമായ വിധേയത്വവും അവന് മാത്രം. എന്നിട്ടും നിങ്ങൾ ദൈവേതരർക്കാണോ ഭക്തിയർപ്പിക്കുന്നത്? (വി. ഖു. 16 : 52).

ദീനും ഇസ്ലാമും ഒന്ന് തന്നെയാണ് എന്നും ഖുർആൻ വ്യക്തമാക്കുന്നുണ്ട്. 'അല്ലാഹുവിന്റെ പക്കൽ ദീൻ ഇസ്ലാം തന്നെയാണ്. വ്യക്തമായ ജ്ഞാനം ലഭിച്ചിട്ടും, തങ്ങൾക്കിടയിലെ ധിക്കാര മനോഭാവം കൊണ്ട് മാത്രമാണ് വേദക്കാർ ഭിന്നിച്ചത്. അല്ലാഹുവിന്റെ വെളിപാടുകളെ ആര് നിരാകരിച്ചാലും, അല്ലാഹു ശീഘ്രം വിചാരണ ചെയ്യുന്നവനാണ്, തീർച്ച' (വി. ഖു. 3 : 19).

പ്രവാചകന്(സ) അവതീർണ്ണമായ ഖുർആൻ ഏറെക്കുറെ സമാഹരിച്ച് സംക്ഷേപിക്കുന്ന വേളയിൽ അല്ലാഹു പറഞ്ഞതിപ്രകാരമാണ്: '... ഇന്നിതാ ഞാൻ നിങ്ങൾക്ക്, നിങ്ങളുടെ ദീൻ പൂർത്തീകരിച്ച് തന്നിരിക്കുന്നു. നിങ്ങൾക്കെന്റെ അനുഗ്രഹം നിറവേറ്റി തരികയും ഇസ്ലാമിനെ ദീനായി ഇഷ്ടപ്പെടുകയും ചെയ്തിരിക്കുന്നു...' (വി. ഖു. 5 : 3).

ദിവ്യ ബോധന ശൃംഗലക്ക് വിരാമമിട്ട് കൊണ്ട് അവതരിച്ച പ്രകൃത സൂക്തം, ദീനും ഇസ്ലാമും വ്യത്യസ്തങ്ങളല്ല, മറിച്ച് രണ്ട് സംജ്ഞകളും ജീവിതത്തെ മുച്ചൂടും അല്ലാഹുവിന്റെ സർഗ്ഗ വ്യവസ്ഥക്ക് സമർപ്പിക്കുന്ന ഒരേയൊരു പ്രക്രിയയെക്കുറിച്ചാണ് സൂചിപ്പിക്കുന്നത്.

ജന്മ സിദ്ധമായി മനുഷ്യരെന്ന് മാത്രമല്ല, പ്രകൃതി മുഴുവനായി മുസ്ലിംകൾ തന്നെയാണ് എന്നാണ് മുകളിൽ സൂചിപ്പിച്ച ഖുർആൻ സൂക്തങ്ങളുടെയൊക്കെ സാരം. ഒരാൾക്കും തന്റെ പ്രകൃതി മാറ്റി മറ്റൊന്ന് സ്വീകരിക്കാൻ കഴിയില്ല എന്നതാണ് വസ്തുത. ആർക്കും എങ്ങിനെ വിചാരിച്ചാലും അറുത്ത് മാറ്റാൻ കഴിയാത്തതാണ് സമർപ്പണത്തിന്റെ ആ ഭാവവും ഭാരവും. ദൈവ ധിക്കാരികൾക്കും നിഷേധികൾക്കുമുൾപ്പെടെ.

അതിനാൽ മത ജാതീയ വൈവിധ്യങ്ങളും വൈരുദ്ധ്യങ്ങളും തദ്വാരാ സംജാതമാകുന്ന പരസ്പര വൈരങ്ങളുമൊക്കെ പ്രകൃതിക്കന്യമാണ്. വിവിധ മതങ്ങൾ എന്ന പരികൽപന തന്നെ അസ്ഥാനത്താണ്. ഈ പ്രപഞ്ചത്തിന് ഒരൊറ്റ മതമേ അല്ലാഹു അവതരിപ്പിച്ചിട്ടുള്ളൂ. അത് ഇസ്ലാം മാത്രമാണ്.

മറ്റുള്ളതൊക്കെ അതിന്റെ അതത് കാലത്തെ പിന്നീട് അറിയപ്പെട്ട പ്രതിനിദാനങ്ങൾ മാത്രം. എല്ലാത്തിന്റെയും അടിസ്ഥാന പാഠങ്ങൾ ഒന്ന് തന്നെയാണ് എന്നാണ് ഖുർആന്റെ നിലപാട്. എത്ര വൈവിധ്യങ്ങൾ അവകാശപ്പെട്ടാലും, മാനവികതയുടെ അടിസ്ഥാന തത്വങ്ങൾ ആർ അംഗീകരിച്ചോ അവരാണ് സായൂജ്യമടഞ്ഞവർ എന്നാണ് ഖുർആന്റെ പക്ഷം.

'സത്യവിശ്വാസികളോ, ജൂതരോ, ക്രിസ്ത്യാനികളോ, സാബിഉകളോ, ആരായാലും അല്ലാഹുവിലും അന്ത്യദിനത്തിലും വിശ്വസിക്കുകയും സൽകർമ്മങ്ങൾ അനുഷ്ഠിക്കുകയും ചെയ്താൽ, അവർക്ക് അതിന്റെ പ്രതിഫലം തങ്ങളുടെ രക്ഷിതാവിന്റെ അരികിൽ നിക്ഷിപ്തമാണ്. അവരെ ഭയമോ ദുഃഖമോ പിടികൂടേണ്ടതില്ല' (വി. ഖു. 2 : 62).

പ്രപഞ്ചത്തിലെ സകലതും അല്ലാഹുവിന്റെ നിശ്ചയങ്ങൾക്ക് വിധേയമായാണ് ജീവിക്കുന്നത് എന്ന പോലെ തന്നെ, സൃഷ്ടിക്കാനും സൃഷ്ടികളുടെ സ്വാഭാവികത എന്താകണമെന്ന് കൽപ്പിച്ചരുളാനും അല്ലാഹുവിന് മാത്രമേ അവകാശമുള്ളൂ എന്നും ഖുർആൻ പറഞ്ഞ് വെക്കുന്നുണ്ട്.

'നിങ്ങളുടെ പരിപാലകൻ അല്ലാഹുവാണ്. ആറ് ദിവസങ്ങളെടുത്ത് ഭൂവാനങ്ങളെ സൃഷ്ടിച്ചവനാണവൻ. പിന്നീട് പ്രപഞ്ചത്തിന്റെ അധികാരമേറ്റു . എന്നിട്ട് രാത്രിയെ പകൽ മൂടുന്നു. പകലാകട്ടെ രാത്രിയെ പുണരാൻ വെമ്പുന്നു. (അപ്രകാരം) സൂര്യ ചന്ദ്രന്മാരും നക്ഷത്രങ്ങളും ദൈവ കൽപനക്ക് വിധേയത്വം പുലർത്തുന്നു. അറിയുക, അവനാണ് സൃഷ്ടിപ്പ്. കൽപനാധികാരവും അവന് തന്നെ. ലോകരുടെ രക്ഷിതാവായ അല്ലാഹു അനുഗ്രഹീതനത്രെ' (വി. ഖു. 7 : 54).

അല്ലാഹുവിന്റെ നിയമ വ്യവസ്ഥകൾക്ക് വിധേയമായി മാത്രം ചലിച്ചു കൊണ്ടിരിക്കുന്ന ഈ പ്രപഞ്ചമാകെ, മുസ്ലിം എന്ന വിശേഷണത്തിന് യോഗ്യമായി തന്നെയാണുള്ളത് എന്ന വസ്തുത

തുറന്ന് കാട്ടുകയാണ് ഖുർആൻ. അക്കാരണത്താൽ തന്നെ സകല മനുഷ്യർക്കും മുസ്ലിമായല്ലാതെ ജീവിക്കുക സാധ്യമല്ല.

ആരെത്ര നിഷേധിക്കാൻ ശ്രമിച്ചാലും അല്ലാഹുവിന്റെ വായുവും വെള്ളവും വെളിച്ചവും ആഹാരവും, അവൻ നിശ്ചയിച്ച വിഹിതവും രീതിയുമനുസരിച്ച്, അവന്റെ തന്നെ അനുമതിയോടെ അനുഭവിച്ചല്ലാതെ ഒരാൾക്കും ഈ ഭൂമിയിൽ ഒരടി മുന്നോട്ട് നീങ്ങുക സാധ്യമേയല്ല. ഈ അർത്ഥത്തിൽ, അല്ലാഹുവിന്റെ വിധിക്ക് വിധേയരായി ഭൂമിയിൽ ജീവിക്കുന്ന സകല മനുഷ്യരും 'മുസ്ലിം' എന്ന സംജ്ഞക്ക് അർഹരാണെന്ന് കാണാനാകും.

കുഫ്റും കാഫിറും

അപ്പോൾ പിന്നെ, ഖുർആനിലെ 'കുർഫ്', 'കാഫിർ' എന്നീ പരികൽപനകളുടെ വിവക്ഷ എന്തായിരിക്കും?. ഭൂമിയിൽ ധിക്കാര പരമായ നിലപാടുകളിലൂടെ സ്രഷ്ടാവും സംരക്ഷകനുമായ അല്ലാഹുവിന്റെ ഔദാര്യങ്ങളോട് പുറം തിരിഞ്ഞു നന്ദികേട് കാണിച്ച് ജീവിക്കുന്നതാണ് 'കുർഫ് എന്ന് നാം അനുസ്മരിക്കുകയുണ്ടായി.

'നാം മനുഷ്യനെ പരീക്ഷണാർത്ഥം, (അണ്ഡവുമായി) കൂടിച്ചേർന്ന ബീജത്തിൽ നിന്ന് സൃഷ്ടിച്ചു. എന്നിട്ടവനെ കേൾക്കുന്നവനും കാണുന്നവനുമാക്കി. അവന് ജീവിത വഴിയും കാണിച്ചു കൊടുത്തു. ഇനിയവന് നന്ദിയുള്ളവനാകാം. നന്ദിയില്ലാത്തവനായും അവന് ജീവിക്കാം' (വി. ഖു. 76 : 2 – 3).

ഇസ്ലാം എന്നത് സക്രിയവും സജീവവുമായ ഒരു നിലപാടിന്റെ പേരാണെങ്കിൽ, തികച്ചും നിഷേധാത്മകമായ ഒരു എതിർ നിലപാടിന്റെ പേരാണ് ഖുർആനിലെ 'കുർഫ്'. അറബിയിൽ 'കഫറ' എന്ന ക്രിയാധാതുവിന്റെ നേരർത്ഥം 'ആവരണം ചെയ്യുക' 'മറക്കുക' 'മൂടുക' 'ഒളിച്ച് വെക്കുക' എന്നൊക്കെയാണ്.

വിത്ത് മണ്ണി ൽ കുഴിച്ച് മൂടുന്നവൻ എന്ന അർത്ഥത്തിൽ, ഭാഷയിൽ കർഷകനെ 'കാഫിർ' എന്ന് വിളിക്കും. അകലെ ഏതോ ദിക്കിൽ ഒളിച്ച് താമസിക്കുന്നവനെയും 'കാഫിർ' എന്ന് വിശേഷിപ്പിക്കാറുണ്ട്. കൊതുമ്പ്, കൂമ്പാള എന്നിവ പോലെ, പൂങ്കുലകളെ ആവരണം ചെയ്തു മറച്ചു കളയുന്ന പോളകൾക്കും കാഫിർ എന്ന്

പ്രയോഗിക്കാറുണ്ട്.

ജ്ഞാനത്തെ അജ്ഞത കൊണ്ട് മറക്കുന്നതിനും 'കഫറ' എന്ന പദം തന്നെയാണ് പ്രയോഗിക്കാറ്. അക്കാരണങ്ങളാലൊക്കെ ഭാഷാർത്ഥ പ്രകാരം, 'കുർഫ്' 'കാഫിർ' എന്നീ പ്രയോഗങ്ങളൊന്നും ഏതോ തരത്തിലുള്ള അനഭിമത പ്രയോഗങ്ങളായി കരുതുക വയ്യ.

സാങ്കേതികാർത്ഥത്തിലും, ആ പദപ്രയോഗം നടത്തിയപ്പോഴൊക്കെ ആ പദത്തെ ഒരനഭിമത പ്രയോഗമായി കാണേണ്ട കാര്യമുണ്ടോ എന്നതും ചിന്തനീയമാണ്. ദൈവത്തോടുള്ള മനുഷ്യന്റെ ഒരു പ്രത്യേക നിലപാടിനെ വിശേഷിപ്പിക്കാൻ പ്രയോഗിച്ച ഒരു പ്രയോഗമാണത്. അനിഷേധ്യമെന്നറിഞ്ഞിട്ടും മനുഷ്യർ ദൈവത്തോടും സ്വന്തം ജീവിതത്തോടും ബോധപൂർവ്വം സ്വീകരിക്കുന്ന നിഷേധാത്മക നിലപാടിനെയാണ് 'കുർഫ്' എന്നത് കൊണ്ട് വിവക്ഷിക്കപ്പെടുന്നത്. അല്ലാഹു നൽകിയ മഹത്തായ അനുഗ്രഹ സഹസ്രങ്ങളെ, സുവ്യക്തമായ ബോധ്യമുള്ളതോടൊപ്പം അവ യഥേഷ്ടം അനുഭവിച്ച് ആസ്വദിച്ച് കൊണ്ട് തന്നെ നിഷേധിക്കുകയും, ഭൂമിയിൽ അഹന്തയോടെ ദൈവ വ്യവസ്ഥയെ നിരാകരിച്ചു ധിക്കാരങ്ങൾ പ്രാവർത്തികമാക്കുകയും ചെയ്യുക എന്നതാണ് കുഫ്റാകുന്ന നിലപാട് സ്വീകരിക്കുന്നതിന്റെ ആത്യന്തിക ഫലം.

ഖുർആനോ തിരുചര്യയോ കുർഫ് എന്ന പ്രയോഗം നടത്തിയ സന്ദർഭങ്ങളിലൊക്കെ ആത്യന്തികതയുടെ ആ അർത്ഥ വ്യാപ്തി തന്നെയാണ് ഉദ്ദേശിക്കപ്പെടേണ്ടത് എന്നും ആരും വ്യാഖ്യാനിച്ചിട്ടുമില്ല. മനുഷ്യരുടെ ചെറിയ തിൻമകളെയും കുർഫ് ആയി സുന്നത്തിൽ പരാമർശിക്കുന്നതായി കാണാനാകും. പ്രകടനാത്മകതയെ (റിയാഅ) കുർഫ് ആയി പരിചയപ്പെടുത്തുന്ന ആഖ്യാനങ്ങൾ ഹദീസിൽ നമുക്ക് കാണാം. അതിനാലാണ് ഹദീസ് വിശാരദരായ പണ്ഡിതന്മാർ 'കുഫ്റുൻ ദൂന കുർഫ്' (ആത്യന്തിക നിഷേധത്തിന് കീഴെ വരുന്ന നിഷേധം) പോലുള്ള പ്രയോഗങ്ങളൊക്കെ ആവിഷ്കരിച്ചത്.

കുർഫ് ഏറിയോ കുറഞ്ഞോ എല്ലാ മനുഷ്യരിലും കണ്ടെക്കാവുന്ന ഒരു പൊതു പ്രവണതയാണ്. അതിനെ ജാതീയമായി വേർതിരിച്ച് ഒരാൾക്കും കാണാനൊക്കില്ല. എല്ലാ മനുഷ്യരുടെയും ചിന്താ കർമ്മ തലങ്ങളുമായി ബന്ധപ്പെട്ട് മാത്രമേ അതിനെ നിർവ്വചിക്കാനാകൂ.

എത്ര തന്നെ കുഫ്രിന്റെ പ്രവണത സ്വീകരിക്കുന്ന ഏതൊരാൾക്കും, തന്റെ വൈയക്തിക ജീവിതത്തിൽ പരിമിതമാകുവോളം അത്തരം നിലപാടുമായി ജീവിച്ച് പോകാം. ആർക്കും ആ സ്വാതന്ത്ര്യത്തെ തടയാനോ നിഷേധിക്കാനോ അവകാശമില്ല. മനുഷ്യർക്ക് തങ്ങളുടെ ജീവിത വഴിയായി ഇസ്ലാമോ കുഫ്റോ തിരഞ്ഞെടുക്കാനുള്ള സ്വാതന്ത്ര്യം നൽകപ്പെട്ടതായി നേരത്തെ പരാമർശിക്കപ്പെട്ടുവല്ലോ. അക്രമോൽസുകമാകാത്ത കുഫ്റുമായി, ആദർശ പരമായ വിട്ട് വീഴ്ചകൾക്ക് വിധേയമാകാതെ, സഹവർത്തിത്വം പുലർത്തണമെന്ന് തന്നെയാണ് വിശുദ്ധ ഖുർആന്റെ നിലപാട്.

'(നബിയെ) പറയുക: അല്ലയോ സത്യനിഷേധികളെ, നിങ്ങൾ വഴിപ്പെടുന്നവർക്ക് വിധേയനായി ജീവിക്കാൻ ഞാൻ സന്നദ്ധനല്ല. ഞാൻ വഴിപ്പെടുന്നതിനെ അംഗീകരിക്കാൻ നിങ്ങളും സന്നദ്ധരല്ല. നിങ്ങൾ വിധേയത്വം പുലർത്തുന്നതിന് വിധേയനാകാൻ എനിക്ക് കഴിയില്ല. ഞാൻ വിധേയത്വം പുലർത്തുന്നതിന് വിധേയരാകാൻ നിങ്ങൾക്കും സാധ്യമല്ല. നിങ്ങൾക്ക് നിങ്ങളുടെ ദീൻ. എനിക്കെന്റെ ദീനും' (വി. ഖു. 109 : 1 – 6).

അതിനാൽ വർഗ്ഗത്തിന്റെയോ വംശത്തിന്റെയോ അടിസ്ഥാനത്തിൽ വ്യവച്ഛേദിക്കേണ്ട വിഷയമായല്ല 'ഇസ്ലാമും കുഫ്രും' കാണേണ്ടത്. ഏതെങ്കിലും വർഗ്ഗത്തിൽ ജനിച്ചു എന്നതല്ല അത് നിർണ്ണയിക്കുന്നതിന്റെ മാനദണ്ഡം. ജനിച്ച വർഗ്ഗം മുസ്ലിമീങ്ങൾ ആയത് കൊണ്ട് മാത്രം ഒരാൾക്കും സ്വർഗ്ഗം ഉറപ്പ് നൽകിയിട്ടില്ല ഖുർആൻ.

സ്വർഗ്ഗ ലബ്ധിക്ക് വംശീയതയുടെ മഹിമ കൽപ്പിച്ച ജൂത ക്രൈസ്തവ വാദങ്ങളെ ഖുർആൻ നിശിതമായി നിരാകരിക്കുന്നത് അതിനാലാണ്. ആരും അത്തരം വാദങ്ങളുമായി രംഗ പ്രവേശം ചെയ്യാതിരിക്കാനുള്ള താക്കീതായി കൂടിയാണ് ഖുർആന്റെ പ്രസ്തുത പരാമർശത്തെ നാം കാണേണ്ടത്.

'ജൂതരോ, ക്രിസ്ത്യാനികളോ ആയവരല്ലാതെ സ്വർഗ്ഗം പുൽകുകയില്ലെന്ന് അവർ പറഞ്ഞു. എന്നാൽ അതവരുടെ വ്യാമോഹങ്ങൾ മാത്രമാണ്. നിങ്ങൾ ആത്മാർത്ഥതയുള്ളവരാണെങ്കിൽ തെളിവ് കൊണ്ട് എന്നവരോട് പറയണം'. (വി. ഖു. 2 : 111).

ഇന്ന് പ്രചരിപ്പിക്കപ്പെടുന്ന പോലെ, ഏതോ പ്രത്യേക വർഗ്ഗത്തിൽ ജനിച്ചവരൊക്കെ മുസ്ലിമും, വേറെ ചില വർഗ്ഗങ്ങളിൽ ജനിക്കുന്നവരൊക്കെ കാഫിറും എന്ന സമീപനമല്ല ഖുർആന്റേത്. ജന്മം കൊണ്ടല്ല ഇസ്ലാമും കുഫ്റും വേർതിരിയുന്നത്. ഭൂമിയിൽ ജനിച്ച് വീഴുന്ന ഓരോ മനുഷ്യനും മനുഷ്യത്വത്തോട് സ്വീകരിക്കുന്ന നിലപാടുകളുടെ അടിസ്ഥാനത്തിൽ കാണേണ്ട പ്രശ്നമാണത്.

അതിനാൽ മുസ്ലിം ജന വിഭാഗത്തിൽ ജനിച്ച് വീഴുന്നവരൊഴിച്ച് മറ്റെല്ലാവരും കാഫിറുകളാണെന്ന സമീകരണം തീരെ സാധൂകരിക്കപ്പെടാവതല്ല. അല്ലാഹു മനുഷ്യരെ അങ്ങിനെ സമീകരിച്ചിട്ടില്ല. മാത്രമല്ല ആചാര വൈവിധ്യങ്ങളുടെ പേരിലുമല്ല മനുഷ്യനെ മുസ്ലിമും കാഫിറുമായി വിഭജിക്കേണ്ടത്.

ഭൂമിയിൽ ജനിച്ച് വീഴുന്ന മനുഷ്യരൊക്കെ മുസ്ലിംകളാണ് എന്നതാണ് ഖുർആന്റെ നിലപാടെന്ന് നാം നേരത്തെ കണ്ടതാണ്. അവരിൽ പിന്നീട് കാഫിറുകളായി പരിണമിക്കുന്നത് ദൈവ ധിക്കാരികളായ അധർമ്മകാരികളാണ്. 'മുസ്ലിമായിട്ടാണ് ഭൂമിയിൽ ഓരോ മനുഷ്യനും ജനിച്ച് വീഴുന്നതെന്നും, പിന്നീടവനെ അനുസരണമുള്ളവനോ, ധിക്കാരിയോ ഒക്കെ ആക്കുന്നത് അവന്റെ സാഹചര്യങ്ങളാണെന്നും' പ്രവാചകൻ സൂചിപ്പിച്ചത് ആ അർത്ഥത്തിൽ തന്നെയാണ്.

മനുഷ്യ ജന്മങ്ങളൊക്കെ ഏകനായ അല്ലാഹുവിന്റെ സൃഷ്ടികളാണ്. ദൈവ നിശ്ചിതങ്ങളായ മാനവിക മൂല്യങ്ങൾ തുല്യമായി അനുഭവിച്ച് ആസ്വദിക്കേണ്ടവർ. മനുഷ്യർ തമ്മിൽ അവകാശ ബാധ്യതകളിൽ വിഭജനം പാടില്ലെന്നാണ് അല്ലാഹുവിന്റെ നിശ്ചയം. തുല്യരായി കണ്ട് പരസ്പരം ആദരിക്കുകയും സഹവർത്തിത്വം പുലർത്തുകയും വേണം.

അതാണ് പ്രകൃതിയുടെ നിയതമായ നിശ്ചയം. ഒരാളും മറ്റുള്ളവരെ അപരവൽക്കരിച്ച് മാറ്റി നിർത്തുക പാടില്ല. തങ്ങളോട് ശാത്രവം പുലർത്താത്ത, സകലരോടും മാനവികതയുടെ എല്ലാ ആർദ്രതയും പുലർത്തി തന്നെ വേണം സഹവസിക്കാൻ എന്നതും ഖുർആൻ നൽകുന്ന പാഠം തന്നെയാണ്.

'ദീനിന്റെ കാര്യത്തിൽ നിങ്ങളോട് യുദ്ധം ചെയ്തിട്ടില്ലാത്ത, നിങ്ങളെ നിങ്ങളുടെ ഭവനങ്ങളിൽ നിന്ന് പുറത്താക്കിയിട്ടുമില്ലാത്ത ആരോടും

നന്മയിൽ വർത്തിക്കുകയും, നീതി പുലർത്തുകയും ചെയ്യുന്നതിൽ നിന്ന് അല്ലാഹു നിങ്ങളെ തടയുന്നില്ല. നിശ്ചയമായും നീതിമാന്മാരെയാണ് അല്ലാഹു ഇഷ്ടപ്പെടുക' (വി. ഖു. 60 : 8).

ജാതി വിഭജന ചിന്തകൾക്കതീതമായി, കഠിന ശത്രുക്കളല്ലാത്ത എല്ലാവരോടും മനുഷ്യത്വ പരവും നീതി പൂർവ്വകവുമായ എല്ലാ സഹവാസങ്ങളും ആദാന പ്രദാനങ്ങളും വേണ്ടതാണ് എന്ന് തന്നെയാണ് ഖുർആൻ അനുശാസിക്കുന്നത്. ജീവൽ പ്രധാനങ്ങളായ ജൈവികാവശ്യങ്ങളിലൊന്നും അവരെ അപരവൽക്കരിച്ച് മാറ്റി നിർത്തേണ്ടതിന്റെ ആവശ്യകത ഒട്ടുമേയില്ല.

എന്നാൽ 'കുർഫ്' ആകുന്ന ധിക്കാരപരമായ നിലപാടിന്, തടയിടുകയും പ്രതിരോധിക്കുകയും ആവശ്യമെങ്കിൽ പ്രത്യാക്രമണം നടത്തുകയും ചെയ്യേണ്ടി വരിക, അത് മാനവിക സംസ്കൃതിയുടെ നിലനിൽപ്പിന് ഭീഷണി ഉയർത്തുമ്പോഴാണ്. മറ്റുള്ളവരുടെ മൗലികാവകാശമായ സ്വാതന്ത്ര്യത്തെ നിഷേധിക്കുകയും, മനുഷ്യ സംസ്കൃതിയെ തന്നെ അപകടപ്പെടുത്തുമാറ്, രാക്ഷസീയമായ നിഷ്ഠൂരതകളിലേക്ക് നീങ്ങുകയും ചെയ്യുമ്പോഴാണ്.

അത്തരം കർക്കശവും ധിക്കാരപരവുമായ കുഫ്രിന്റെ ആത്യന്തിക പ്രവണതകൾ കാണിക്കുന്ന മനുഷ്യരെയാണ് അവരുടെ പ്രവർത്തന ഫലമായി അല്ലാഹു സ്വർഗ്ഗത്തിൽ സ്വീകരിക്കാതിരിക്കുക. "തീർച്ചയായും സത്യനിഷേധം സ്വീകരിച്ച് (സഹജീവികളെ) ദൈവ മാർഗ്ഗത്തിൽ നിന്ന് തടയുന്നവർ അതിവിദൂരമായ വഴികേടിലാണ്. അങ്ങിനെ സത്യ നിഷേധം സ്വീകരിക്കുകയും അക്രമങ്ങൾ പ്രവർത്തിക്കുകയും ചെയ്യുന്നവർക്ക് അല്ലാഹു പൊറുത്ത് കൊടുക്കുകയില്ല. അവർക്ക് നേർവഴി കാണിക്കുകയുമില്ല" (വി.ഖു. 4 : 167-168).

അല്ലാത്ത എല്ലാ മനുഷ്യർക്കും അവരവരുടെ പ്രവർത്തന ഫലം കിടുകിട കുറയാതെ പരലോകത്ത് ലഭ്യമാക്കും എന്ന് തന്നെയാണ് വിശുദ്ധ ഖുർആന്റെ ആഖ്യാനങ്ങളഖിലവും ധ്വനിപ്പിക്കുന്നത്. ആരുടേയും അണുത്തൂക്കം പ്രവർത്തനങ്ങളും പാഴായി പോകില്ല എന്ന് തന്നെയാണ് അല്ലാഹു നമുക്ക് നൽകുന്ന വാഗ്ദാനം.

'അന്ത്യ ദിനത്തിൽ വിചാരണക്കായി നാം നീതിയുടെ ത്രാസ്സുകൾ സ്ഥാപിക്കുന്നു. അന്ന് ഒരാളും ഇത്തിരിയോളവും നീതി

നിഷേധിക്കപ്പെടില്ല. ഒരു കടുക് മണിയോളമാണെങ്കിലും നാമത് കൊണ്ട് വരിക തന്നെ ചെയ്യും. കൃത്യമായി കണക്ക് സൂക്ഷിക്കാൻ നാം മതി' (വി. ഖു. 21 : 47).

ആണാകട്ടെ പെണ്ണാകട്ടെ ആരായാലും അവരവർ ചെയ്ത പ്രവർത്തനത്തിന്റെ പ്രതിഫലം അവർ ഏറ്റ് വാങ്ങുക തന്നെ ചെയ്യും എന്നാണ് ഖുർആന്റെ നിലപാട്. അത് ജാതി നോക്കിയല്ല തീരുമാനിക്കുക. പ്രവൃത്തി ചെയ്തവന്റെ മനസ്സും കർമ്മവും വിലയിരുത്തി മാത്രമാണ്.

'ആണായാലും പെണ്ണായാലും മനസ്സറിഞ്ഞു സദ്പ്രവൃത്തികൾ ചെയ്താൽ നാമവർക്ക് സമൃദ്ധിയുടെ ജീവിതം നൽകും. (പരലോകത്ത്) അവരേറ്റവും നന്നായി പ്രവർത്തിച്ചതിന്റെ തോതിൽ പ്രതിഫലവും നൽകും' (വി. ഖു. 16 : 97).

☙

കുഫ്റിന്റെ ഖുർആനിക സാക്ഷ്യങ്ങൾ

മനുഷ്യ കുലത്തെ സൃഷ്ടിച്ച് ഭൂമിയിൽ അധിവസിപ്പിക്കാൻ തീരുമാനിച്ചപ്പോൾ തന്നെ, അല്ലാഹു ധിക്കാരപരവും അപകടകാരിയുമായ കുഫ്റിനെ പരിചയപ്പെടുത്തുന്നുണ്ട്. അഹങ്കാരിയും ധിക്കാരിയുമായ പിശാചിന്റെ രൂപത്തിലാണ് അല്ലാഹു മനുഷ്യർക്ക് മുന്നിൽ ആ കുഫ്റിനെ അവതരിപ്പിക്കുന്നത്.

'നാം മലക്കുകളോട്, ആദമിന് സുജൂദ് ചെയ്യുകയെന്ന് ആവശ്യപ്പെട്ട സന്ദർഭം. ഇബ്ലീസ് ഒഴികെ മലക്കുകൾ സുജൂദ് ചെയ്തു. അവൻ ധിക്കരിക്കുകയും അഹങ്കാരം കാണിക്കുകയും ചെയ്തു. അങ്ങിനെ അവൻ കാഫിറുകളിൽ ഉൾപ്പെട്ടു' (വി. ഖു. 2 : 34).

പിശാചിനെ കാഫിറുകളിൽ ഉൾപ്പെടുത്താൻ നിമിത്തമായത് അവന്റെ അഹന്തയായിരുന്നു. ആദമിന് സുജൂദ് ചെയ്യുന്നതിൽ നിന്ന് എന്ത് കൊണ്ട് നീ പിന്തിരിഞ്ഞു എന്ന് ചോദിച്ചപ്പോൾ അവന്റെ മറുപടി ഇങ്ങിനെയായിരുന്നു.

'(ആദമിന്) സാഷ്ടാംഗം നമിക്കാൻ ഞാൻ ആജ്ഞാപിച്ചപ്പോൾ, നിന്നെ അതിൽ നിന്ന് പിന്തിരിപ്പിച്ചതെന്താണ് എന്ന് അല്ലാഹു ചോദിച്ചു. എന്നെ നീ തീയിൽ നിന്നും അവനെ മണ്ണിൽ നിന്നുമാണ് നീ പടച്ചത്. അതിനാൽ ഞാൻ അവനെക്കാൾ ഉത്തമാനാണ്,

എന്നായിരുന്നു അവന്റെ മറുപടി' (വി. ഖു. 7 : 12).

അഹന്ത കഠിനമായ ആഢ്യ ബോധത്തെയും സ്വാർത്ഥതയെയുമാണ് ഉൽപാദിപ്പിക്കുക. അവയാകടെ, ദൈവ ബോധത്തിന്റെ അടിസ്ഥാനത്തിൽ ഉണ്ടായിത്തീരേണ്ട സാഹോദര്യ ബോധത്തെയും പാരസ്പര്യാടിസ്ഥാനത്തിലുള്ള കരുതലിനെയും നശിപ്പിക്കും. അങ്ങിനെ ഭൂമിയിൽ നിന്ന് മാനവികതയുടെ സകല സാരാംശങ്ങളും തൂത്തെറിയപ്പെടും.

മനുഷ്യർക്കിടയിലെ സാഹോദര്യ സൽഭാവങ്ങളെ അറുത്തെറിഞ്ഞു, അവരെ പരസ്പരം കലഹിക്കുന്ന നന്ദിയില്ലാത്തവരാക്കുമെന്ന ഉഗ്ര പ്രതിജ്ഞ ചെയ്തുകൊണ്ടാണ് അല്ലാഹുവുമായുള്ള ആ സംവാദത്തിന്, കാഫിറായ പിശാച് വിരാമം കുറിക്കുന്നതായി ഖുർആൻ അനുസ്മരിക്കുന്നത്.

'(പിശാച്) പറഞ്ഞു: നീ എന്നെ വഴി പിഴച്ചവനായി പ്രഖ്യാപിച്ച സ്ഥിതിക്ക്, നിന്റെ നേരായ വഴിയിൽ നിന്നവരെ തെറ്റിക്കാൻ ഞാൻ അവസരം പാർത്തിരിക്കും. അവരുടെ മുന്നിലൂടെയും പിറകിലൂടെയും ഇടത് വലത് വശങ്ങളിലൂടെയും ഞാനവർക്ക് പ്രത്യക്ഷപ്പെടും. അപ്പോൾ അവരിലധിക പേരെയും നന്ദിയുള്ളവരായി നിനക്ക് കാണാനൊക്കില്ല' (വി. ഖു. 7 : 16 – 17).

ധിക്കാര പരമായ അതേ പൈശാചികതയുടെ അനന്തിരവന്മാരെയാണ് ഭൂമിയിലെ കൊടും കാഫിറുകൾ എന്ന് പരിഗണിച്ച്, ഖുർആൻ മാനവികതയുടെ ശത്രുക്കളായി കണ്ടത്. ആ ശത്രുക്കളെയാണ് എതിരിട്ട്, അവരുടെ അധീശത്വം ഭൂമിയിൽ നിന്ന് നിർമ്മൂലനം ചെയ്യാൻ ഖുർആൻ ആവശ്യപ്പെടുന്നത്.

ഭൂമിയിൽ കൊടിയ മാനവിക വിധ്വംസക പ്രവർത്തനങ്ങൾ നടമാടുമ്പോഴാണ് അല്ലാഹു ഭൂമിയിൽ പരിഷ്കരണ പ്രക്രിയകൾക്കായി (ഇസ്ലാഹ്) സംവിധാനങ്ങൾ സൃഷ്ടിക്കുക. അത്തരത്തിൽ ശ്രദ്ധേയവും നാഴികക്കല്ലുകളുമായ ചരിത്രത്തിലെ ചില അനുഭവങ്ങളും വിശുദ്ധ ഖുർആൻ അനുസ്മരിക്കുന്നുണ്ട്.

അക്കൂട്ടത്തിൽ മികവും മിഴിവുമാർന്ന ഒരുദാഹരണമത്രേ ഈജിപ്തിലെ ഫിർഔൻ മൂസാനബി കാലഘട്ട ചരിത്രം. ഫറോവ ഭൂമിയിൽ അഹന്ത നടിച്ച് ഏകാധിപത്യം വാഴുകയും, ജനങ്ങളെ വംശീയമായി വിഭജിച്ച് തന്റെ സ്വന്തക്കാരെ ജീവിക്കാൻ വിടുകയും

'അപരരെ' ക്രൂരമായി കൊന്നൊടുക്കുകയും ചെയ്തിരുന്നു.

'നിശ്ചയമായും ഫിർഔൻ ഭൂമിയിൽ ഔദ്ധത്യം കാണിച്ചു. ഭൂമിയുടെ അവകാശികളെ വംശീയമായി വിഭജിക്കുകയും ചെയ്തു. അവരിൽ ഒരു വിഭാഗത്തെ ദുർബ്ബലരാക്കി ഭരിച്ചു. അവരുടെ ആൺമക്കളെ വധിക്കുകയും പെൺമക്കളെ നാണം കെടുത്തുകയും ചെയ്തു. അയാൾ കുഴപ്പക്കാരനായിരുന്നു' (വി. ഖു. 28 : 4).

സർവ്വാധിപനായി വാണരുളിയ ഫിർഔനും 'ഹാമാനെ' പോലെ സഹായികളായ മന്ത്രിമാരും, 'ഖാറൂനെ' പോലെ അതി സമ്പന്നരായ കുത്തകകൾ ഉൾക്കൊള്ളുന്ന സ്വന്തക്കാരുടെ വലയവും ചേർന്ന്, മനുഷ്യരെ വംശീയമായി വിഭജിച്ച് ഉന്മാദികളായ ഉടയോന്മാരായി വാണ ധിക്കാരപരമായ ആ നിലപാടുകളാണ്, അവരെ കുഫ്റിന്റെ മേലങ്കി ചാർത്താൻ കാരണമായത്. അവരോട് സമാധാന പരമായി ആശയ സംവാദം നടത്തി ആ ജനതയുടെ വിമോചനം സാധ്യമാക്കാനാണ് അല്ലാഹു മൂസാ(അ) ഈജിപ്തിലേക്ക് നിയോഗിച്ചത്.

ഖുർആൻ അവതരണ കാലത്ത്, അറേബ്യൻ അർദ്ധ ദ്വീപിലും സാമൂഹ്യാവസ്ഥകൾ മൂസാ നബിയുടെ കാലത്തേതിൽ നിന്ന് ഭിന്നമായിരുന്നില്ല. പൊതു ജന സാമാന്യത്തെ വർഗ്ഗാടിസ്ഥാനത്തിൽ വിഭജിച്ചു ശിഥിലമാക്കി കഴിഞ്ഞിരുന്നു അന്ന്. ആ ശൈഥില്യങ്ങളുടെ പരസ്പര വൈരങ്ങളും പോരാട്ടങ്ങളും സർവ്വ സാധാരണമായിരുന്നു.

അത് കൊണ്ടാണ് പ്രവാചകൻ മൂസയുടെ ജീവിതാനുഭവങ്ങളെ പഠിച്ചെടുത്ത്, അക്കാലത്തെ മാനവികതയുടെ വിമോചന രീതി ശാസ്ത്രം മെനയാൻ മുഹമ്മദ് നബിയെ ഖുർആൻ ആവർത്തിച്ച് ഉൽബോധിപ്പിച്ച് കൊണ്ടിരുന്നത്. ശാന്ത മനസ്കനായും സമാധാന ചിത്തനായും വളരെ ആത്മ നിഷ്ഠമായി തന്നെ, മക്കയിലും പരിസര പ്രദേശങ്ങളിലും പ്രവാചകൻ തന്റെ ദൌത്യം ഭംഗിയായി നിർവ്വഹിച്ചു. അവസാനം അനവധി തീഷ്ണ സഹന പരീക്ഷണങ്ങളിലൂടെ അതി മഹനീയമായ മാനവികതയുടെ ദൈവീക നീതി വാഴുന്ന ഒരു പരിഷ്കൃത രാഷ്ട്രത്തിന്റെ സംസ്ഥാപനം, സാധിച്ചെടുത്തു പ്രവാചകൻ.

പക്ഷേ പിന്നീട്, മാനുഷ്യകത്തിന് ഒന്നടങ്കം തന്നെ ഭീഷണിയായി, സംശുദ്ധ നീതിയുടെ ആയൊരു രാഷ്ട്ര സംവിധാനത്തെ തന്നെ

തച്ചുടക്കാൻ കച്ച മുറുക്കി ഒരുങ്ങിയിറങ്ങിയ ശത്രുക്കളായ കൊടിയ കാഫിറുകളെയാണ് ആയുധമേന്തിയെങ്കിലും പ്രതിരോധിച്ച് ഒതുക്കാൻ അല്ലാഹു കൽപ്പിച്ചത്.

ആ പ്രകൃതി നിശ്ചയങ്ങൾ തിരുത്തി, തന്റെ സഹ ജീവികളെ അടിച്ചൊതുക്കി, വിശേഷാധികാരങ്ങളും അവകാശങ്ങളും കയ്യടക്കാൻ ശ്രമിക്കുന്ന ആ നിഷ്ഠൂര ജൻമങ്ങളെ ശക്തിയുക്തം തിരുത്തണമെന്ന് അല്ലാഹു കൽപ്പിച്ചതാണ്. പ്രാപഞ്ചിക വ്യവസ്ഥക്ക് കീഴോത്തുങ്ങി ജീവിക്കുന്നില്ലെന്ന് മാത്രമല്ല, ധിക്കാര പരമായി വ്യവസ്ഥയെ അട്ടിമറിച്ച് സാധുക്കളായ അടിയാരുകളെ ദ്രോഹിക്കാൻ ശ്രമിക്കുന്നവർക്കെതിരെ കർശനമായ നിലപാട് കൈക്കൊള്ളണമെന്നതും അല്ലാഹുവിന്റെ നിശ്ചയമാണ്..

അത്തരം സന്ദർഭങ്ങളിൽ പോലും 'കാഫിറാ'യ മനുഷ്യനോടല്ല ഖുർആന്റെ ശത്രുത പ്രഖ്യാപിക്കുന്നത്. ധിക്കാരിയായ മനുഷ്യന്റെ പൈശാചിക ഭാവങ്ങളോടാണ്. മാനവികതക്കെതിരെ ഉയരുന്ന കൈകളെ താഴ്ത്തുകയാണ് ഖുർആന്റെ ഉന്നം.

എന്നാൽ, അത്തരം ആത്യന്തിക നിലപാടുകളെടുക്കാൻ ഖുർആൻ വ്യക്തികളോടല്ല, സമൂഹത്തോടാണ് ആവശ്യപ്പെടുന്നത്. പ്രവാചകന്, വ്യവസ്ഥയുടെ സാരഥ്യം കയ്യാളേണ്ടതില്ലാതിരുന്ന മക്കയിൽ, അത്തരമൊരു ആഹ്വാനം നൽകപ്പെട്ടിരുന്നുമില്ല എന്നത് ശ്രദ്ധേയമാണ്. അക്കാലത്ത് കാഫിറുകളെ ഒന്നടങ്കം കൊന്നൊടുക്കുക എന്നതായിരുന്നില്ല ഖുർആന്റെ സമീപനം.

ആ ധർമ്മം വസ്തു നിഷ്ടമായി നിർവ്വഹിക്കാൻ, നിയമ വ്യവസ്ഥക്ക് അവകാശവും അധികാരവുമുണ്ട് എന്ന് നിശ്ചയിച്ചത് തന്നെ, മദീനയിലെ വ്യവസ്ഥാപിത സാമൂഹ്യ രാഷ്ട്രീയ ഘടന നിലവിൽ വന്ന ശേഷമാണ്. നിലവിൽ വരുന്ന വ്യവസ്ഥയെ ശത്രുവായി കണ്ട് ഏതിരിടാൻ വരുന്നവരോട് ഏത് ഭരണകൂടവും സ്വീകരിക്കാരുള്ള അതേ നിലപാട് തന്നെയാണ്, ഇസ്ലാമിന്റേതായി അന്ന് മദീനയിൽ നിലവിൽ വന്ന വ്യവസ്ഥയും ശത്രുക്കളായ കാഫിറുകളോട് സ്വീകരിച്ചത്.

മനുഷ്യർ അല്ലാഹുവിന്റെ മാത്രം സൃഷ്ടികളാണ്. അവനെ ജനിപ്പിക്കാനും മരിപ്പിക്കാനുമുള്ള അവകാശം അല്ലാഹുവിൽ മാത്രം നിക്ഷിപ്തമായ പോലെ, അവരെ രക്ഷിക്കാനും ശിക്ഷിക്കാനുമുള്ള

അവകാശവും അവന്റേത് മാത്രമായി നിലനിൽക്കുകയാണ്. അവന്റെ സൃഷ്ടികളിൽ പെട്ട, മാനവികതയുടെ ശത്രുക്കളായ പൈശാചികതയുടെ വക്താക്കളോട് യുദ്ധം ചെയ്ത്, അവരെ തോൽപിച്ച് കീഴ്പ്പെടുത്താൻ അല്ലാഹു മനുഷ്യർക്ക് നൽകിയ അനുവാദം ഉപയോഗപ്പെടുത്തുക മാത്രമേ നമുക്ക് കരണീയമായിട്ടുള്ളൂ. അതും മാനവികതയുടെ നിലനിൽപ്പിന് അനിവാര്യമായി തീരുമ്പോൾ മാത്രം.

മത പരിത്യാഗത്തിന്റെ (ഇർതിദാദ്) പ്രശ്നവും ഈയൊരു നിലപാട് തറയിൽ നിന്ന് കൊണ്ട് തന്നെയാണ് നോക്കി കാണേണ്ടത്. ആദർശം കൈവിട്ടു എന്നതിന്റെ പേരിൽ മാത്രം ഒരാളുടെ തല വെട്ടി കൊന്ന് കളയാൻ ഇസ്ലാം ആരെയും ചുമതലപ്പെടുത്തിയിട്ടില്ല. ചുമതലപ്പെടുത്തുകയുമില്ല.

അഭിപ്രായ സ്വാതന്ത്ര്യവും ആവിഷ്കാര സ്വാതന്ത്ര്യവും ഇത്രത്തോളം അനുവദിക്കുന്ന മറ്റൊരു സംവിധാനവും ഇസ്ലാമിനെ പോലെ ലോകത്തില്ല. കാരണം ഇസ്ലാം ദൈവത്തിന്റെ ഇച്ഛരക്കൊത്ത് ജീവിതം ക്രമീകരിക്കുന്ന വ്യവസ്ഥയാണ്. അത് മനുഷ്യ പ്രകൃതിയെ ആദരിക്കലാണ്.

വിശ്വാസം സ്വീകരിക്കുകയോ തിരസ്കരിക്കുകയോ ചെയ്യുന്ന വിഷയത്തിൽ മനുഷ്യർക്ക് ഖുർആൻ അനുവദിച്ച് കൊടുത്ത സ്വാതന്ത്ര്യത്തെ ആർക്കും നിഷേധിക്കാൻ അവകാശമില്ലെന്ന് മാത്രമല്ല, പ്രവാചകനോട് നേരിട്ടു തന്നെ അത്തരം നിർബന്ധം പാടില്ലെന്ന് പോലും ഖുർആൻ അനുശാസിക്കുന്നുണ്ട്.

'നിന്റെ രക്ഷിതാവ് ഉദ്ദേശിച്ചിരുന്നുവെങ്കിൽ ഭൂമിയിലുള്ള സകലരും ഒന്നടങ്കം വിശ്വസിക്കുമായിരുന്നു. പിന്നെ എന്തിനാണ് ജനങ്ങളെയെല്ലാവരെയും വിശ്വാസികളാകാൻ താങ്കൾ നിർബന്ധിക്കുന്നത്' (വി. ഖു. 10 : 99).

ഖുർആനിലെവിടെയും ഒരാളെയും വിശ്വാസ പരിത്യാഗത്തിന്റെ പേരിൽ വധിക്കണമെന്ന കൽപനയില്ലെന്ന് മാത്രമല്ല വിശ്വാസ സ്വാതന്ത്ര്യത്തെ ശക്തമായി പരിരക്ഷിക്കുക കൂടി ചെയ്യുകയാണ് ഖുർആൻ. വിശ്വാസിയാകാൻ നിർബന്ധിക്കാത്തത് പോലെ തന്നെ വിശ്വാസത്തിൽ നിന്നുള്ള പിന്മാറ്റം നടത്തിയാലും അവർക്കൊരു ദ്രോഹവും വരുത്താൻ ഖുർആൻ അനുവദിക്കുന്നില്ല. അവരെ

അവരുടെ പാട്ടിന് വിടുകയാണ് ചെയ്യുക.

പൊതുവായ ഇസ്ലാമിന്റെ കാഴ്ചപ്പാടും നിലപാടും അതായിരിക്കെ തന്നെ, പ്രത്യേക സന്ദർഭങ്ങളിൽ പ്രവാചകൻ ചില നിലപാടുകൾ പ്രഖ്യാപിച്ചിരുന്നു. ദീൻ ഉപേക്ഷിച്ച് സാമൂഹ്യ ഘടനയിൽ നിന്ന് വേറിട്ട് പോയവൻ വധാർഹനാണ് എന്ന പ്രവാചക പ്രസ്താവം അതിൽ പെട്ടതാണ്. ഒരാൾ, അതും ഒരു മുസ്ലിം, വധാർഹനാകുന്ന സന്ദർഭങ്ങൾ പറഞ്ഞ കൂട്ടത്തിലാണ് പ്രവാചകൻ അക്കാര്യം അനുസ്മരിക്കുന്നത്.

മുർതദ്ദുകൾ മൊത്തമായി വധിക്കപ്പെടേണ്ടവർ ആണെന്ന് പൊതു പ്രസ്താവം നടത്തുകയായിരുന്നില്ല പ്രവാചകൻ. തികച്ചും സാന്ദർഭികമായ ഒരു നിലപാട് പ്രഖ്യാപനം മാത്രമായിരുന്നു അത്. ഒരിസ്ലാമിക സ്റ്റേറ്റ് രൂപീകരിച്ച് ഭദ്രമായ സുരക്ഷാ വ്യവസ്ഥകളിൽ കെട്ടിപ്പടുക്കുന്ന സവിശേഷ സാഹചര്യത്തിലാണ് ആ പ്രസ്താവം ഉണ്ടായത് എന്നതും ശ്രദ്ധേയമാണ്.

വിശ്വാസ പരിത്യാഗം സ്വീകരിച്ച്, കൂട് വിട്ട് പറക്കുന്ന മുസ്ലിം, സ്വാഭാവികമായും അക്കാലത്ത് ചേക്കേറുക, ഇസ്ലാമിക് സ്റ്റേറ്റിന് ചുറ്റും വട്ടമിട്ട് പറക്കുന്ന ശത്രുക്കളുടെ കൂടാരങ്ങളിലാണ്. അങ്ങിനെ ദേശ ദ്രോഹികളായ ഒറ്റുകാരെ വധിച്ച് കളയുമെന്ന് വിധിക്കാനല്ലാതെ അത്തരമൊരു നിർണ്ണായക സാഹചര്യത്തിൽ ഒരു നേതാവിന് കഴിയുമോ?.

5

ആണും പെണ്ണും

ഭൂമിയിൽ മനുഷ്യനെ അധിവസിപ്പിക്കുന്നതിന്റെ പ്രാരംഭമെന്ന നിലയിൽ, അല്ലാഹു ആദ്യം ആദമിനെ പടച്ചു. തുടർന്ന് ആദമിന് പങ്കാളിയായി ഹവ്വയെയും. ഭൂമിയിൽ മനുഷ്യന്റെ പ്രജനന പ്രക്രിയയുടെ അനുസ്യൂതമായ തുടർച്ചക്കും, അത് മുഖേന ഭൂമിയുടെ നിർമ്മാണ വികസന നൈരന്തര്യം നിലനിർത്താനും, ആ രണ്ട് വ്യക്തി സ്വരൂപങ്ങളുടെ ഒരുമിച്ച് സന്ധിക്കൽ സ്വാഭാവികമായ അനിവാര്യതയായിരുന്നു.

പ്രകൃതിയുടെ വികാസത്തിന്റെയും വികസനത്തിന്റെയും നിയതമായ രീതിശാസ്ത്രമത്രേ, രണ്ട് ഭിന്നങ്ങളുടെ സമഞ്ജസമായ സംയോജനം. അതിലൂടെ സംഭവിക്കുന്ന പ്രജനനമെന്ന നൈസർഗ്ഗിക പ്രക്രിയയിലൂടെ ഭൂമിയും അതിലെ സകല ചരാചരങ്ങളും വികസിച്ച് കൊണ്ടേ നില നിൽക്കണമെന്നാണ് അല്ലാഹു തീരുമാനിച്ചത്.

ആ വികസന പ്രക്രിയയുടെ നൈരന്തര്യം ഉറപ്പ് വരുത്തുമാറ്, ജീവജാലങ്ങളെയൊക്കെ ഇണകളായാണ് അല്ലാഹു സൃഷ്ടിച്ചത്. ഇണകളുടെ സംഗമത്തിലൂടെയുള്ള പ്രജനനത്തിലൂടെയാണ് ഭൂമിയുടെ വികാസം അല്ലാഹു നിശ്ചയിച്ചത്.

'എല്ലാ വസ്തുക്കളെയും ഇണകളായാണ് നാം സൃഷ്ടിച്ചത്. നിങ്ങൾ സ്മരിക്കുന്നവരാകാൻ' (വി. ഖു. 51 : 49).

'അല്ലയോ മനുഷ്യരേ, ഒരാണിൽ നിന്നും പെണ്ണിൽ നിന്നുമാണ് നാം നിങ്ങളെ സൃഷ്ടിച്ചത്...' (വി. ഖു. 49 : 13).

ഒരൊറ്റ ആത്മാവിൽ നിന്ന് തന്നെയാണ് അല്ലാഹു ഇണകളായി ആണിനെയും പെണ്ണിനെയും രൂപപ്പെടുത്തിയതെന്നും ഖുർആൻ

ഉണർത്തുന്നുണ്ട്.

'അല്ലയോ മനുഷ്യരേ, ഒരേയൊരു ആത്മാവിൽ നിന്ന് നിങ്ങളെ സൃഷ്ടിച്ച, നിങ്ങളുടെ രക്ഷിതാവിന് നിങ്ങൾ ഭക്തിപൂർവ്വം വണങ്ങുക. അതേ സത്തയിൽ നിന്ന് തന്നെ അവൻ അതിന്റെ ഇണയെയും സൃഷ്ടിച്ചു. എന്നിട്ട് അവ രണ്ടിൽ നിന്നുമായി ധാരാളം പുരുഷന്മാരെയും സ്ത്രീകളെയും വ്യാപിപ്പിച്ചു. നിങ്ങൾ ആരെയാണോ ചോദിച്ച് കൊണ്ടിരിക്കുന്നത് അവനെയും, സഹോദര്യ ബന്ധങ്ങളെയും മാനിക്കുക. തീർച്ചയായും അല്ലാഹു നിങ്ങളെ നിരീക്ഷിച്ച് കൊണ്ടിരിക്കുകയാണ്' (വി. ഖു. 4 : 1).

ഒരേയൊരു കേന്ദ്രബിന്ദുവിൽ നിന്ന് ഉൽഭവിച്ച ആണിലും പെണ്ണിലും ഒരേ ആത്മാവാണ് പ്രവർത്തിച്ച് കൊണ്ടിരിക്കുന്നത് എന്ന് സാരം. അപ്പോലെ തന്നെ ഒരേ മാംസവും രക്തവും മജ്ജയും പേറുന്ന ആണും പെണ്ണും, ഭൂമിയിൽ മനുഷ്യന്റെ വളർച്ചയിലും വികാസത്തിലും പരസ്പരം സഹകരിച്ചു തുല്യമായ പങ്കാളിത്തം വഹിച്ച് മുന്നോട്ട് പോകാനാണ് കൽപ്പിക്കപ്പെട്ടിരിക്കുന്നത്.

'നിങ്ങൾ പരസ്പരം ആശ്രയിച്ച് ആശ്വാസം കൊള്ളാൻ, നിങ്ങളിൽ നിന്ന് തന്നെ നിങ്ങൾക്ക് ഇണകളെ സൃഷ്ടിച്ചു എന്നത് അവന്റെ ദൃഷ്ടാന്തങ്ങളിൽ പെടുന്നു.. മാത്രമല്ല അവൻ നിങ്ങൾക്കിടയിൽ സ്നേഹവും കാരുണ്യവും നിറച്ചു. ചിന്തിക്കുന്ന ജനതക്ക് അതിലെല്ലാം പാഠങ്ങളുണ്ട്' (വി. ഖു. 30 : 21).

ആണിനെയും പെണ്ണിനെയും തുല്യരായ ഇണകളും തുണകളുമായാണ് ഖുർആൻ പരിചയപ്പെടുത്തുന്നത്. ആരും ആരുടേയും മേലധികാരികളല്ല. ആരും ആരുടേയും ആജ്ഞാനുവർത്തികളുമല്ല. ആദർശ പരമായി തന്നെ, ആണെന്നോ പെണ്ണെന്നോ ഉള്ള വിഭജനമൊട്ടും കൂടാതെ, മനുഷ്യകത്തിന്റെ മൊത്തമായ സ്വാതന്ത്ര്യവും വിമോചനവുമാണല്ലോ ഇസ്ലാം ലക്ഷ്യമിട്ടത്.

അങ്ങിനെ വ്യക്തി തല സ്വാതന്ത്ര്യം അനുവദിക്കുമ്പോഴും ജീവിതായോധന മാർഗ്ഗത്തിൽ പരസ്പര പൂരകങ്ങളായി വർത്തിച്ച് ഒരുമിച്ച് മുന്നേറേണ്ടവരാണ് ആണും പെണ്ണും. അതിനാൽ തന്നെ അവരിലോരോരുത്തരുടെയും മൗലികമായ അവകാശ ബാധ്യതകൾ ഖുർആനിൽ വെവ്വേറെ പരാമർശിച്ചിട്ടില്ല.

മാനവികതയുടെ കാര്യത്തിൽ പൊതുവേ ഖുർആൻ പുലർത്തുന്ന വിവേചന രഹിതമായ തുല്യത നാം കണ്ടതാണ്. പക്ഷേ, നിയതമായ ചില ധർമ്മ പൂർത്തീകരണാർത്ഥം, ആണും പെണ്ണും തമ്മിൽ ശാരീരിക വൈജാത്യങ്ങൾ കാണുമെങ്കിലും, ധർമ്മ പരവും കർമ്മ പരവുമായ എല്ലാ കാര്യങ്ങളിലും, ഉത്തരവാദിത്ത ബാധ്യതകളിൽ തുല്യത തന്നെയാണ് അവർ രണ്ട് പേർക്കും ഖുർആൻ കൽപ്പിച്ചിരിക്കുന്നത്. മാത്രമല്ല അവർ പരസ്പരം വിശ്വാസം വെച്ച് പുലർത്തി രക്ഷകരും രക്ഷാധികാരികളുമായി വർത്തിക്കേണ്ടവരാണെന്നും ഖുർആൻ അരുൾ ചെയ്യുന്നുണ്ട്.

'വിശ്വാസികളും വിശ്വാസിനികളും പരസ്പരം രക്ഷാധികാരികളാകണം. ഇരു കൂട്ടരും നല്ലത് കൽപ്പിക്കുകയും തിന്മ തടയുകയും വേണം. നമസ്കാരം നിലനിർത്തുകയും സകാത്ത് നൽകുകയും ചെയ്യണം. കൂടാതെ അല്ലാഹുവെയും അവന്റെ ദൂതരേയും അനുസരിക്കണം. അങ്ങിനെയുള്ളവർക്ക് അല്ലാഹു അനുഗ്രഹങ്ങൾ ചൊരിയും. അല്ലാഹു അജയ്യനും യുക്തിമാനുമത്രെ' (വി. ഖു. 9 : 71).

ആണോ പെണ്ണോ എന്ന വേറിട്ട പരിഗണന ഒട്ടുമേ കൂടാതെ, എല്ലാവരും ഒരേ പോലെ നിർവ്വഹിക്കേണ്ട ദൌത്യമെന്ന നിലയിലാണ് പ്രകൃത സൂക്തം അത്രയും കാര്യങ്ങൾ പ്രതിപാദിക്കുന്നത്. മാത്രമല്ല, നന്മ തിന്മകൾ ചെയ്യുന്നവരുടെ പ്രതിഫലവും ശിക്ഷയുമൊക്കെ ഇഹത്തിലും പരത്തിലും രണ്ട് പേർക്കും ചെയ്ത പ്രവർത്തനത്തിന്റെ തോതനുസരിച്ച് ലഭ്യമാണെന്നും അല്ലാഹു അറിയിച്ചിരിക്കുന്നു.

'ആണായാലും പെണ്ണായാലും മനസ്സറിഞ്ഞു സദ്പ്രവൃത്തികൾ ചെയ്താൽ നാമവർക്ക് സമൃദ്ധിയുടെ ജീവിതം നൽകും. (പരലോകത്ത്) അവരേറ്റവും നന്നായി പ്രവർത്തിച്ചതിന്റെ തോതിൽ പ്രതിഫലവും നൽകും' (വി. ഖു. 16 : 97).

'കളവ് നടത്തിയ ആണിന്റേയും പെണ്ണിന്റേയും കൈകൾ മുറിക്കണം., അവർ പ്രവർത്തിച്ചതിൻ ഫലമായി അല്ലാഹു നിശ്ചയിച്ച ശിക്ഷ എന്ന നിലയിലാണത്. അല്ലാഹു അജയ്യനും യുക്തിമാനുമത്രെ' (വി. ഖു. 5 : 38).

ഖുർആനിലെ, സകല ആഹ്വാനങ്ങളും പരാമർശങ്ങളും ഇരു പക്ഷത്തെയും ഒരേ പോലെ പരിഗണിച്ച് കൊണ്ടുള്ളതാണ്.

അതിനാൽ തന്നെ, ഖുർആന്റെ പാക്ഷിക വായനകൾക്ക് പ്രസക്തിയേതുമില്ല. അത് വായിക്കപ്പെടേണ്ടത്, അതിലടങ്ങിയ പ്രപഞ്ച വീക്ഷണത്തിന്റെ അടിസ്ഥാനത്തിൽ, മനുഷ്യ പക്ഷത്ത് നിന്ന് കൊണ്ടാണ്. അഥവാ, ആണും പെണ്ണും ഒന്ന് ചേരുന്ന മനുഷ്യകത്തിന്റെ ജീവിത ദർശനവും ജീവിതവുമാണ് ഖുർആനിൽ നിന്ന് വായിച്ചെടുക്കേണ്ടത്.

മേലാള വായനയും കീഴാള വായനയും ആൺ പക്ഷ വായനയും പെൺ പക്ഷ വായനയുമൊക്കെയായി, പാക്ഷിക വായനകൾ ധാരാളമായി പലപ്പോഴും നടന്നിട്ടുണ്ട്. ഇപ്പൊഴും നടക്കുന്നു. ഓരോരുത്തരും അവനവന്റെ ഭാവനക്കും അഭിരുചിക്കുമനുസരിച്ച് വായിക്കുന്നു എന്നതാണ് പ്രശ്നം. പക്ഷം പിടിച്ചുള്ള അത്തരം വായനകൾ സ്വഭാവികമായും ഏകപക്ഷീയമാകും. പലപ്പോഴും മറുപക്ഷത്തെ അപരവൽക്കരിക്കുന്നതും ആയിത്തീരാം.

അതാകട്ടെ, മനുഷ്യന്റെ ഒരുമക്കും രഞ്ജിപ്പിനും പകരം, വർഗ്ഗീകരണങ്ങളിലേക്കും വിഭാഗീയതകളിലേക്കും ആത്യന്തികമായി സംഘട്ടനങ്ങളിലേക്കുമാണ് വാതിൽ തുറക്കുക. വിഭാഗീയത സൃഷ്ടിക്കപ്പെടുന്നേടത്താണ് അസഹിഷ്ണുതയും, അസമാധാനവും സംഘർഷവും ഉടലെടുക്കുക.

ആണും പെണ്ണും തമ്മിലുള്ള വിഭാഗീയതകൾക്കും സംഘർഷങ്ങൾക്കും കാരണമായി തീർന്നത് അവർ തമ്മിലുള്ള പാരസ്പര്യത്തിന്റെ ആഴം തിരിച്ചറിയപ്പെടാത്തതാണ്. ആദമും ഹവ്വയും 'അറഫ'യിൽ കണ്ട് മുട്ടിയപ്പോൾ തിരിച്ചറിഞ്ഞ പാരസ്പര്യം. പാരസ്പര്യത്തിന്റെ അനിവാര്യതയെ കുറിച്ചുള്ള തിരിച്ചറിവും.

ലിംഗ സമത്വ വിഭാവന ഖുർആനിൽ

ആൺ കോയ്മ ശക്തമായി നിലനിന്നിരുന്ന ഒരു സാമൂഹ്യ ഘടനയിലാണ് സ്ത്രീ പുരുഷ സമത്വത്തിന്റെ സന്ദേശവുമായി ഖുർആൻ അവതീർണ്ണമായത്. ഗോത്ര വർഗ്ഗ മേധാവിത്വവും അക്കാലത്തെ പ്രാകൃതത്വമായിരുന്നു. ഇങ്ങിനെ വർഗ്ഗാധിപത്യ പുരുഷാധിപത്യ സംസ്കൃതിയെ നിരാകരിച്ച്, മാനവികതയുടെ അടിസ്ഥാന മൂല്യങ്ങളെ പുനരാവിഷ്കരിച്ച്, ഋജുവായ ജനാധിപത്യ

സംസ്കൃതി എന്തെന്ന് കാണിച്ച് കൊടുക്കുകയായിരുന്നു ഖുർആൻ.

അങ്ങിനെയാണ് സ്ത്രീകൾക്ക് തികച്ചും അന്യമായിത്തീർന്നിരുന്ന സ്വന്തം അവകാശങ്ങൾ പുനഃസ്ഥാപിക്കപ്പെട്ടത്. ജനാധിപത്യ സംസ്കൃതിയിൽ അവകാശ ബാധ്യതകളിലൊക്കെ ആണും പെണ്ണും തുല്യരാണെന്ന് ഖുർആൻ സിദ്ധാന്തിച്ച് നടപ്പിലാക്കിയത്.

മേൽ ചൊന്ന പൊതു തത്വത്തെ നിരാകരിക്കുന്ന ഒന്നും വിശുദ്ധ ഖുർആനിൽ കാണാനൊക്കുകയില്ല. എന്നാൽ സ്ത്രീകൾക്ക് തുല്യത നൽകപ്പെട്ടിട്ടില്ലെന്ന് വായിക്കപ്പെട്ടേക്കാവുന്ന, ഖുർആനിലെ ഏതാനും സന്ദർഭങ്ങളെ കൂടി വിശകലനം ചെയ്യപ്പെടേണ്ടതുണ്ട്.

ഒന്നാമത്തേത് സൂറത്തുൽ ബഖറയിലെ ആയതുദ്ദൈനിൽ (ആയഃ 282) സ്ത്രീയുടെ സാക്ഷ്യത്തെ കുറിച്ച് വന്ന ഖുർആന്റെ പരാമർശമാണ്. സാമ്പത്തിക ഇടപാടുകൾ കൃത്യമായി തന്നെ എഴുതി വെക്കപ്പെടേണ്ടതാണെന്നും അതിന് രണ്ട് പുരുഷന്മാർ സാക്ഷികളായി ഉണ്ടാകണമെന്നും, രണ്ട് പുരുഷന്മാരെ ലഭ്യമായില്ലെങ്കിൽ ഒരു പുരുഷനും രണ്ടു സ്ത്രീകളും സാക്ഷികളാകണമെന്നും ഖുർആൻ നിശ്ചയിക്കുന്നുണ്ട്.

അക്കാലത്തെ സാമ്പത്തിക ഇടപാടുകൾ കാര്യക്ഷമമായി വ്യവസ്ഥവൽക്കരിക്കാൻ നിർദ്ദേശിക്കപ്പെട്ട ഒരു രീതി എന്ന നിലയിൽ, കൂടുതൽ വ്യവസ്ഥാപിതമായി സാമ്പത്തിക ഇടപാടുകൾ കൈകാര്യം ചെയ്യപ്പെടുന്ന ഇക്കാലത്ത്, പെണ്ണിന്റെ സാക്ഷ്യം പോലുള്ള വിഷയങ്ങൾ അത്ര കണ്ട് പ്രസക്തമല്ലെങ്കിൽ കൂടി, പ്രസ്തുത സൂക്തം സ്ത്രീകൾക്ക് അവരുടെ മൌലികാവകാശമായി അനുവദിച്ച് കിട്ടേണ്ട തുല്യതയുടെ നിരാകരണമായി വായിക്കേണ്ട ഒരു നിർദ്ദേശമായി കാണുക വയ്യ. ആണും പെണ്ണും തമ്മിലുള്ള സഹജമായ വൈജാത്യങ്ങൾ പരിഗണിച്ച്, ഭൂമിയിൽ നിർവ്വഹിക്കേണ്ട ഉത്തരവാദിത്തങ്ങൾ വിഭജിച്ച് നൽകിയപ്പോൾ സ്വീകരിച്ച ലഘൂകരണമായി മാത്രമേ അതിനെ കാണാനൊക്കൂ.

ഒരാളുടെ കടത്തിന് സാക്ഷികളാകുക എന്നാൽ അതിന്റെ ജാമ്യക്കാരാകുക എന്ന് കൂടിയാണ് അർത്ഥം. അധമർണ്ണന് കടം വീട്ടാനാകാതെ വരുന്ന പക്ഷം സ്വാഭാവികമായും അത് വീട്ടേണ്ട ഉത്തരവാദിത്തം ജാമ്യക്കാരന്റെ മേൽ വന്ന് വീഴും.

വലിയ സാമ്പത്തിക ബാധ്യതകൾ പുരുഷനെ പോലെ തന്നെ ഏറ്റെടുക്കാൻ മാത്രം, സ്ത്രീ അന്ന് സാമ്പത്തിക സ്വയം പര്യാപ്തത കൈവരിച്ചിരുന്നുമില്ല. ആൺ കോയ്മ നിലനിന്നിരുന്ന അക്കാലത്ത്, സമ്പത്തിന്റെ ഉടമാവകാശവും സാമ്പത്തിക വികസനത്തിനുള്ള ബാധ്യതയും, കൈകാര്യ കർതൃത്വവുമൊക്കെ, ഏറെക്കുറെ ആണുങ്ങൾ കുത്തകയായി കൈവശം വെച്ച് കൊണ്ടിരുന്ന കാലം. പെണ്ണുങ്ങൾക്ക് അന്ന് അനന്തരാവകാശം പോലും നിർണ്ണയിക്കപ്പെട്ടിരുന്നില്ല.

അവിടെയാണ് ഇസ്ലാം പെണ്ണുങ്ങൾക്ക് സ്വത്തവകാശം അനുവദിച്ച് കൊണ്ട് പ്രഖ്യാപനം നടത്തിയത്. 'മാതാപിതാക്കളും സ്വന്തക്കാരും വിട്ടേച്ച് പോയ (സ്വത്തിൽ) പുരുഷൻമാർക്ക് ഓഹരിയുണ്ട്. മാതാപിതാക്കളും സ്വന്തക്കാരും വിട്ടേച്ച് പോയ (സ്വത്തിൽ) സ്ത്രീകൾക്കും ഓഹരിയുണ്ട്. കുറഞ്ഞാലും കൂടിയാലും. (അവകാശമായി) നിശ്ചയിക്കപ്പെട്ട വിഹിതമാണത് (വി. ഖു. 4 : 7).

കൂടിയോ കുറഞ്ഞോ എന്നതല്ല പ്രശ്നം. അനന്തര സ്വത്തിൽ സ്ത്രീ അനന്തരാവകാശിയായി പരിഗണിക്കപ്പെട്ടു എന്നതാണ് മൗലികമായ കാര്യം. എന്നാൽ പോലും, സാമ്പത്തിക കൈകാര്യ കർതൃത്വത്തിന്റെയും, വിനിമയ വികസന സാധ്യതകളുടെയും ആഴവും പരപ്പും സൂക്ഷ്മതയും അനുഭവത്തിലൂടെ തിരിച്ചറിയാൻ അന്നത്തെ പെൺകരുത്ത് പൊതുവേ പക്വമായിക്കഴിഞ്ഞിരുന്നില്ല.

പെണ്ണുങ്ങൾ തങ്ങളുടെ ആർജ്ജവം വീണ്ടെടുത്ത് തുടങ്ങുന്നേ ഉണ്ടായിരുന്നുള്ളൂ അന്ന്. അതിനാലാണ് സാക്ഷ്യം വഹിക്കാൻ പെണ്ണാകുമ്പോൾ ഒരാണിന് പകരമായി രണ്ട് സ്ത്രീകൾ ഉണ്ടാകണമെന്ന് ഖുർആൻ നിർണ്ണയിച്ചത്.

'.... പുരുഷന്മാരായ രണ്ട് പേരെ നിങ്ങൾ സാക്ഷികളാക്കണം. രണ്ട് പുരുഷന്മാരില്ലെങ്കിൽ നിങ്ങൾ അംഗീകരിക്കുന്ന സാക്ഷികളായി ഒരു പുരുഷനും രണ്ട് സ്ത്രീകളും. അവരിലൊരാൾക്ക് അബദ്ധം സംഭവിച്ചാൽ മറ്റേ സ്ത്രീ ഓർമ്മിപ്പിക്കാൻ വേണ്ടിയാണത്. സാക്ഷ്യം പറയാൻ വിളിക്കപ്പെട്ടാൽ സാക്ഷികൾ വിസമ്മതം കാണിക്കരുത് .... (വി. ഖു. 2 : 282).

ആയൊരു പശ്ചാത്തലത്തിലാണ് ഇത്തരം സാമ്പത്തിക ബാധ്യതകൾ ഏൽപ്പിക്കപ്പെടുന്ന വിഷയത്തിൽ സ്ത്രീ പക്ഷത്ത് നിന്ന്

കൊണ്ട് അവൾക്ക് ചില ലഘൂകരണങ്ങളോ ആശ്വാസങ്ങളോ ഖുർആൻ നൽകുന്നത്. ഓരോരുത്തരേയും അയാളുടെ പ്രാപ്തിക്കനുസരിച്ച് മാത്രമേ ചുമതലയേൽപ്പിക്കപ്പെടാവൂ എന്നത് അല്ലാഹുവിന്റെ നിശ്ചയമാണ്.

‘അല്ലാഹു ഒരാളെയും അയാൾക്ക് സാധ്യമായതല്ലാതെ ചുമതലയേൽപ്പിക്കുകയില്ല. അയാൾക്ക് അയാൾ പ്രവർത്തിച്ചതിന്റെ പ്രതിഫലം ലഭിക്കും. അതിന്റെ ഉത്തരവാദിത്തവും അയാൾക്ക് തന്നെ....’ (വി. ഖു. 2 : 286).

പ്രകൃത്യാ, കായികവും മനസികവുമായ ചില സവിശേഷ വൈജാത്യങ്ങൾ പേറുന്നവരാണ് ആണും പെണ്ണുമെന്നത് വാസ്തവമാണ്. എന്നാൽ, ആ വൈജാത്യങ്ങളുള്ളപ്പോൾ തന്നെ, മനുഷ്യന്റെ ജീവിത വികാസ വഴിയിൽ, ആ രണ്ട് ഘടകങ്ങളുടെയും തുല്യവും സ്നേഹ സൌഹാർദ്ധ പരമായ പങ്കാളിത്തം നിശ്ചയിച്ചിരിക്കുന്നു നിയതി. അതിലപ്പുറം, പുരുഷനോടൊപ്പം പങ്ക് വെക്കപ്പെടേണ്ട സ്ത്രീയുടെ മൌലികാവകാശങ്ങളെ നിരാകരിക്കാനോ നിഷേധിക്കാനോ ഉള്ള ന്യായമായി അത്തരം വൈജാത്യങ്ങളെ ഖുർആൻ കാണുന്നേയില്ല.

മാത്രമല്ല അവ്വിഷയങ്ങളിലൊക്കെ പുരുഷനോടൊപ്പം തന്നെയാണ് സ്ത്രീയുടെ അസ്തിത്വവും വ്യക്തിത്വവും എന്നാണ് ഖുർആൻ ആണയിട്ട് പഠിപ്പിക്കുന്നത്. എന്നാൽ പ്രജനനമെന്ന അടിസ്ഥാന ദൌത്യ നിർവ്വഹണ വിഷയത്തിൽ അതി ക്ലേശകരമായ പങ്കാളിത്തമാണ് സ്ത്രീക്ക് വഹിക്കാനുള്ളത്.

അതിനാവശ്യമായ ശാരീരികവും മനസികവുമായ സവിശേഷ പ്രകൃതിയോടെയാണ് സ്ത്രീ സൃഷ്ടിക്കപ്പെട്ടത്. അപ്പോൾ സാമൂഹ്യ ഘടനയിൽ ഓരോരുത്തരും ഒത്തൊരുമയോടെ ഏറ്റെടുക്കേണ്ട ഉത്തരവാദിത്തങ്ങളിൽ സ്ത്രീകൾക്ക് ചില ലഘൂകരണങ്ങൾ നൽകേണ്ടത് അനിവാര്യമാകുന്നു.

അങ്ങിനെയാണ് ആരാധനാ കർമ്മങ്ങൾ നിർവ്വഹിക്കുന്ന വിഷയത്തിലും ജീവിതാവശ്യങ്ങളുടെ പൂർത്തീകരണാർത്ഥം സാമ്പത്തിക ബാധ്യതകൾ എൽക്കേണ്ട വിഷയത്തിലുമൊക്കെ അവർക്ക് ഇളവുകളും ആനുകൂല്യങ്ങളും നൽകപ്പെട്ടത്. കാരണം അതിനെക്കാളൊക്കെ ഭാരമേറിയ വലിയ ഉത്തരവാദിത്തങ്ങളാണ്

പ്രകൃതി അവളെ ഏൽപ്പിച്ചിരിക്കുന്നത്.

ഏറെ മഹത്വമിയന്നതും ദൈവികവുമാണ് സൃഷ്ടികർമ്മമെന്ന ആ ഉത്തരവാദിത്തം. തന്റെ കായികവും മാനസികവുമായ സകല കഴിവുകളും അതിനായി സമർപ്പിക്കേണ്ടതുണ്ട് സ്ത്രീക്ക്. അതൊരു ക്ലേശകരമായ സർഗ്ഗ തപസ്യ തന്നെയാണ്. അതിനാലാണ് സ്ത്രീക്ക് പ്രജനനമാകുന്ന തന്റെയാ, സർഗ്ഗ സപര്യക്ക് കൂട്ടും സഹകാരിയും പിന്തുണക്കുന്നവനുമായി പുരുഷന്മാർ അവളോടൊപ്പം തന്നെ ഉണ്ടാകണമെന്ന് ഖുർആൻ നിശ്ചയിച്ചത്.

'പുരുഷന്മാർ സ്ത്രീകളെ പിന്തുണക്കേണ്ട സഹകാരികളാണ്. ഇരു കൂട്ടർക്കും ചില പ്രത്യേക സവിശേഷതകൾ ഉള്ളതിനാലാണത്. ധനം ചിലവഴിക്കേണ്ട ബാധ്യത പുരുഷന്മാരുടേത് ആയതിനാലുമാണ്. സ്വാഭാവികമായും സദാചാര നിഷ്ഠയുള്ള സ്ത്രീകൾ വിധേയത്വം പുലർത്തുന്നവരായിരിക്കും. അല്ലാഹു സൂക്ഷിക്കാൻ ഏൽപ്പിച്ച രഹസ്യങ്ങൾ സൂക്ഷിക്കുന്നവരും. വഴങ്ങാൻ വിസമ്മതിച്ചേക്കുമെന്ന് ഭയപ്പെടുന്ന സ്ത്രീകളെ നിങ്ങൾ ഉപദേശിക്കണം. ഫലമില്ലെങ്കിൽ കിടപ്പറയിൽ ബഹിഷ്കരിക്കാം. (അതും ഫലിച്ചില്ലെങ്കിൽ) അടിക്കാം. അവർ അനുസരിക്കാൻ തയ്യാറായാൽ പിന്നെ അവർക്കെതിരെ കുതന്ത്രങ്ങൾ തേടരുത്. അല്ലാഹു ഉന്നതനും മഹാനുമാകുന്നു' (വി. ഖു. 4 : 34).

പുരുഷ മേധാവിത്വത്തെ സാധൂകരിക്കാനാണ് പ്രകൃത സൂക്തത്തിലെ (അർ റിജാലു ഖവ്വാമൂന അലന്നിസാഅ) എന്ന പദ പ്രയോഗം വ്യഥാ വ്യാഖ്യാനങ്ങൾ നടത്തി ഉപയോഗപ്പെടുത്താറുള്ളത്. സത്യത്തിലത് ആൺ കോയ്മയുടെയോ, പെൺ വിരോധത്തിന്റെയോ പ്രശ്നമേയല്ല കൈകാര്യം ചെയ്യുന്നത്. ആണും പെണ്ണും സഹകരിച്ച് ജീവിത നൌക തുഴയുമ്പോൾ, ചില സന്ദർഭങ്ങളിൽ സ്ത്രീക്ക് അനിവാര്യമായും പ്രത്യേക പരിചരണവും പിന്തുണയും കിട്ടേണ്ടതുണ്ട്.

വിശിഷ്യാ പ്രജനനമെന്ന ഉൽകൃഷ്ടമായ ധർമ്മ നിർവ്വഹണത്തിനിടെ, ഗർഭ ധാരണത്തിന്റെയും പ്രസവത്തിന്റെയും, ശിശു പരിപാലന ഘട്ടത്തിന്റെയും സന്ദർഭങ്ങളിൽ. അപ്പോഴൊക്കെ സ്ത്രീക്ക് താങ്ങായും തുണക്കാരനായും നിലകൊള്ളാൻ പുരുഷൻ ബാധ്യസ്ഥനാണ് എന്നാണ് ആ പറഞ്ഞതിനർത്ഥം.

താഴെ വീഴാൻ അനുവദിക്കാതെ നേരെ ചൊവ്വെ നിർത്തുക എന്നാണ് സാമാന്യേന 'ഖവ്വാം' എന്ന പദത്തിന് അർത്ഥം നൽകാൻ കഴിയുക. അവൾക്കവളുടെ പ്രകൃതിപരവും പ്രാതിനിധ്യപരവുമായ ധർമ്മം നിർവ്വഹിക്കാൻ പര്യാപ്തമാകും വിധം സമ്പൂർണ്ണ പിന്തുണ നാൽകാൻ പുരുഷനോടുള്ള ആഹ്വാനമാണത്. ഭരിക്കേണ്ടവൻ എന്ന അർത്ഥത്തിൽ ഒട്ടുമേയല്ല ആ പദ പ്രയോഗം. ആൺ കോയ്മയുടെ നിഴലുകൾ പേറുന്ന മനസ്സുകൾ ആ പദത്തെ അങ്ങിനെ വ്യാഖ്യാനിച്ചതാകാം.

സ്ത്രീ അബലയോ?

സ്ത്രീ പൊതുവേ വിശേഷിക്കപ്പെടാറുള്ളത് പോലെ, അബലയോ, ദുർബ്ബലയോ ആയത് കൊണ്ടല്ല ഇങ്ങിനെ പിന്തുണക്കണമെന്ന് ആവശ്യപ്പെടുന്നത്. അവൾ ആർദ്രതയുടെയും വാൽസല്യത്തിന്റേയും ഹൃദയവും മനസ്സും പേറുന്നു എന്നത് ശരിയാണ്.

അത് പക്ഷേ അവളുടെ ദുർബ്ബലതയെയല്ല പ്രതിനിധീകരിക്കുന്നത്. ഉദാത്തമായ അവളുടെ ധർമ്മ നിർവ്വഹണത്തിന് അവശ്യം ആവശ്യമായ ശക്തിയും സൌന്ദര്യവും തന്നെയാണ് അവളുടെ സ്നേഹവും ആർദ്രതയും കാരുണ്യവും സഹനവുമൊക്കെ. മാതൃത്വത്തിന്റെ സഹനത്തിന്റെ ശക്തിയും തീഷ്ണതയും ഖുർആൻ അടിവരയിട്ട് പ്രതിപാദിക്കുന്നുണ്ടല്ലോ.

അത്തരം സഹനത്തിന്റെ കാഠിന്യത്തോടൊപ്പം, പുരുഷന്റെ പൌരുഷമാർന്ന സ്നേഹാർദ്രതയുടെ ചൂടും സഹകരണവും പിന്തുണയും തണലും കൂടി ലഭ്യമാകുമ്പോൾ, അവൾക്ക് അവളുടെ ധർമ്മ പൂർത്തീകരണം അനായാസേന സാധ്യമാകും. സ്ത്രീയുടെ സ്നേഹമസൃണമായ പിന്തുണയും സഹകരണവും പുരുഷന് തന്റെ ധർമ്മ നിർവ്വഹണത്തിൽ അസാമാന്യമായ സാന്ത്വനവും സമാധാനവും നൽകാറുള്ള പോലെ തന്നെ.

പുരുഷന് സ്ത്രീയെ യഥേഷ്ടം ഉടമപ്പെടുത്താനും അടിക്കാൻ പോലും അനുമതി നൽകുന്ന സൂക്തമായും, പ്രസ്തുത ആയത്തിനെ, ഇസ്ലാം വിമർശകരും ആൺകോയ്മ വാദികളും വ്യാഖ്യാനിച്ചിട്ടുണ്ട്. പുരുഷ മേധാവിത്വ മനോഭാവത്തിന്റെ സകലമാന ക്രൂരതകളും

സ്ത്രീകൾ ദയാരഹിതമായി അനുഭവിച്ചിരുന്ന ഒരു കാല ഘട്ടത്തിലാണ് ഖുർആന്റെ അവതരണം സംഭവിക്കുന്നത്. അന്ന് സ്ത്രീ അനുസരണക്കേടിന്റെ പേരിൽ ദാക്ഷിണ്യ ലേശമന്യേ അതി ക്രൂരമായി പീഡിപ്പിക്കപ്പെട്ടിരുന്നു. അവരെ കുഴി വെട്ടി മൂടുക പോലുള്ള ക്രൂരതകൾക്ക് വിധേയമാക്കപ്പെട്ടിരുന്നു എന്ന് ഖുർആൻ തന്നെ അനുസ്മരിച്ചതാണല്ലോ.

ഈ സൂക്തം അവതരിച്ചതിന്റെ പശ്ചാത്തലമായി പണ്ഡിതരായ ഖുർആൻ വ്യാഖ്യാതാക്കൾ അനുസ്മരിച്ച സംഭവം ഇപ്രകാരമാണ്: "ഒരു അൻസാരി സ്ത്രീ തന്റെ പിതാവുമൊന്നിച്ച് പ്രവാചകന്റെ അരികെ വന്ന് തന്റെ ഭർത്താവ് മുഖത്തടിച്ച് പ്രഹരിച്ചതായി പരാതി പറയുകയുണ്ടായി. ഇസ്ലാമിന്റെ പൊതു തത്വമനുസരിച്ച് സ്ത്രീക്ക് പ്രതിക്രിയ ചെയ്യാൻ അവകാശമുണ്ട് എന്നായിരുന്നു പ്രവാചകന്റെ തീർപ്പ്. 'ഖിസാസ്' ഇസ്ലാമിന്റെ പൊതു അടിസ്ഥാനങ്ങളിൽ പെട്ടതാണല്ലോ. 'ജീവിതം നിലനിൽക്കുക പ്രതിക്രിയകൾ എടുക്കുന്നതിലൂടെ'യാണെന്നാണല്ലോ വിശുദ്ധ ഖുർആന്റെ നിലപാട്. ആണെന്നോ പെണ്ണെന്നോ വിവേചനം കൂടാതെ തുല്യമായി സ്വീകരിക്കപ്പെടേണ്ട നിലപാടായാണ് ഖുർആൻ അതിനെ കാണുന്നത്.

അങ്ങിനെ ആയൊരു തീർപ്പിൽ സന്തോഷിച്ച് സ്ത്രീ പിരിഞ്ഞ് പോകവെ ഖുർആന്റെ ആഹ്വാനമനുസരിച്ച് പ്രവാചകനാ സ്ത്രീയെ തിരികെ വിളിക്കുകയായിരുന്നു. എന്നിട്ടവരോട് പ്രവാചകൻ പറഞ്ഞു: 'ഞാനൊരു കാര്യം ഉദ്ദേശിച്ചു. അല്ലാഹു മറ്റൊരു കാര്യവും'. എന്നിട്ട് പ്രസ്തുത ആയത്ത് അവിടെ സന്നിഹിതരായവർക്ക് ഓതിക്കേൾപ്പിക്കുകയായിരുന്നു പ്രവാചകൻ.

ആയൊരു പശ്ചാത്തലത്തിൽ സ്ത്രീയുടെ നിസ്സഹകരണ ഭാവങ്ങളോട് തികച്ചും മാനുഷികമായി എങ്ങിനെയാണ് പെരുമാറേണ്ടത് എന്ന് പഠിപ്പിക്കുകയായിരുന്നു ഖുർആൻ. മനുഷ്യ ജീകിതത്തിൽ, വിശിഷ്യാ ഗാർഹിക ജീവിതത്തിൽ എല്ലാം എപ്പോഴും ഇരുമ്പദണ്ഡിന്റെ നീതി ബോധം വെച്ചല്ല കാര്യങ്ങളെ കൈകാര്യം ചെയ്യേണ്ടത്. പ്രതിക്രിയാ മനോഭാവത്തോടെയുമല്ല അത്തരം ജീവിത സന്ദർഭങ്ങളെ കൈകാര്യം ചെയ്യേണ്ടത്. മറിച്ച് സ്നേഹത്തിന്റെയും സൗമനസ്യത്തിന്റെയും വിട്ടുവീഴ്ചാ മനോഭാവത്തോടെ ആയിരിക്കണമെന്ന് പഠിപ്പിച്ചു ഖുർആൻ. 'നിങ്ങൾ വിട്ടുവീഴ്ച

ചെയ്യുന്നുവെങ്കിൽ അതാണ് നിങ്ങൾക്കുത്തമം' എന്ന് പല സന്ദിഗ്ധ ഘട്ടങ്ങളിലും ഖുർആൻ ഉപദേശിക്കുന്നതായി കാണാം.

അന്ന് സ്ത്രീകൾ മഹാ ഭൂരിഭാഗവും പുരുഷന്റെ സംരക്ഷണയുടെ തണലിൽ തന്നെയായിരുന്നു കഴിഞ്ഞിരുന്നത്. സംരക്ഷണയിൽ കഴിയുന്നവർ അനുസരണക്കേട് കാണിച്ചാൽ സ്ത്രീയെന്നോ പുരുഷനെന്നോ പരിഗണന കൂടാതെയാണ് ആരും പ്രതികരിക്കുക. അത്തരം പ്രതികരണങ്ങൾ സ്വന്തം ഇണകളോടാകുമ്പോൾ അതീവ മാന്യവും ലഘുവും പക്വവും ആയിരിക്കണമെന്ന ക്രിയാത്മകതയുടെ പാഠമാണ് ഖുർആൻ നൽകുന്നത്.

സ്ത്രീ അവളുടെ അതി ലോലവും നിർമ്മലവുമായ മനസികാവസ്ഥ കാരണം ചിലപ്പോഴെങ്കിലും അനുസരണക്കേടും വിമുഖതയുമൊക്കെ കാണിച്ചെന്നിരിക്കാം. പ്രത്യേകിച്ചും ഗർഭസ്താവസ്ഥയിൽ സ്ത്രീ മനസ്സംഘർഷങ്ങളുടെ വിമ്മിഷ്ടങ്ങൾ ധാരാളമായി അനുഭവിക്കും. അനുസരണക്കേടിന്റെ ചേഷ്ടകൾ കാണിച്ചെന്നിരിക്കും. അതൊന്നും അവരെ തൊഴിക്കാനും ഇടിക്കാനുമുള്ള അവസരമാക്കരുത്. അത്തരം സന്ദർഭങ്ങളിൽ അവരോടൊപ്പം സഹകാരികളായി നിന്ന് കൊണ്ട് അവരെ സ്നേഹിക്കുകയും തലോടുകയും സഹിക്കുകയുമാണ് ചെയ്യേണ്ടത്. ഖുർആൻ എപ്പോഴും സാഹചര്യങ്ങളുടെ കാർക്കശ്യങ്ങളെ ലഘൂകരിച്ച് ക്രമാനുഗതമാക്കി കൊണ്ട് വരികയാണ് ചെയ്തത്. അങ്ങിനെ ചെയ്യണമെന്നാണ് മനുഷ്യനോട് അതാവശ്യപ്പെടുന്നത്.

എന്നിട്ടും അമിതവും അനാശാസ്യവുമായ മനസ്സംഘർഷങ്ങളിലേക്കും ധിക്കാര പരമായ പ്രവൃത്തികളിലേക്കും സ്ത്രീ (പുരുഷനും) വഴിമാറുമ്പോൾ, ഒരു മനശാസ്ത്ര സമീപനമെന്ന നിലയിൽ, വേണമെങ്കിൽ സ്വീകരിക്കാവുന്ന ചില ശിക്ഷണ മാർഗ്ഗങ്ങൾ എന്ന നിലയിലാണ് ഖുർആൻ അത്തരം നടപടി ക്രമങ്ങൾ പരമർശിച്ചത്. നേരത്തെ സൂചിപ്പിച്ച പിന്തുണയുടേയും സഹകരണത്തിന്റെയും മറ്റൊരു വിധത്തിലുള്ള ഇടപെടലായാണ് നമുക്കതിനെ വായിക്കാനൊക്കുക.

എന്നാൽ പോലും, അറ്റ കൈക്കുള്ള അടി ഒരു നിർബന്ധ പൂർവ്വമുള്ള തിരഞ്ഞെടുപ്പായല്ല ഖുർആൻ അവതരിപ്പിക്കുന്നത്. പ്രശ്ന പരിഹാരത്തിന് ഫലവത്താകുമെന്ന് തോന്നിയാൽ മാത്രം,

അത്തരം സന്ദർഭങ്ങളിൽ പരമാവധി സ്വീകരിക്കാവുന്ന ഒരു പ്രാവർത്തിക സാധ്യത മാത്രമാണത്. അതാകട്ടെ വളരെ പക്വവും മാന്യവും മാനവികവുമായിരിക്കണം. അതിനപ്പുറം ക്രൂരവും പ്രതികാര പരവുമായ വൈകാരിക നിലപാടുകളിലേക്ക് ഒരിക്കലും പോകാവതല്ല എന്ന താക്കീത് കൂടി നമുക്കതിൽ നിന്ന് വായിച്ചെടുക്കാനാകും.

മിതവും പക്വവുമായ അത്തരം നിലപാടുകൾക്ക് ശേഷവും അനുസരണക്കേട് തുടരുകയാണെങ്കിൽ, പിന്നീട് അവർക്ക് സഹകരിച്ചു പോകാൻ കഴിയുകയില്ലെന്ന് തീരുമാനിക്കാൻ സമയമായി എന്നാണ് കാണേണ്ടത്. ഇരു കൂട്ടർക്കും താന്താങ്ങളുടെ മധ്യസ്ഥർ മുഖേന സംസാരിച്ച് പ്രശ്നങ്ങൾ പരിഹരിച്ച് ഒന്നായി മുന്നോട്ട് പോകാൻ വീണ്ടും ശ്രമിക്കാം.

അതും പറ്റാതെ വന്നാൽ മാത്രം മാന്യമായി വേർ പിരിയാനുള്ള സ്വാതന്ത്ര്യവും ഖുർആൻ ഇരു കൂട്ടർക്കും നൽകുന്നുണ്ട്. ആരുടേയും വൈയക്തികമായ നൈസർഗ്ഗിക സ്വാതന്ത്ര്യത്തിന് ഖുർആനോ ഇസ്ലാമോ എതിരാകില്ല എന്ന് മാത്രമല്ല, ആണിന്റെയും പെണ്ണിന്റെയും വൈയക്തികമായ അത്തരം സ്വാതന്ത്ര്യങ്ങൾ അംഗീകരിക്കുകയും, സർവ്വോപരി ആദരിക്കുക കൂടി ചെയ്യുന്നുണ്ട് ഖുർആൻ.

൭

അനന്തര സ്വത്തിലെ വിവേചനം

അനന്തരാവകാശ വിഷയത്തിൽ, മക്കളിൽ പെൺകുട്ടികൾക്ക് ഖുർആൻ നിശ്ചയിച്ച രണ്ടിലൊരു വിഹിതവുമായി ബന്ധപ്പെട്ടാണ്, ലിംഗ വിവേചനം നിലനിൽക്കുന്നുവെന്ന വർത്തമാനം പലരും ഉന്നയിക്കാറുള്ളത്. പക്ഷേ, ഇത് സമ്പത്തുമായി ബന്ധപ്പെട്ട വിഷയമെന്ന നിലയിൽ, കേവലം ലിംഗ പരമായ സമത്വാസമത്വങ്ങളുടെ തലത്തിൽ നിന്ന് കൊണ്ടല്ല വിശുദ്ധ ഖുർആൻ കൈകാര്യം ചെയ്യുന്നത്. മനുഷ്യാവകാശങ്ങളുടെയും അർഹതയുടെയും നീതിയുടെയും അടിസ്ഥാനത്തിലാണ്.

ഉൽകൃഷ്ട മാനവികത (മകാരിമുൽ അഖല്ാഖ്) മലിനീകരിക്കപ്പെട്ട കെട്ട കാലത്ത് മനുഷ്യരിൽ, അവ പുനഃസ്ഥാപിച്ച് പൂർത്തീകരിക്കലായിരുന്നുവല്ലോ പ്രവാചക നിയോഗത്തിന്റെ പരമമായ ലക്ഷ്യം. കാലപ്പഴക്കത്താൽ തേഞ്ഞ് മാഞ്ഞ്

വിസ്മൃതിയിലാണ്ട് പോയ മനുഷ്യന്റെ യഥാർത്ഥ ബാധ്യതകളും മൗലികാവകാശങ്ങളും ഓർമ്മിപ്പിച്ച്, ജീവിതത്തിലേക്ക് അവയെ പുനസ്സന്നിവേശിപ്പിക്കുക. അങ്ങിനെ മനുഷ്യ സംസ്ക?തിയെ അതിന്റെ ഉത്തുംഗതയിലേക്ക് ആനയിക്കാനായിരുന്നു, ഖുർആൻ പുനരവതരിപ്പിച്ച് കൊണ്ട് അല്ലാഹു പ്രവാചകനെ സുസജ്ജനാക്കിയത് എന്ന് നാം നേരത്തെ കണ്ടതാണ്.

സ്രഷ്ടാവായ അല്ലാഹു, മനുഷ്യന്റെ ജീവിത ധർമ്മവുമായി ബന്ധപ്പെട്ട് നിശ്ചയിച്ച 'ധാർമ്മികത' എന്തെന്ന് പഠിപ്പിച്ച് കൊണ്ടാണ് പ്രവാചകനാ ദൗത്യം വിജയകരമായി പൂർത്തീകരിച്ചത്. സ്വാതന്ത്ര്യം, നീതി, സമത്വം എന്നീ ആശയ ത്രയങ്ങളാണ് ആ ധാർമ്മികയുടെ അടിത്തറകളായി ഖുർആൻ പഠിപ്പിക്കുന്നത്. 'ലാ ഇലാഹ ഇല്ലല്ലാഹ്' എന്ന ആദർശ വാക്യത്തിന്റെ വിമോചനപരതയായും, ആയടിസ്ഥാനങ്ങളെ തന്നെയാണ് ഖുർആൻ അംഗീകരിക്കുന്നത്.

ആൺ പെൺ വ്യത്യാസമില്ലാതെ സകല മനുഷ്യരും പങ്കിട്ടനുഭവിക്കാൻ തുല്യാവസരങ്ങൾ നൽകപ്പെടേണ്ട മൗലിക തത്വങ്ങളെന്ന നിലയിലാണ് ഖുർആനിൽ അവക്ക് സാംഗത്യമുള്ളത്. അത്തരം മൗലികാശയങ്ങളെയാണ് അല്ലാഹുവിന്റെ അധികാര പരിധിയിൽ മാത്രമായി നിർണ്ണയിക്കപ്പെട്ട കാര്യങ്ങൾ എന്ന് സൂചിപ്പിക്കുന്ന, "തിൽക ഹുദൂദുല്ലാഹ്....." എന്ന പരികൽപന നൽകി ഖുർആൻ വിശദീകരിച്ചത്. അല്ലാഹു നിർണ്ണയിച്ച, സ്വാഭിലാഷ പ്രകാരം മനുഷ്യർക്ക് മാറ്റങ്ങൾ വരുത്താൻ അനുവാദമില്ലാത്ത, ജന്മസിദ്ധമായ അവന്റെ മൗലികാവകാശങ്ങൾ എന്നാണ് സാമാന്യേന അതിനെ വിവക്ഷിക്കാൻ കഴിയുക. അക്കൂട്ടത്തിലൊന്നായാണ് നൈതികതയും സമത്വ വിഭാവനയുമൊക്കെ ബന്ധപ്പെട്ട പ്രശ്നമെന്ന നിലയിൽ അനന്തരാവകാശത്തെ ഖുർആൻ കണ്ടത്. അതിനാൽ തന്നെ ആൺ പെൺ വ്യത്യാസമില്ലാതെ എല്ലാവരും തുല്യമായി പങ്കിട്ടനുഭവിക്കേണ്ട മൗലികാവകാശങ്ങളിൽ പെട്ടതാണ് അതെന്നാണ് ഖുർആന്റെ അടിസ്ഥാന കാഴ്ചപ്പാട്.

എന്നാൽ അക്കാലത്തെ സാമ്പ്രദായിക രീതിയനുസരിച്ച്, കുടുംബനാഥൻ മരിച്ചാൽ, മക്കളിൽ കുടുംബ സ്വത്തിന്റെ വികസനത്തിൽ പങ്കാളികളായ മുതിർന്ന മക്കൾ മാത്രമായിരുന്നു അയാളെ അനന്തരമെടുത്തിരുന്നത്. അന്ന് ധന സമ്പാദന

മാർഗ്ഗങ്ങളിൽ മുഖ്യമായത്, യുദ്ധത്തിൽ ആർജ്ജിതമായ സ്വത്തോ, മലമ്പ്രദേശങ്ങളിൽ പോയി കാലികളെ വളർത്തി കിട്ടുന്ന ധനമോ, വിദൂര ദേശങ്ങളിൽ പോയി കച്ചവടം ചെയ്തുണ്ടാക്കുന്ന പണമോ ഒക്കെയാണ്. അക്കാലത്ത് പ്രത്യേകിച്ചും 'ആണത്ത'ത്തിന്റെ സാഹസികത ആവശ്യമുള്ള സാധ്യതകളായിരുന്നു എല്ലാമെന്നർത്ഥം.

അത്തരമൊരു സാഹചര്യത്തിൽ സാമ്പത്തിക വികസന പ്രക്രിയയിൽ പങ്കാളികളാകാൻ പൊതുവെ പെൺമക്കൾക്കോ, പ്രായമാകാത്ത ആൺകുട്ടികൾക്ക് പോലുമോ കഴിയുമായിരുന്നില്ല. അതിനാൽ തന്നെ, അവർക്ക് അനന്തരാവകാശത്തിൽ പങ്കാളിത്തം അന്നത്തെ സാമൂഹ്യ ഘടനയിൽ അംഗീകരിക്കപ്പെട്ടിരുന്നില്ല. പ്രസ്തുത രീതി മനുഷ്യന്റെ മൗലികാവകാശ സങ്കൽപങ്ങളെ തന്നെ അട്ടിമറിക്കുന്നതാണ് എന്നതിനാലാണ് വിശുദ്ധ ഖുർആൻ, മനുഷ്യാവകാശത്തെയും നീതിയുടെ താൽപര്യങ്ങളെയും സമന്വയിപ്പിച്ച് കൊണ്ട് ഒരു പുതിയ അനന്തരാവകാശ സമ്പ്രദായം ആവിഷ്ക്കരിച്ചു നടപ്പിലാക്കിയത്. ആ കാഴ്ചപ്പാടാണ് സ്ത്രീകൾക്ക് കൂടി അനന്തര സ്വത്തിൽ അവകാശം നിർണ്ണയിച്ച് കൊണ്ട് ആദ്യമായി അവതരിച്ച സൂറത്തുന്നിസാഇലെ ഏഴാം സൂക്തം ഉൾക്കൊള്ളുന്നത്.

"മാതാ പിതാക്കളും സ്വന്തക്കാരും വിട്ടേച്ച് പോയ സമ്പത്തിൽ പുരുഷന്മാർക്ക് വിഹിതമുണ്ട്. സ്ത്രീകൾക്കും മാതാപിതാക്കളും സ്വന്തക്കാരും വിട്ടേച്ച് പോയ സമ്പത്തിൽ വിഹിതമുണ്ട്. കുറഞ്ഞതിലായാലും കൂടിയതിലായാലും. നിർണ്ണിതമായ ഓഹരിയാണത്". (വി. ഖു. 4 : 7).

അനന്തര സ്വത്തിൽ സ്ത്രീക്ക് കൂടി പങ്കാളിത്തം നിർണ്ണയിച്ച അല്ലാഹുവിന്റെ കണിശമായ ആദ്യഹ്വാനമാണ് പ്രകൃത സൂക്തം ഉൾക്കൊള്ളുന്നത്. അതിനാൽ തന്നെയാണ് സ്ത്രീക്ക് കൂടി അവകാശപ്പെട്ടതാണ് അനന്തരാവകാശ സ്വത്തെന്ന് ഖുർആൻ പ്രത്യേകം എടുത്ത് പറഞ്ഞത്. ആണിന്റേയും പെണ്ണിന്റേയും വിഹിതങ്ങളിൽ ഒരു വ്യത്യാസവും കൽപിക്കാതെയായിരുന്നു പ്രകൃത സൂക്തം അവതരിച്ചത് എന്നത് ശ്രദ്ധേയമാണ്. പ്രസ്തുത ആയത്തിന്റെ അവതരണ പശ്ചാത്തലമായി ഉദ്ധരിക്കപ്പെട്ട സംഭവം ഇപ്രകാരമാണ്:

'ഉമ്മു കഹ്ല' (ഉമ്മു കജ്ജ എന്ന് മറ്റൊരു റിപ്പോർട്ടിലുണ്ട്) എന്നറിയപ്പെട്ട ഒരു അൻസ്വാരി സ്ത്രീ, തന്റെ ഭർത്താവ് മരിച്ചതിൽ

പിന്നെ, തനിക്കും മകൾക്കും അദ്ദേഹത്തിന്റെ അനന്തര സ്വത്തിൽ വിഹിതം നൽകപ്പെടാത്തതിനെ കുറിച്ച് പ്രവാചകനോട് പരാതി പറഞ്ഞതാണ് പ്രകൃത സൂക്തം അവതരിക്കാൻ കാരണമെന്ന് ചരിത്രാഖ്യാതാക്കൾ ഉദ്ധരിച്ചിട്ടുണ്ട്. ഭർത്താവിന്റെ സമ്പത്ത് മുഴുവൻ ഭർതൃ സഹോദർന്മാരായിരുന്നു അനന്തരമെടുത്തിരുന്നത്.

പരാതി കേട്ട പ്രവാചകൻ ഭർതൃ സഹോദരന്മാരിലൊരാളെ വിളിച്ച് കാര്യം തിരക്കിയപ്പോൾ അയാൾ പറഞ്ഞ മറുപടി ഇപ്രകാരമായിരുന്നു. “ദൈവ ദൂതരേ, അവൾ കുതിരപ്പുറത്തേറുകയില്ല. പ്രയാസങ്ങൾ സഹിക്കാറില്ല. ശത്രുവിനെ പരാജയപ്പെടുത്താറുമില്ല. അവൾക്ക് വേണ്ടി മറ്റുള്ളവർ സമ്പാദിക്കുകയാണ് പതിവ്. അവൾ സ്വയം സമ്പാദിക്കാറില്ല”. സ്വത്ത് സമ്പാദനത്തിൽ പങ്കില്ലാത്തവർക്ക് അനന്തരാവകാശത്തിലും പങ്ക് അനുവദിച്ച് കൂട എന്നായിരുന്നു അക്കാലത്തെ പൊതു ബോധം തീരുമാനിച്ച് വെച്ചിരുന്നത്.

ആ നിർണ്ണയത്തിൽ നിന്ന് വ്യത്യസ്ഥമായി അനന്തരാവകാശം, മനുഷ്യർക്ക് അല്ലാഹു നിശ്ചയിച്ച മൗലികാവകാശ സിദ്ധാന്തമനുസരിച്ചായിരിക്കണം നിർണ്ണയിക്കപ്പെടേണ്ടത് എന്ന് നിർബ്ബന്ധം പറയുകയായിരുന്നു ഖുർആൻ. മൗലികാവകാശങ്ങൾ (ഹുദൂദുല്ലാഹ് - അല്ലാഹു നിർണ്ണയ രാവിൽ നിർണ്ണയിച്ച മനുഷ്യന്റെ മൗലികാവകാശങ്ങൾ) ആണിനും പെണ്ണിനും വിഭജന ലേശമന്യേ തുല്യമായിട്ടാണ് അനുവദിക്കപ്പെട്ടത് എന്നാണ് ഖുർആന്റെ നിശ്ചയം. അതെല്ലാ മനുഷ്യ ജന്മങ്ങളും ആൺ പെൺ പരിഗണന കൂടാതെ തുല്യമായി പങ്കിട്ട് അനുഭവിക്കേണ്ടതാണ് എന്നാണ് ഇസ്ലാമിന്റെ നിർണ്ണയം. അതിൽ കുറവ് വരുത്താൻ മനുഷ്യർക്ക് തരിമ്പും അവകാശം ഉണ്ടായിരിക്കുന്നതല്ല.

ഖുർആന്റേതായി ഈ വസ്തുത പ്രഖ്യാപിക്കപ്പെട്ടപ്പോൾ, പ്രവാചകന്റെ അനുചരൻമാർക്ക് തന്നെയും, അവർ ആചരിച്ച് പോന്ന സാമ്പ്രദായിക രീതിക്ക് പകരം, അനന്തര സ്വത്ത് വിഭജിക്കുന്നതിൽ ഇസ്ലാം സ്വീകരിച്ച ഈ സമത്വ നിലപാട് അംഗീകരിക്കാൻ പ്രയാസമനുഭവപ്പെട്ടു. അവരുടെ ആശ്ചര്യം കൂറുന്ന വിസമ്മതത്തിന്റെ ധ്വനി പ്രകൃത ഉദ്ധരണിയിൽ തന്നെ വ്യക്തമാണല്ലോ. വിസമ്മതം നിസ്സഹകരണത്തിലേക്കും ഒരു വേള അനുചര വൃത്തത്തിൽ നിന്ന് ചിലരെങ്കിലും പിരിഞ്ഞു പോയേക്കാവുന്ന ഒരു

സംഘർഷാവസ്ഥയോളവും എത്തിച്ചേർന്നതായി ഇവ്വിഷയകമായി ഉദ്ധരിക്കപ്പെട്ട ചരിത്ര വിശകലനങ്ങൾ സൂചിപ്പിക്കുന്നുണ്ട്.

സ്ത്രീകൾക്ക് ഞങ്ങൾ ജീവസന്ധാരണ വിഭവങ്ങൾ (നഫഖത്ത്) നൽകുന്നുണ്ടല്ലോ. പിന്നെ എന്തിനാണവർക്ക് പ്രത്യേകിച്ച് ഒരവകാശ നിർണ്ണയം എന്നായിരുന്നു അവരിലധിക പേരും ആശ്ചര്യത്തോടെ ചോദിച്ചത്. പക്ഷേ, അങ്ങിനെ ആരെങ്കിലും ഔദാര്യപൂർവ്വം അംഗീകരിച്ച് കൊടുക്കേണ്ട ഉപഹാരങ്ങളായല്ല മനുഷ്യാവകാശങ്ങളെ ഖുർആൻ കണ്ടത്. സ്ത്രീ പുരുഷ ഭേദമില്ലാതെ സകലരും പങ്കിട്ടനുഭവിക്കേണ്ടതാണ് മനുഷ്യാവകാശങ്ങളെന്ന് വിശുദ്ധ ഖുർആൻ അസന്നിഗ്ദമായി പ്രഖ്യാപിച്ചു.

പക്ഷേ, അത്തരം ഒരു വിധി നിർണ്ണയ പ്രഖ്യാപനം ഒറ്റയടിക്ക് സമ്പൂർണ്ണമായി നടപ്പിലാക്കണമെന്ന് ഖുർആൻ ശഠിച്ചില്ല. കാരണം ശീലിച്ച് പോരുന്ന സാമ്പ്രദായിക രീതികളെ സമൂഹത്തിൽ ഒറ്റയടിക്ക് മാറ്റിപ്പണിയുക ക്ഷിപ്രസാധ്യമല്ല എന്ന് ഏതൊരാൾക്കും മനസ്സിലാക്കാവുന്നതേയുള്ളൂ. അക്കാരണത്താലും, പുതിയ ആവിഷ്കാരം അംഗീകരിക്കുന്നതിലുള്ള അന്നത്തെ ജനങ്ങളുടെ വിമുഖത കണക്കിലെടുത്തും, സ്ത്രീകൾക്ക് ഞങ്ങൾ ചിലവിന് നാൽകാറുണ്ടല്ലോ എന്ന അവരുടെ 'ന്യായ' വാദത്തെ മുഖവിലക്കെടുത്തും പെൺമക്കളുടെ വിഹിതത്തിൽ ചെറിയ നീക്ക്പോക്ക് വരുത്തി, എന്നാലോ നീതിയുടെ തരിമ്പും വിട്ട് വീഴ്ച ചെയ്യാതെ, ഒരു അനുനയ സമീപനം സ്വീകരിക്കുകയായിരുന്നു ഖുർആൻ. അങ്ങിനെയാണ് ആൺമക്കൾക്ക് രണ്ടും പെൺകുട്ടികൾക്ക് ഒന്നുമെന്ന വീതം വെപ്പ് സ്വീകരിച്ച് കൊണ്ട് ഖുർആൻ വിധി പ്രസ്താവം നടത്തുന്നത്. ആ വിധി പ്രസ്താവമാണ് സൂറത്തുന്നിസാഇലെ പതിനൊന്നാം സൂക്തത്തിലൂടെ അല്ലാഹു അവതരിപ്പിച്ചത്.

"മക്കളുടെ കാര്യത്തിൽ അല്ലാഹു നിങ്ങളെ ഗുണദോഷിക്കുന്നു: ആൺമക്കൾക്ക് പെൺമക്കളുടെ ഇരട്ടി (സ്വത്ത്) നൽകുക. ഇനി പെണ്മക്കൾ രണ്ടിൽ കൂടുതലാണെങ്കിൽ അവർക്ക് അനന്തര സ്വത്തിൽ മൂന്നിൽ രണ്ട് വിഹിതം നൽകണം. പെൺകുട്ടി ഒന്ന് മാത്രമേയുള്ളൂ എങ്കിൽ സ്വത്തിൽ പാതി അവൾക്ക് അവകാശപ്പെട്ടതാണ്. പരേതന് സന്താനമുണ്ടെങ്കിൽ, ദായധനത്തിൽ

മാതാപിതാക്കൾ ഓരോരുത്തർക്കും ആറിലൊന്ന് വീതം നൽകണം. സന്താനമില്ലാതെ മാതാപിതാക്കളാണ് അനന്തരാവകാശികളെങ്കിൽ മാതാവിന് മൂന്നിലൊന്ന് നൽകണം. പരേതന് കൂടെപ്പിറപ്പുകളുണ്ടെങ്കിൽ മാതാവിന് ആറിലൊന്നാണ് നൽകേണ്ടത്. ഇതെല്ലാം പരേതന്റെ കടവും ഒസ്യത്തുണ്ടെങ്കിൽ അതും വീട്ടിക്കഴിഞ്ഞ ശേഷമാണ് വീതിക്കേണ്ടത്. മാതാപിതാകളോ, മക്കളോ ആരാണ് നിങ്ങൾക്കേറ്റവും കൂടുതൽ പ്രയോജനപ്പെടുന്നത് എന്ന് നിങ്ങൾക്കറിയില്ല. ഇത് അല്ലാഹുവിന്റെ പക്കൽ നിന്നുള്ള നിർബന്ധ നിർണ്ണയമാണ്. അല്ലാഹു സർവ്വജ്ഞനും യുക്തിമാനുമാണ്. (വി. ഖു. 3:11).

ഇതും ഇതിനെത്തുടർന്ന് മറ്റേതാനും ആയത്തുകളുമാണ് അനന്തരാവകാശ വിഭജനത്തിലെ അവസാന തീർപ്പായി ഖുർആനിൽ കാണാനാകുന്നത്. 'യൂസ്വീകുമുല്ലാഹു ഫീ ഔലാദികും....' എന്ന വചനത്തോടെയാണ് പ്രസ്തുത ആയതിന്റെ സമാരംഭം എന്നത് തന്നെ ശ്രദ്ധേയമാണ്. ഒരു സംവാദത്തിനോടുവിൽ അഭിസംബോധിതരുടെ അഭീഷ്ടങ്ങൾ കൂടി കണക്കിലെടുത്ത് കൊണ്ട് തികഞ്ഞ ഗുണകാംക്ഷാ പരമായ സ്വരത്തിലാണ് ഖുർആൻ വിഷയത്തെ കൈകാര്യം ചെയ്യാനാഗ്രഹിച്ചത് എന്നാണ് പ്രസ്തുത അഭിസംബോധന നാ രീതി സൂചിപ്പിക്കുന്നത്.

ദായ ധനത്തിൽ സ്ത്രീക്ക് അന്നോളം നൽകാതിരുന്ന അവകാശം ശക്തമായി സ്ഥാപിക്കപ്പെട്ടു എന്നതാണ് ഇത്തരുണത്തിൽ നടന്ന സവിശേഷമായ കാൽവെപ്പ്. അതോടെ സ്ത്രീ പൂർണ്ണാർത്ഥത്തിൽ തന്നെ വിമോചിതയാക്കപ്പെടുകയായിരുന്നു. മനുഷ്യന് ജന്മം കൊണ്ട് മാത്രം അർഹമായി തീരുന്ന ഒരു വിഹിതം, ആൺ പെൺ വിവേചനമില്ലാതെ എല്ലാവർക്കും തുല്യമായി അല്ലാഹു നിശ്ചയിച്ചു. പിന്നെ സമ്പത്തിന്റെ വികസന മാർഗ്ഗത്തിൽ അക്കാലത്ത് നിലവിലുണ്ടായിരുന്ന ആൺ മക്കളുടെ പങ്കാളിത്തം പരിഗണിച്ചു അവർക്ക് അർഹമായത് എന്ന നിലയിൽ ഒരു വിഹിതം കൂടി ഏറെ നിശ്ചയിച്ചു. അങ്ങിനെ അപ്പോഴുടലെടുത്ത ആ പ്രതിസന്ധി ഘട്ടത്തെ തരണം ചെയ്ത് കൊണ്ട് ഖുർആൻ സ്വീകരിച്ച കർക്കശമായ നിലപാടാണ് നാം കണ്ടത്. നീതിയുടെ കണിക പോലും വിട്ടുവീഴ്ചയ്ക്ക് വിധേയമാക്കാതെ, സന്തുലിതമായ ഒരു നിലപാട്

സ്വീകരിച്ച് തികച്ചും വിമുഖമായി നിന്ന സമൂഹത്തെ അതംഗീകരിപ്പിക്കാൻ വിശുദ്ധ ഖുർആന് കഴിഞ്ഞു. ഈ ആയത്തിന്റെ അവതരണ ശേഷവും അതംഗീകരിക്കാൻ വിമുഖത കാണിച്ചവരിൽ നിന്നുള്ള മുറുമുറുപ്പുകൾ ചരിത്രോദ്ധരണികളിൽ കാണാനാകും.

തികച്ചും ന്യായമായ ഒരു സാമൂഹ്യ സമ്മർദ്ദത്തിന്ന് വിധേയമായാണ് ഖുർആൻ ആയൊരു നിലപാട് സ്വീകരിച്ചത് എന്നാണ് പറഞ്ഞ് വന്നത്. എന്നാൽ സാമൂഹ്യ മാറ്റങ്ങൾക്കനുരോധമായി ഖുർആനിൽ നിശ്ചയിച്ച നിയമങ്ങളിൽ മാറ്റം വരുത്താൻ നാം മനുഷ്യർക്ക് അവകാശമുണ്ടോ എന്നയിടത്താണ് പലർക്കും സംശയം. അല്ലാഹു നിശ്ചയിച്ച മനുഷ്യന്റെ മൗലികാവകാശങ്ങളാണ് ആർക്കും മാറ്റാൻ അവകാശമില്ലാതെ കാത്ത് സൂക്ഷിക്കപ്പെടേണ്ടത് എന്നാണ് ഖുർആന്റെ നിലപാട്. 'തിൽക ഹുദൂദുല്ലാഹ്...' എന്ന ഖുർആന്റെ പരാമർശം അത്തരം മൗലികാവകാശങ്ങളെ കുറിച്ച് മാത്രമാണെന്ന് വായിക്കുന്നതാണ് ഖുർആന്റെ ആത്മ സത്തക്ക് നിരക്കുകയെന്നാണ് മനസ്സിലാക്കാൻ കഴിയുന്നത്.

അവക്ക് അനുയോജ്യമായി ഐഹികമായി സ്വീകരിക്കപ്പെടുന്ന കർമ്മാവിഷ്കാരങ്ങളിൽ സാമൂഹ്യമാറ്റത്തിന്റെ ആവശ്യമനുസരിച്ച് മാറ്റങ്ങളാകാം എന്ന് തന്നെയാണ് പ്രസ്തുത നിയമാവിഷ്കാരത്തിൽ ഖുർആൻ സ്വീകരിച്ച രീതി ശാസ്ത്രം നമുക്ക് നൽകുന്ന പാഠം. ഇസ്ലാമിക ഫിഖ്ഹിൽ പ്രചുര പ്രചാരം നേടിയ 'നാസിഖ്' 'മൻസൂഖ്' പോലുള്ള സംജ്ഞകൾ (അർത്ഥശൂന്യമാണ് അത്തരം പരികൽപനകൾ എന്നഭിപ്രായമുള്ളവരുമുണ്ട്) അംഗീകരിക്കുന്നവരാണല്ലോ 'ഉസൂലീ' പണ്ഡിതന്മാരിൽ പലരും!. ഖുർആനിൽ തന്നെ അസാധുവാക്കപ്പെട്ട ഹുക്മുകൾ നിലനിൽക്കുന്നുവെന്ന് സ്വീകാര്യരായ പണ്ഡിതന്മാരിൽ ചിലരെങ്കിലും അവകാശപ്പെടുന്നതായി വായിച്ചിട്ടുണ്ട്. ഉമർ (റ) സാഹചര്യത്തിന്റെ പരിഗണന നൽകി കട്ടവന്റെ കൈ വെട്ടാതിരുന്നത് മറ്റൊരു ഉദാഹരണമാണ്. 'തദർറുജ്' (ക്രമാനുഗതികത്വം) ഖുർആന്റെ നിയമാവിഷ്കാരങ്ങളുടെ അടിസ്ഥാനമായി അംഗീകരിക്കപ്പെട്ടതാണല്ലോ. ഖുർആന്റെ മൗലികാശയങ്ങളിലേക്ക് സാമൂഹ്യ മാറ്റത്തിന്റെ തോതനുസരിച്ച് ക്രമപ്രവൃദ്ധമായി ഉണരുകയും

ഉയരുകയും ചെയ്യുക. അതാണ് ''തദർറുജ്'' എന്ന സംജ്ഞയുടെ ആത്മസത്ത.

കാലം മാറുന്നതിനനുസരിച്ച് സാമൂഹ്യവസ്ഥകളും അവബോധങ്ങളും മാറും. അഥവാ, മാറണം. അതൊരു പ്രാപഞ്ചിക സത്യമാണ്. പരമമായ നീതി ബോധങ്ങളിലേക്ക് മനുഷ്യനെ ഉത്തരോത്തരം വളർത്തുക എന്നതായിരിക്കണമല്ലോ എല്ലാ നവോത്ഥാന പ്രസ്ഥാനങ്ങളുടെയും സാംഗത്യം തന്നെ. അങ്ങിനെ മാറ്റങ്ങൾ സംഭവിക്കുമ്പോൾ, ആ മാറ്റത്തിനനുസരിച്ച് നിയമ വ്യവസ്ഥകളിലും മാറ്റങ്ങൾ ആകാവുന്നതാണ്. എന്നല്ല പലപ്പോഴും മാറ്റങ്ങൾ അനിവാര്യവുമാകും. എക്കാലത്തും മനുഷ്യരോടുള്ള തുല്യതാ സമീപനവും, തീർത്തും നിരപേക്ഷമായ സാമൂഹ്യ നീതിയുമാണ് ഖുർആന്റെ അടിസ്ഥാന പരിഗണന.

ഇന്ന് സ്ത്രീകളുടെ സാമൂഹ്യ ഇടപെടലുകളുടെ ആഴവും പരപ്പും കൂടിയിരിക്കുന്നു. സാമ്പത്തിക വികസന പ്രക്രിയയിലും ആണുങ്ങളോളം പങ്കാളിത്തം സ്ത്രീകളും വഹിക്കുന്ന കാലമാണിത്. അന്ന് സ്ത്രീകൾക്ക് അനന്തരാവകാശം നിശ്ചയിക്കപ്പെടാതിരിക്കാൻ അക്കാലത്തെ ജനതതി ഉന്നയിച്ച ഒരു കാരണവും ഇന്ന് നിലനിൽക്കുന്നില്ല. സ്ത്രീകൾ 'യുദ്ധം' ചെയ്യാതിരിക്കുന്നില്ല. 'ആശ്വാരൂഢ' ആകാതിരിക്കുന്നില്ല. സ്വന്തമായി സമ്പാദിക്കാതിരിക്കുന്നില്ല. പലേടത്തും സ്ത്രീകളാണ് കുടുംബത്തിന്റെ ഏക വരുമാന സ്രോതസ്സ്. അത്രക്ക് സ്ത്രീ വിമോചിത ആയിക്കഴിഞ്ഞിരിക്കുന്നു. 'ജീവനാംശ'മെന്ന പുരുഷന്റെ ഔദാര്യം കാത്ത് നിൽക്കാൻ അവൾക്കിന്ന് സമയമില്ല. (അതവളുടെ അവകാശമായത് കൊണ്ട് വേണ്ടെന്ന് വെക്കണമെന്നല്ല).

അപ്പോൾ, അത്തരം സാഹചര്യ മാറ്റങ്ങൾ കണക്കിലെടുത്ത് അനന്തരാവകാശ നിയമങ്ങളിൽ പരിഷ്കരണം വരുത്തുന്ന നിയമ നിർമ്മാണങ്ങൾ നടത്തുന്നത് ഖുർആന്റെ മൗലിക തത്വങ്ങൾക്ക് ഒരിക്കലും എതിരാകില്ലെന്ന് മാത്രമല്ല, വിശുദ്ധ ഖുർആന്റെ ആത്മസത്തക്ക് അതേറ്റം അനുഗുണമായി തീരുകയേ ഉള്ളൂ. തുല്യതയുടെ വീഴ്ച കൂടാത്ത പരിരക്ഷയാണ് മാനവികതയെന്ന് പേർത്തും പേർത്തും ഉൽബോധിപ്പിച്ച് കൊണ്ടേയിരിക്കുന്ന വേദ പുസ്തകമാണ് വിശുദ്ധ ഖുർആൻ. അതിനാൽ ഖുർആന്റെ

വെളിച്ചത്തിൽ നിന്ന് പ്രവാചകൻ കൊളുത്തിയ ദീപം, കാലത്തിന്റെ തമസ്സുരുക്കാൻ കഴിയുമാറ്, ശക്തമായി തെളിയിച്ച് പിടിക്കാൻ ഇന്ന് ജീവിക്കുന്ന ഖുർആന്റെ വക്താക്കൾക്ക് ബാധ്യതയുണ്ട്.

സ്ത്രീയുടെ പൊതു രംഗ പ്രവേശനം

തുല്യതയെ പരാമർശിക്കുമ്പോൾ, ആണിനൊപ്പം പെണ്ണിനും പൊതു മണ്ഡലങ്ങളിലൊക്കെയും തുല്യമായി പങ്കെടുക്കാനും ഇടപെടാനും അനുവാദമോ അവകാശമോ ഉണ്ട് എന്ന വസ്തുത തിരിച്ചറിഞ്ഞേ തീരൂ. ഒരു നാണയത്തിന്റെ ഇരു പുറങ്ങളും എപ്രകാരമാണോ ഒട്ടി നിൽക്കുന്നത്, അപ്രകാരം ഒട്ടി നിന്ന് മാത്രമേ ജന്മ സാഫല്യം നേടാൻ മനുഷ്യന് സാധ്യമാകൂ.

വീടകങ്ങളിലും പൊതു ഇടങ്ങളിലുമൊക്കെ ആ പാരസ്പര്യത്തിന്റെ മഹിതമായ സങ്കലനം സാധ്യമാക്കേണ്ടതാണ്. പൊതു ഇടങ്ങളിൽ നിന്ന് സ്ത്രീ ഒരിക്കലും മാറ്റി നിർത്തപ്പെടേണ്ടവളല്ല. അവൾ ഇടപെടേണ്ടത് അനിവാര്യമാണെങ്കിൽ, അവൾക്കായി അവളുടെ മാത്രം പൊതു ഇടങ്ങൾ സൃഷ്ടിച്ച് അവളുടെ ഇടപെടലുകളെ അവിടങ്ങളിൽ മാത്രം പരിമിതപ്പെടുത്തുന്ന രീതിയും പ്രമാണ ഭദ്രമല്ല.

സ്ത്രീ പൊതു സാമൂഹ്യ ജീവിതത്തിൽ ഇടപെടേണ്ടവളല്ല, മറക്കുള്ളിൽ ഒതുങ്ങിയിരിക്കാൻ വിധിക്കപ്പെട്ടവളാണ് എന്ന പൊതു ബോധം ഇസ്ലാമിന്റെ സൃഷ്ടിയല്ല. അത് മനുഷ്യരിൽ സഹജമായ ആണധികാര മനോഭാവത്തിൽ നിന്ന് ഉടലെടുത്തതാണ്. ആണധികാര ആഢ്യ മനോഭാവങ്ങൾക്ക് ഭംഗം വരുമെന്ന ഭയം തന്നെയാണ് നവോത്ഥാന പ്രസ്ഥാനങ്ങളെ പോലും വെവ്വേറെയുള്ള പെൺ തുരുത്തുകൾ സൃഷ്ടിച്ച് പ്രശ്ന പരിഹാരത്തിന് ശ്രമിക്കാൻ പ്രേരിപ്പിക്കുന്നത്.

ആണധികാരത്തിന്റെ ഇരകളായി ഇരുളിന്റെ അണിയറകളിൽ മാത്രം തളക്കപ്പെടേണ്ട കേവല ഉപഭോഗ വസ്തുക്കളല്ല സ്ത്രീകൾ. അവർ പുരുഷന്മാരെപ്പോലെ തന്നെ പൊതു അരങ്ങത്തും നിറ സാന്നിധ്യമാകേണ്ടവർ തന്നെയാണ് എന്ന സ്വാതന്ത്ര്യത്തിന്റെ വെളിച്ചവുമായാണ് ഖുർആൻ അവതരിച്ചത്. അല്ലാതെ അവർക്ക്

പ്രത്യേകം പ്രത്യേകം തുരുത്തുകൾ നിർമ്മിക്കാൻ ആഹ്വാനം ചെയ്യുകയായിരുന്നില്ല ഖുർആൻ.

അവകാശ ബാധ്യതകളിൽ സമത്വ ഭാവനയുടെ ആവിഷ്കാരത്തിലൂടെ സ്ത്രീകൾക്ക് തുല്യത അനുവദിച്ച് കൊടുക്കുക മാത്രമല്ല ഇസ്ലാം ചെയ്തത്. സ്ത്രീയെ പൊതു മണ്ഡലങ്ങളിലേക്ക് ഔദ്യോഗികമായി തന്നെ രംഗ പ്രവേശം നടത്തിക്കുക കൂടിയായിരുന്നു.

ഇസ്ലാമിക ചരിത്രത്തിൽ ഏറെ വിവാദമുണർത്തിയ ഒരു സംഭവമായിരുന്നു 'ഹദീസുൽ ഇഫ്ക്' അഥവാ, അപവാദ പ്രചരണ വിവാദം. അത് സംബന്ധമായി ആയിഷ(റ) വിശദീകരിക്കുന്ന സന്ദർഭത്തിൽ അവരുടെ പരാമർശം ആരംഭിക്കുന്നത് തന്നെ ഇങ്ങിനെയാണ്: പ്രവാചകൻ ഒരു ഔദ്യോഗിക യാത്രക്കൊരുങ്ങിയാൽ, തന്റെ ഭാര്യമാർക്കിടയിൽ നറുക്കിടും. ആർക്കാണോ നറുക്ക് വീഴുന്നത് അവരെ പ്രവാചകൻ കൂടെ കൂട്ടും..'.

പൊതു ഇടങ്ങളിൽ സ്ത്രീകൾ മാറ്റി നിർത്തപ്പെടേണ്ടവരായിരുന്നു എങ്കിൽ, പ്രവാചകൻ നിർബന്ധ പൂർവ്വം അത്തരമൊരു നയം സ്വീകരിക്കുമായിരുന്നില്ല. പ്രവാചകനെ ഒരിക്കലും സ്ത്രീകളെ പൊതു ഇടങ്ങളിൽ നിന്ന് മാറ്റി നിർത്തുന്ന സമീപനം സ്വീകരിച്ചിരുന്നതായി വായിക്കാൻ കഴിയില്ല.

സ്ത്രീയെ മാറ്റി നിർത്തി ആണിന് മാത്രമായോ, ആണിനെ മാറ്റി നിർത്തി പെണ്ണിന് മാത്രമായോ ഒരു പൊതു ഇടവും ഇസ്ലാം സൃഷ്ടിച്ചിട്ടുമില്ല. അകമെന്നോ പുറമെന്നോ വ്യത്യാസമേതുമില്ലാതെ എതിടവും ഒരേ പോലെ പങ്കാളിത്തം അനുവദിക്കപ്പെടണമെന്നാണ് ഇസ്ലാമിന്റെ നിലപാടായി സാമാന്യേന നമുക്ക് മനസ്സിലാക്കാനാകുക.

സ്ത്രീക്ക് പൊതു ഇടങ്ങളിൽ പ്രവേശന സ്വാതന്ത്ര്യം നിഷേധിക്കാത്തവർ പോലും, സ്ത്രീയെ രാഷ്ട്രീയ നേതൃസ്ഥാനത്തേക്ക് പരിഗണിക്കപ്പെടാവതല്ല എന്ന് ശഠിക്കുന്നവരായി കാണുന്നത് ദൗർഭാഗ്യകരമാണ്. പ്രവാചകൻ ഒരവസരത്തിലും കൂടിയാലോചനക്ക് പോലും സ്ത്രീകളെ പങ്കെടുപ്പിച്ചതായി ചരിത്രമില്ല എന്നാണവരുടെ വാദം.

എന്നാൽ പ്രവാചകൻ അങ്ങിനെ ചെയ്തിരുന്നില്ല എന്ന ന്യായം മാത്രം മുന്നിൽ വെച്ച്, സ്ത്രീക്ക് വിശുദ്ധ ഖുർആൻ അംഗീകരിച്ച്

കൊടുത്ത, അവളുടെ മൗലികാവകാശങ്ങൾ നിഷേധിക്കാൻ ഒരിക്കലും കാരണമായിക്കൂട.

സ്ത്രീയെ പൊതു ജീവിത മണ്ഡലത്തിലേക്ക് കൈ പിടിച്ച് കൊണ്ട് വന്ന ആദ്യ ഘട്ടത്തിൽ, അടിച്ചമർത്തപ്പെട്ട സ്ത്രീ, വിമോചനത്തിന്റെ സമ്പൂർണ്ണമായ അവകാശങ്ങളും ബാധ്യതകളും തിരിച്ചറിയുന്നതിന് മുമ്പ്, ചിലപ്പോഴവർ പൊതു ഇടങ്ങളിലേക്ക് പരിഗണിക്കപ്പെട്ടിട്ടില്ലായിരിക്കാം. പക്ഷേ, പ്രവാചകൻ നേതൃപരമായ യോഗ്യതകൾ ഉൾക്കൊള്ളുന്ന സ്ത്രീകളെ ബോധ പൂർവ്വം വളർത്തിക്കൊണ്ട് വരാൻ ഉൽസുകനായിരുന്നു എന്നത് ചരിത്ര യാഥാർഥ്യമാണ്.

അതിന്റെ മികച്ച ഉദാഹരണമാണല്ലോ ഉമ്മുൽ മുഅമിനീൻ ആയിഷ(റ). ഇസ്ലാമിക വിജ്ഞാനീയങ്ങളിലെ പ്രവാചക മാതൃകകളെ കുറിച്ച് അവരാണിന്നും പ്രാമാണികതയുടെ തലയെടുപ്പോടെ സംസാരിച്ച് കൊണ്ടിരിക്കുന്നത്. ഇത് തന്നെ പ്രവാചകൻ പൊതു ഇടങ്ങളിലേക്ക് സ്ത്രീകളെ പരിഗണിച്ചിരുന്നില്ല എന്ന വാദത്തിന്റെ പൊള്ളത്തരമാണ് തെളിയിക്കുന്നത്.

പ്രവാചക കാലത്ത് സ്ത്രീക്ക് ആണിനെപ്പോലെ തന്നെ പള്ളിയിൽ പ്രവേശിക്കാമായിരുന്നു. അങ്ങാടിയിൽ പോകാം. വണിക്കുകളായും അവർക്കവിടെ ജോലിയിൽ ഏർപ്പെടാമായിരുന്നു. പൊതു ഇടങ്ങളിലൊക്കെ സൈ്വര്യ വിഹാരം നടത്താം. രാപകൽ വ്യത്യാസമില്ലാതെ എല്ലാവരെയും പോലെ സുരക്ഷാ ബോധത്തോടെ അവർക്കും ഭൂമിയിൽ വിഹരിക്കാൻ സാധ്യമായിരുന്നു.

രാത്രിയുടെ രണ്ടാം യാമങ്ങളിൽ പോലും സ്ത്രീകൾ പുറത്തിറങ്ങി സഞ്ചരിച്ചിരുന്നതിന്റെ ഉദാഹരണങ്ങൾ, ഹദീസുകളിൽ കാണാം. ഒരിക്കൽ പ്രവാചകൻ പറഞ്ഞു: 'അല്ലാഹു ഈ കാര്യം പൂർത്തീകരിക്കുക തന്നെ ചെയ്യും. അപ്പോൾ ഒരു യാത്രക്കാരന് സൻആയിൽ നിന്ന് ഹദ്റമൗത് വരെ, അല്ലാഹുവെയും തന്റെ ആടിനെ പിടിച്ചേക്കാവുന്ന ചെന്നായയെയുമല്ലാതെ മറ്റൊന്നിനെയും ഭയപ്പെടേണ്ടി വരില്ല...'.

അതാണ് ഇസ്ലാമിക നാഗരികതയിൽ മനുഷ്യർക്ക് അനുഭവിക്കാനാകുന്ന സുരക്ഷാ ബോധത്തിന്റെ ആഴം. അത് ആൺ പെൺ വ്യത്യാസമില്ലാതെ എല്ലാവർക്കുമായുള്ളതാണ്. അതിനാൽ ഏത്

പൊതു ഇടങ്ങളിലും സ്വകാര്യ ഇടങ്ങളിലും പെണ്ണിന് പരാശ്രയമില്ലാതെ കടന്ന് വരാം. അവിടെ തന്റേതായ നിയോഗം നിർവ്വഹിച്ച് സംതൃപ്തിയടയാം.

ആർക്കും അവളെ തടയാനോ അവളുടെ അവസരങ്ങൾ നിഷേധിക്കാനോ അവകാശമോ അധികാരമോ ഇല്ല. 'നിങ്ങളുടെ സ്ത്രീകൾക്ക് നിങ്ങൾ പള്ളി വിലക്കരുത്' എന്നും 'രാത്രിയാണെങ്കിൽ പോലും നിങ്ങളവർക്ക് പള്ളിയിലേക്ക് അനുമതി നൽകണ'മെന്നുമൊക്കെ പ്രവാചകനിൽ നിന്ന് ഉദ്ധരിക്കപ്പെട്ടിരിക്കുന്നു.

ഹിജാബിന്റെ ആയത്ത് ഇറങ്ങിയ ശേഷമാണ് സ്ത്രീയുടെ സ്വാതന്ത്ര്യത്തെ അകത്തളങ്ങളിൽ ഒതുക്കുന്ന സമ്പ്രദായം നിലവിൽ വന്നതെന്നാണ് വിശദീകരണം. ആയത്തുൽ ഹിജാബ് പ്രവാചക പത്നിമാരെയാണ് അഭിസംബോധന ചെയ്യുന്നത്. അതും, പ്രവാചകൻ സൈനബ്(റ)നെ വിവാഹം കഴിക്കേണ്ടി വന്ന സന്ദർഭത്തിലാണ് പ്രസ്തുത ആയത്തിന്റെ അവതരണം ഉണ്ടായത് എന്നാണ് പണ്ഡിതാഭിമതം.

അത് പക്ഷേ സ്ത്രീകളുടെ പൊതു പ്രവേശനാവകാശത്തെ നിരാകരിക്കാൻ പോന്ന ഒന്നായി കാണാനാകില്ല. അതിന് ശേഷമാണല്ലോ ആയിഷ (റ) യുടെ നബി (സ) യോടൊപ്പമുള്ള, അപവാദ പ്രചരണത്തിന് ഇടവന്ന സംഭവം അരങ്ങേറുന്നത്.

സ്ത്രീകളുടെ കുലീനമായ വസ്ത്ര ധാരണ രീതിയെ കുറിച്ച് ഖുർആൻ നൽകുന്ന പാഠങ്ങൾ വായിച്ചും ചിലരൊക്കെ സ്ത്രീയുടെ പൊതു രംഗ പ്രവേശനത്തെക്കുറിച്ച് നിഷേധാത്മകമായ നിലപാട് പുലർത്തുന്നതായി കാണാറുണ്ട്. എന്നാൽ പ്രതിലോമപരമായ അത്തരം നിലപാടുകൾക്ക് വസ്തുതാ പരമായ പിന്തുണയില്ല എന്ന് തന്നെയാണ് പൊതുവേ മനസ്സിലാക്കാനാകുന്നത്.

സ്ത്രീ വീട്ടിലിരിക്കുമ്പോൾ വസ്ത്ര ധാരണത്തിൽ പുലർത്തേണ്ട സൂക്ഷ്മതയെക്കുറിച്ചല്ലല്ലോ വിശുദ്ധ ഖുർആൻ അപ്പറയുന്നത്. അത്തരം സന്ദർഭങ്ങളിൽ സ്ത്രീക്ക് പരമാവധി സ്വീകരിക്കാവുന്ന സ്വാതന്ത്ര്യത്തെക്കുറിച്ച് വിശുദ്ധ ഖുർആൻ വേറെ തന്നെ വാചാലമാകുന്നുണ്ട്.

പൊതു ഇടങ്ങളിൽ സ്ത്രീ ഇടപെടുമ്പോൾ സ്വയം പുലർത്തേണ്ട കരുതലിനെക്കുറിച്ചാണ് ഖുർആൻ പറയുന്നതൊക്കെ. അത്തരം സന്ദർഭങ്ങളിൽ സ്ത്രീ അവളുടെ ആദരണീയമായ വ്യക്തിത്വത്തെ സംരക്ഷിക്കും വിധമാകണം വസ്ത്രം ധരിക്കേണ്ടത് എന്നുണർത്തുകയാണ് ഖുർആൻ.

പക്ഷേ, പെണ്ണിന്റെ സുരക്ഷയാണ് അവളെ അകത്തളങ്ങളിൽ തളച്ചിടാനുള്ള ഹേതുവായി പൊതുവേ ഉന്നയിക്കപ്പെട്ടാറുള്ളത്. സുരക്ഷാ ഭയം പെണ്ണിന് മാത്രമല്ലല്ലോ ബാധകമാകുക. ആയാകുലത ആണിനെക്കുറിച്ചും പ്രസക്തമാണ്.

∞

ആണിന്റെ സദാചാര ആകുലതകൾ

എന്നാൽ, സ്ത്രീകളുടെ സുരക്ഷ എന്നതിനെക്കാൾ, പൊതു ഇടങ്ങളിൽ സ്ത്രീ സാന്നിധ്യത്തെ നിഷിദ്ധവൽക്കരിക്കാൻ കാരണമാകുന്നത്, ലൈംഗിക സദാചാര ഭംഗങ്ങളെക്കുറിച്ച് ആൺ സമൂഹം വെച്ച് പുലർത്തുന്ന ഉൽക്കടമായ ഉൽക്കണ്ഠകളാണ്. ഇത് ഇസ്ലാമീങ്ങളുടെ മാത്രം ആകുലതയായി ഉയർന്ന് വന്ന ഒന്നല്ല. ആൺകോയ്മയുടെ മനസ്സ് പേറുന്ന, എല്ലാ പൊതു സമൂഹങ്ങളുടേതും തന്നെയാണ്. ചിലരെങ്കിലും ആ ആൺകോയ്മാ മനോഭാവത്തെ ഇസ്ലാമീന്റേതായി വിശദീകരിക്കാൻ ശ്രമിക്കാറുണ്ടെങ്കിലും.

ആധുനിക സമൂഹം സ്ത്രീക്ക് പൊതു ഇടങ്ങളനുവദിച്ചു കഴിഞ്ഞു എന്ന് പറയുന്നുണ്ടെങ്കിലും, എല്ലാ മതങ്ങളിലും പെട്ട സദാചാര ചാരന്മാരുടെ കഴുകക്കണ്ണുകൾ അവരെ സദാ പിന്തുടർന്ന് കൊണ്ടേയിരിക്കുക തന്നെയാണ്. സ്ത്രീ പുരുഷ ഇടപെടലുകളിൽ മാത്രമാണ് സദാചാരം നിഷ്ഠയോടെ പാലിക്കപ്പെടേണ്ടത് എന്നാണ് പൊതുവേ ആളുകൾ ധരിച്ച് വെച്ചത്. തന്റേത് മാത്രമായിരിക്കേണ്ട ഒരുപഭോഗ വസ്തു, മറ്റുള്ളവർ തട്ടിയെടുത്തേക്കുമോ, അതോ പങ്കിട്ടെടുത്തേക്കുമോ എന്ന സ്വാർത്ഥതയുടെ അസൂയ കലർന്ന ആകുലതയാണ് പൊതുവേ ഈ മനോഭാവത്തിന് പിന്നിൽ പ്രവർത്തിക്കുന്നത് എന്ന് കാണാനാകും.

അങ്ങിനെ സ്ത്രീയെ സ്വന്തമാക്കി, അവിഹിതമായി പോലും സ്വകാര്യമായി ഭോഗിക്കാൻ പൊതു മധ്യത്തിൽ നിന്ന് അവരെ നിഷ്ക്രമിപ്പിച്ച് അകങ്ങളിലിരുത്തിയാൽ മാത്രമേ പറ്റുമായിരുന്നുള്ളൂ. ആണധികാര വ്യവസ്ഥിതിയുടെ മൂട് താങ്ങികളായി നിലകൊണ്ട മത പൗരോഹിത്യ സംവിധാനങ്ങളാണ്, ഏത് കാലത്തും സ്ത്രീകളെ അപരവൽക്കരിച്ച് അപരിഷ്കൃതത്വത്തിന്റെ ഇരുമ്പറകളിലേക്ക് തള്ളിയകറ്റി കൊടുത്ത് കൊണ്ടിരുന്നത്.

സ്ത്രീ സുരക്ഷയുടെ കാര്യം ഉന്നയിക്കുന്നത് പോലും, ഈയൊരു സ്വാർത്ഥ താൽപര്യത്തിന്റെ പൂർത്തീകരണം സാധിതമാകുന്നതിന് വേണ്ടിയാണ്. സ്ത്രീക്ക് സുരക്ഷ നൽകേണ്ട ബാധ്യത, ആൺ കോയ്മയുടേത് മാത്രമായി പ്രകൃതി നിശ്ചയിച്ചിട്ടില്ല.

ഈ പ്രാപഞ്ചിക വ്യവസ്ഥയിൽ പുരുഷന് സുരക്ഷിതത്വം വാഗ്ദാനം ചെയ്യുന്ന സംവിധാനമേതോ, അത് സ്ത്രീക്കും സുരക്ഷിതത്വവും സംരക്ഷണവും നൽകാൻ തികച്ചും കെൽപ്പുറ്റതാണ്. ബാധ്യസ്തവുമാണ്. നിയതമായ ആയവകാശം ആരാലെങ്കിലും നിഷേധിക്കപ്പെട്ടാൽ, സമര സന്നദ്ധയായി പോലും അത് നേടിയെടുക്കാൻ അവൾക്ക് സ്വാതന്ത്ര്യവും അവകാശവുമുണ്ട്.

കാരണം ഒരേ സൃഷ്ടാവാണ് ആണിനേയും പെണ്ണിനേയും പടച്ചത്. ഒരേ സത്തയിൽ നിന്നാണ് രണ്ടിന്റെയും ഉൽഭവമെന്ന് നാം കണ്ടതാണല്ലോ. ഒരേ രക്തവും മാംസവും മജ്ജയുമാണവർ രണ്ട് പേരും പങ്ക് വെക്കുന്നത്. ഒരേ ഭൂമിയിലാണവർ സഹവസിച്ച് ജീവിക്കുന്നത്. ഒരേ വായുവും വെള്ളവും വെളിച്ചവും ഭക്ഷണവുമാണവർ ഒരേ പോലെ ഉപയോഗിക്കുന്നത്.

അക്കാരണത്താൽ, തുല്യരായി ജന്മം കൊണ്ട ആണിനും പെണ്ണിനും, തുല്യരായി തന്നെ ഈ ഭൂമിയുടെ ഔദാര്യങ്ങൾ പങ്ക് പറ്റാമെന്ന പോലെ, അതിന്റെ സുരക്ഷാ സംവിധാനങ്ങളിൽ ഒരേ പോലെ അഭയം തേടാനും അവർക്ക് അവകാശമുണ്ട്.

സ്ത്രീക്ക് അഭയവും സുരക്ഷയും ആണൊരുത്തന്റെ നിഴലിൽ മാത്രമേ സാധ്യമാകൂ എന്ന സങ്കൽപ്പമാണ് ചോദ്യം ചെയ്യപ്പെടേണ്ടത്. ആൺ കോയ്മയുടെ വക്താക്കളെപ്പോഴും, സ്ത്രീയെക്കുറിച്ച് സംസാരിച്ച് തുടങ്ങുക, അവളമ്മയാണ്, മകളാണ്, സഹോദരിയാണ് എന്നിങ്ങനെ, സ്ത്രീത്വവുമായി ബന്ധപ്പെട്ട അവളുടെ ധർമ്മങ്ങളിൽ

പരിമിതപ്പെടുത്തി മാത്രമാണ്. അതിനെക്കാളപ്പുറം, പ്രഥമമായും മുഖ്യമായും അവൾ അവനെപ്പോലെ തന്നെ ഒരു മനുഷ്യനാണെന്ന് ആരും പറഞ്ഞ് കാണാറില്ല.

ഇസ്ലാമിൽ, സ്ത്രീകൾ മാത്രം കുലസ്ത്രീകളായി ഏകപക്ഷീയമായി നിഷ്ഠയോടെ ആചരിക്കേണ്ട ഏതാനും സാമ്പ്രദായികതകളുടെ പേരല്ല സദാചാരം. ഭൂമിയിൽ സഹവസിച്ച് ജീവിക്കുമ്പോൾ, ആണും പെണ്ണുമെന്ന വൈജാത്യമില്ലാതെ, മനുഷ്യർ ഒന്നുപോലെ അംഗീകരിക്കേണ്ട ചില മൂല്യ ബോധങ്ങളുടെ പേരാണത്. അതിനാൽ തന്നെ ഖുർആൻ ആണിനെയും പെണ്ണിനെയും ഉൾച്ചേർത്താണ് സദാചാരം കൈകാര്യം ചെയ്യുന്നത്.

കള്ളനും കള്ളിയും, വ്യഭിചാരികളായ സ്ത്രീയും പുരുഷനും... എന്നിങ്ങനെ രണ്ട് ജന്മങ്ങളെയും സദാചാര പരാമർശങ്ങളിൽ ഒരേ പോലെയാണ് ഖുർആൻ കൈകാര്യം ചെയ്യുന്നത്. സദാചാര നിഷ്ഠയിൽ ആണിനും പെണ്ണിനും വേറെ വേറെ നിയമങ്ങളോ നിലപാടുകളോ ശിക്ഷകൾ പോലുമോ കൽപ്പിക്കപ്പെട്ടില്ലെന്നർത്ഥം.

ഖുർആൻ മനുഷ്യന്റെ ലൈംഗികതയുമായി ബന്ധപ്പെട്ട വിഷയങ്ങളിൽ മാത്രമൊതുക്കിയല്ല സത്യത്തിൽ സദാചാരത്തെ കൈകാര്യം ചെയ്യുന്നത്. ജീവിതത്തിന്റെ സകല തലങ്ങളിലും സദാചാരത്തിന്റെ ആവരണമുണ്ട്. സദാചാര നിഷ്ഠയുടെ ഇരുമ്പ് ദണ്ഡുകൾക്കപ്പുറം സ്നേഹമസൃണമായ പാഠങ്ങളും തലോടലുമുണ്ട്.

തെറ്റായ സദാചാര വാദങ്ങളുന്നയിച്ച് സ്ത്രീയുടെ പൊതു പ്രവേശന സ്വാതന്ത്ര്യത്തെ നിഷേധിക്കാൻ ആർക്കും അവകാശമില്ലെന്ന് തന്നെയാണ് ഖുർആൻ സംശയ രഹിതമായി ആവർത്തിച്ച് വ്യക്തമാക്കുന്നത്. ഖുർആനിൽ പരാമൃഷ്ടമായ 'ഹദീസുൽ ഇഫ്ക്' (പ്രവാചക പത്നി ആയിശ(റ)യെ കുറിച്ച് നടന്ന വ്യഭിചാരാരോപണം) സംഭവത്തെ, വ്യഭിചാരാരോപകന് പരമാവധി നൽകേണ്ട ശിക്ഷയെക്കുറിച്ച് മാത്രം ബന്ധപ്പെടുത്തി വായിക്കാതെ, സ്ത്രീ വിമോചന ചിന്തയുമായി ബന്ധപ്പെടുത്തി കൂടി വായിക്കുമ്പോഴാണ് സമ്പൂർണമാവുക.

പ്രവാചകനോടൊപ്പം ഒരു യുദ്ധത്തിൽ പങ്കെടുത്ത് മടങ്ങവേ, രാവിന്റെ അന്ത്യ യാമങ്ങളിലെപ്പോഴോ മരുഭൂമിയിലൊരിടത്ത് അവിചാരിതമായി ഒറ്റപ്പെട്ട് പോയി പ്രവാചക പത്നി ആയിശ(റ).

സഫ്വാൻ ബിൻ ആൽ-മുഅത്തൽ എന്ന സ്വഹാബിയാണ് തന്റെ ഒട്ടകപ്പുറത്തിരുത്തി അവരെ മദീനയിലെത്തിച്ചത്.

ഈ വിവരമറിഞ്ഞ മദീനയിലെ കപട വിശ്വാസികൾ പ്രവാചക പത്നിയെയും സ്വഫ്വാനെയും ചേർത്ത് അപവാദം പ്രചരിപ്പിക്കുകയായിരുന്നു. പ്രവാചകന്റെ നിഷ്കളങ്കരായ അനുചരന്മാർ പോലും ഈ പ്രചരണത്തിൽ അകപ്പെട്ട് പോയിരുന്നു എന്നതാണ് സങ്കടകരം. പ്രവാചകൻ പോലും എന്ത് ചെയ്യണമെന്നറിയാതെ ഇടറിപ്പോയ സന്ദർഭം.

കാര്യങ്ങൾ എങ്ങിനെ പരിഹരിക്കപ്പെടുമെന്നറിയാതെ ഏതാണ്ടൊരു മാസം കഴിഞ്ഞതിൻ പിന്നെയാണ് വിശുദ്ധ ഖുർആൻ പ്രശ്നത്തിൽ ഇടപെട്ട് തീരുമാനം പ്രഖ്യാപിക്കുന്നത്. സ്ത്രീ പുരുഷ ബന്ധങ്ങളെ ലൈംഗികതയുടെ പരിമിതികളിലൊതുക്കി കണ്ടിരുന്ന അക്കാലത്തെ ജന മനസ്സുകളെ, അതി വിശാലമായ മാനവികതയുടെ സ്നേഹ സാഹോദര്യ ബന്ധങ്ങളിലേക്ക് സംസ്കരിച്ച് വളർത്തിക്കൊണ്ട് വരാനായിരുന്നു ഖുർആൻ സന്ദർഭം വിനിയോയിച്ചത്.

ഒരാണും പെണ്ണും സന്ദർഭവശാൽ തനിച്ചായത് കൊണ്ട് മാത്രം, ലൈംഗിക ആരോപണങ്ങളുന്നയിച്ച് അവരെ സംശയത്തിന്റെ കരിനിഴലിൽ നിർത്തുന്നത് കുറ്റകരമാണെന്ന് ഖുർആൻ വിധിച്ചു. വ്യക്തമായ തെളിവിന്റെ അഭാവത്തിൽ അപവാദം പ്രചരിപ്പിച്ചവരെ എൺപത് അടികൾ വീതം നൽകി ശിക്ഷിക്കണമെന്നായിരുന്നു ഖുർആന്റെ നിർദ്ദേശം. നാല് സാക്ഷികളെ ഹാജരാക്കി വേണം തന്റെ വാദം സ്ഥിരീരിക്കേണ്ടത് എന്നും ഖുർആൻ ശക്തമായ നിർദ്ദേശിച്ചു. ഇല്ലെങ്കിൽ അയാൾക്ക് ശിക്ഷ എറ്റ് വാങ്ങേണ്ടി വരും.

'വിവാഹിതരായ സ്ത്രീകളെ വ്യഭിചാരാധിക്ഷേപം നടത്തുകയും പിന്നീട്, നാല് സാക്ഷികളെ ഹാജരാക്കാതിരിക്കുകയും ചെയ്താൽ, എൺപതടി നൽകി അവരെ ശിക്ഷിക്കേണ്ടതാണ്. പിന്നീട് ഒരിക്കലും അവരുടെ സാക്ഷ്യം സ്വീകരിക്കുകയും അരുത്. അവരാണ് യഥാർഥത്തിൽ ധർമ്മ ലംഘകർ' (വി. ഖു. 24 : 4).

അത്തരമൊരു സംഭവത്തിന്റെ അഭിശപ്ത മാത്രമല്ല, അത് ആ സമൂഹത്തിനുണ്ടാക്കിയ ഗുണപരമായ പ്രതിഫലനവും കൂടി വിലയിരുത്തുന്നുണ്ട് ഖുർആൻ.

'വ്യഭിചാരാരോപണവുമായി വന്നവർ നിങ്ങളിൽ നിന്ന് തന്നെയുള്ള ഒരു സംഘമാണ്. അത് നിങ്ങൾക്ക് നാശമായെന്ന് നിങ്ങൾ കരുതേണ്ടതില്ല. നിങ്ങൾക്കത് ഗുണകരം തന്നെയാണ്. അവർ ഓരോരുത്തർക്കും അവനവൻ കൈവരിച്ച പാപ ദോഷമുണ്ട്. അവരിൽ അഹന്ത പിടികൂടിയവർക്ക് കഠിനമായ ശിക്ഷയുമുണ്ട്. (വി. ഖു. 24 : 11).

ഈ സന്ദർഭങ്ങളിലൊന്നും പൊതു ഇടങ്ങളിലേക്കുള്ള സ്ത്രീയുടെ രംഗ പ്രവേശന സ്വാതന്ത്ര്യത്തെ ഖുർആൻ ചോദ്യം ചെയ്യുന്നില്ല. പാതിരാവിൽ വിജനമായ സ്ഥലത്ത് താരുണ്യം പൂത്ത ഒരു യുവതി, തനിക്ക് നിർഭയത്വം നൽകുമെന്ന് വിശ്വസിച്ച ഒരന്യ പുരുഷന്റെ കൂടെ തനിച്ച് യാത്ര ചെയ്തതിന്റെ അനൌചിത്യമോ അസ്വാഭാവികതയോ ഒന്നും ഖുർആൻ ചോദ്യം ചെയ്യുന്നില്ല. എന്നല്ല അതിനപ്പുറവും കടന്ന് ഖുർആൻ ചോദ്യം ചെയ്തത്, സത്യവിശ്വാസി പോലും അത്തരമൊരു പ്രചരണത്തിന്റെ പിറകെ പോയ അനൌചിത്യത്തെയാണ്.

'അപവാദ പ്രചരണം കേട്ടപ്പോൾ വിശ്വാസികളും വിശ്വാസിനികളും എന്ത് കൊണ്ട് സ്വന്തത്തെ കുറിച്ച് നല്ലത് വിചാരിക്കുകയും, ഇത് സുവ്യക്തമായ ദുരാരോപണം മാത്രമാണെന്ന് കരുതുകയും ചെയ്തില്ല?' (വി. ഖു. 24 : 12).

പ്രകൃത്യാ ലഭ്യമായ സ്വാതന്ത്ര്യമനുഭവിച്ച് ആണും പെണ്ണും ഇടകലർന്ന് സഹിച്ചും സഹകരിച്ചും ഭൂമിയിൽ ജീവിതം നിർമ്മിച്ച് കൊണ്ടിരിക്കുമ്പോൾ, അതിൽ സംശയത്തിന്റെ വിത്തെറിഞ്ഞു വിഭാഗീയത സൃഷ്ടിച്ച് സാമൂഹ്യ ഭദ്രത തകർക്കുന്ന വിധം അന്തരീക്ഷം മലിനമാക്കാൻ ആരും ശ്രമിച്ച് കൂട എന്ന് തന്നെയാണ് ഖുർആൻ പൊതുവേ നൽകുന്ന പാഠം. പൊതു ഇടങ്ങളിലുള്ള സാന്നിധ്യവും പങ്കാളിത്തവും സ്ത്രീയുടെ ജന്മസിദ്ധമായ അവകാശങ്ങളിൽ പെട്ടതാണെന്നും, അഹന്തയിൽ നിന്നുയിർ കൊള്ളുന്ന ആണധികാര മനോഭാവത്തിന്റെ ഇരകളാകേണ്ടതില്ലാത്ത വിധം സ്ത്രീകൾ സ്വതന്ത്രരാണെന്നുമാണ്.

അന്നോളം നിലനിർത്തി പോന്നിരുന്ന സദാചാര ബോധത്തിലും, സദാചാര ഭംഗങ്ങളുടെ പരിഹാര ക്രിയയിലുമൊക്കെ പൊതുവേ സ്വീകരിച്ച് പോന്ന കർക്കശമായ സാമ്പ്രദായിക രീതികളെ ലഘൂകരിച്ച് നവീകരിച്ച ശിക്ഷാ രീതികളായിരുന്നു ഖുർആൻ ആവിഷ്കരിച്ചത്

എന്നതും ചിന്തനീയമാണ്.

കർക്കശമായ പുതിയ ശിക്ഷാമുറകൾ ആവിഷ്കരിക്കുന്ന രീതി ഖുർആൻ സ്വീകരിച്ചതായി കാണാനാകില്ല. അല്ലെങ്കിലും, അന്നോളം പൗരോഹിത്യം മനുഷ്യ ജന്മങ്ങളുടെ മുതുകിൽ അടിച്ചേൽപ്പിച്ച ഭാരങ്ങളുടെ കെട്ടഴിച്ച് സഹ്യമായ വിധം ലഘൂകരിക്കാനാണല്ലോ, പ്രവാചകൻ നിയോഗിതനായത്.

'നിരക്ഷരനായ ദിവ്യ സന്ദേശ വാഹകനെ പിൻപറ്റുന്നവർക്ക്, തങ്ങളുടെ പക്കലുള്ള തൗറാത്തിലും ഇഞ്ചീലിലും അയാൾ രേഖപ്പെടുത്തപ്പെട്ടതായി കാണാവുന്നതാണ്. അയാൾ അവരോട് പ്രകൃത്യായുള്ളത് കൽപ്പിക്കുകയും പ്രകൃതിക്കന്യമായത് വിരോധിക്കുകയും ചെയ്യും. ആരോഗ്യകരമായത് അനുവദിക്കുകയും അനാരോഗ്യകരമായത് നിഷിദ്ധമാക്കുകയും ചെയ്യും. അവരുടെ മേലുള്ള ഭാരങ്ങളും ബന്ധനങ്ങളും എടുത്ത് മാറ്റും. അദ്ദേഹത്തെ അംഗീകരിക്കുകയും പിന്തുണക്കുകയും സഹായിക്കുകയും ചെയ്തവരും, അദ്ദേഹത്തോടൊപ്പം അവതീർണ്ണമായ പ്രകാശത്തെ പിൻപറ്റുകയും ചെയ്തവരാണ് യഥാർത്ഥത്തിൽ വിജയിച്ചവർ' (വി. ഖു. 7 : 157).

ജൂത ക്രൈസ്തവ പൗരോഹിത്യം ഒട്ടനവധി പാപഭാരങ്ങളാണ് മനുഷ്യരുടെ മുതുകിലേറ്റി വെച്ചിരുന്നത്. മനുഷ്യർ ജനിച്ച് വീഴുന്നത് തന്നെ പാപികളായാണ് എന്നാണാ സംസ്കൃതികളൊക്കെ സിദ്ധാന്തിച്ചത്. സ്ത്രീകളാണ് പാപത്തിന്റെ ഉറവിടമെന്നും കരുതപ്പെട്ടിരുന്നു. അതാണ് സ്ത്രീകൾ അഭിശപ്തകളാണെന്ന ധാരണക്ക് പ്രചുര പ്രചാരം ലഭിച്ചതിന്റെ മുഖ്യ കാരണം.

മാത്രമല്ല, അത്തരം കുറ്റങ്ങളിലേർപ്പെട്ടവരെ അതി ക്രൂരമായി ശിക്ഷിക്കുക എന്നതായിരുന്നു അന്നത്തെ രീതിശാസ്ത്രം. എന്നാലോ ശിക്ഷിക്കപ്പെടേണ്ടവർ ഉന്നതരും സ്വന്തക്കാരുമൊക്കെയാകുമ്പോൾ ശിക്ഷ, ദയാ വായ്പിലേക്കും കാരുണ്യത്തിന്റെ പരിഗണയിലേക്കുമൊക്കെ വഴുതി മാറുകയും ചെയ്യും. ആ സാമ്പ്രദായിക രീതി അവലംഭിച്ച് വന്നതാണ് മുൻകാല സാമൂഹ്യ ഘടനകളെ നശിപ്പിച്ചതെന്ന് ഒരിക്കൽ പ്രവാചകൻ തന്റെ ജനതയെ താക്കീത് ചെയ്യുന്നുണ്ട്.

മനുഷ്യരുടെ ഏത് തെറ്റിനും മാനവികത ബലി കഴിച്ചും ജീവനെടുക്കുന്ന ശിക്ഷ, പ്രതിക്രിയയുടെ സന്ദർഭത്തിൽ മാത്രമല്ലാതെ സ്വീകരിക്കാൻ പാടില്ലെന്നത് ഖുർആന്റെ മൗലിക നിലപാടാണ്. അതിന് വിരുദ്ധമായി മനുഷ്യത്വ രഹിതമായി വ്യഭിചാരിയെ എറിഞ്ഞ് കൊല്ലുക എന്നതായിരുന്നു അന്നത്തെ സാമ്പ്രദായിക ശിക്ഷാ രീതി. അതും ഇഷ്ടക്കാരെ ഒഴിവാക്കിയും സാധാരണക്കാരെ വിട്ട് വീഴ്ച കൂടാതെ മനുഷ്യത്വ രഹിതമായി ക്രൂരമായ പീഡനങ്ങൾക്ക് വിധേയമാക്കിയുമായിരുന്നു അക്കാലത്തെ ശിക്ഷാ സമ്പ്രദായം.

പ്രവാചകൻ പറഞ്ഞതായി ഉദ്ധരിക്കപ്പെട്ടത് ഇങ്ങിനെയാണ്: 'അല്ലയോ, ജനങ്ങളെ! നിങ്ങൾക്ക് മുൻപുള്ളവരെ നശിപ്പിച്ചതെന്താണെന്നറിയാമോ? അവരുടെ കൂട്ടത്തിലെ ആഢ്യൻമാർ കളവ് നടത്തിയാൽ അവരെ വെറുതെ വീടും. താഴെ കിടയിലുള്ളവരാണ് കളവ് നടത്തുന്നതെങ്കിലോ, ശിക്ഷ നടപ്പിലാക്കുകയും ചെയ്യും. അല്ലാഹുവാണ, മുഹമ്മത്തിന്റെ മകൾ ഫാത്തിമയാണ് കട്ടതെങ്കിൽ പോലും ഞാനവളുടെ കൈ വെട്ടുമായിരുന്നു'.

ആ അവസ്ഥയിൽ നിന്ന് മാറി, മാനവികതയുടെ പരിഗണനക്ക് വിധേയമായി താരതമ്യേന ലഘൂകൃതമായ ശിക്ഷ സ്വീകരിക്കണമെന്നാണ് ഖുർആൻ അനുശാസിച്ചത്. മാത്രമല്ല, അങ്ങിനെ സ്വീകരിക്കപ്പെടുന്ന ശിക്ഷ ദയാദാക്ഷിണ്യങ്ങളുടെ ചാഞ്ചാട്ടങ്ങൾക്ക് വിധേയമാകാതെ, എല്ലാവർക്കും ഒരേപോലെയാണ് നടപ്പാക്കേണ്ടതെന്നും ഖുർആൻ അനുശാസിച്ചു.

'ആണും പെണ്ണുമായ വ്യഭിചാരികൾ ഓരോരുത്തരേയും നൂറ് അടി വീതം നൽകി ശിക്ഷിക്കണം. നിങ്ങൾ അല്ലാഹുവിലും അന്ത്യനാളിലും വിശ്വസിക്കുന്നവരാണെങ്കിൽ, ദൈവീക നീതി നടപ്പിലാക്കുന്ന വിഷയത്തിൽ അവരിലൊരാളോടും നിങ്ങൾക്ക് ദയ തോന്നരുത്. അവരുടെ ശിക്ഷക്ക് സത്യ വിശ്വാസികളിലൊരു സംഘം സാക്ഷ്യം വഹിക്കണം. (വി. ഖു. 24 : 2).

സദാചാര നിഷ്ഠ, ഇസ്ലാം പ്രാധാന്യ പൂർവ്വം പരിഗണിക്കുന്ന ഒരു മാനവിക വിഷയം തന്നെയാണ്. പക്ഷെ, അത് സമൂഹ മദ്ധ്യേ നിന്ന് സ്ത്രീകളെ മാറ്റി നിർത്തി പരിരക്ഷിക്കേണ്ട ഒന്നായിട്ടല്ല ഖുർആൻ കാണുന്നത്. ആണാകട്ടെ പെണ്ണാകട്ടെ, എല്ലാവരും തങ്ങളുടെ

വൈയക്തിക തലത്തിൽ സൂക്ഷ്മതയോടെ പരിപാലിക്കേണ്ട ഒന്നായാണ് ഇസ്ലാം അതിനെ പരിഗണിക്കുന്നത്.

അതിനാൽ തന്നെ, സാമൂഹ്യ ഘടനക്ക് വിള്ളലുണ്ടാക്കും വിധം സദാചാര ദൂഷ്യങ്ങൾ പ്രകടമായി പെരുകുമ്പോൾ മാത്രമേ, ഭരണ വ്യവസ്ഥ അതിലിടപെട്ട് പരിഹാരം കാണാൻ ശ്രമിക്കേണ്ടതുള്ളൂ. വ്യക്തികളോരോരുത്തരും സദാചാര നിഷ്ഠ പാലിച്ച് തന്നെയാണോ മുന്നോട്ട് പോകുന്നത് എന്ന് എപ്പോഴും സംശയ ദൃഷ്ടിയോടെ ചികഞ്ഞന്വേഷിച്ച് പിടികൂടാൻ, ഇസ്ലാം ആരെയും ചുമതലപ്പെടുത്തുന്നില്ല. ആർക്കും അതിന് അവകാശവുമില്ല. ഭരണ സംവിധാനത്തിന് പോലും സ്വന്തം പ്രജകളെ വിശ്വാസത്തിലെടുക്കാതെ അവർക്കെതിരെ ചാരവൃത്തി നടത്തി നടപടികൾ സ്വീകരിക്കാൻ അധികാരമുണ്ടാകില്ല.

ഉഭയ കക്ഷി സമ്മതത്തോടെ രഹസ്യമായി സംഭവിക്കുന്ന അത്തരം അസാൻമാർഗ്ഗികതകളെ തിരഞ്ഞ് പിടിച്ച് വെളിച്ചത്ത് കൊണ്ട് വന്ന് അതിലേർപ്പെട്ടവരെ ശിക്ഷിക്കണമെന്ന് ഖുർആൻ നിഷ്കർഷിക്കുന്നില്ല. വ്യഭിചാരം പോലുള്ള അനുചിത ബന്ധങ്ങളിൽ ഏർപ്പെട്ടവരെ പോലും നാല് ദൃക്സാക്ഷികളില്ലെങ്കിൽ ശിക്ഷിക്കാവതല്ല എന്നാണ് ഖുർആന്റെ നിലപാട്.

നാല് പേർ ചുരുങ്ങിയത് സാക്ഷികളില്ലാതെ ആർക്കെങ്കിലുമെതിരിൽ, പ്രത്യേകിച്ചു സദാചാര നിഷ്ഠ പാലിക്കുന്ന സ്ത്രീകൾക്കെതിരിൽ, ആരെങ്കിലും വ്യഭിചാരാരോപണങ്ങൾ നടത്തിയാൽ, അവരെ എൺപത് അടി നൽകി ശിക്ഷിക്കണമെന്നാണ് ഖുർആന്റെ അനുശാസനം. പക്ഷേ, പീഢനത്തിന് വിധേയരാക്കപ്പെടുന്ന ഇരകൾക്ക് സ്വമേധയാ അന്യായം ബോധിപ്പിക്കാൻ അവസരമുണ്ടാകില്ല എന്ന് ഇപ്പറഞ്ഞതിനർത്ഥമില്ല.

ആണും പെണ്ണും ഇടകലർന്ന് ജീവിക്കുന്ന ഒരു സാമൂഹ്യ ഘടനയിൽ, അവർ ഒത്തൊരുമയോടെ ജീവിച്ച് മുന്നേറുമ്പോൾ കൈക്കൊള്ളേണ്ട മര്യാദകളെ കുറിച്ച് ഖുർആൻ പറയുന്നത് ഇങ്ങിനെയാണ്:

'സത്യ വിശ്വാസികളോട് താങ്കൾ പറയണം. അവർ കണ്ണുകളടച്ച് ജനനേന്ത്രിയങ്ങൾ സൂക്ഷിക്കണമെന്ന്. അതാണ് അവരുടെ സംസ്കൃതിയുടെ മാർഗ്ഗം. അവർ എന്ത് ചെയ്യുന്നുവെന്ന് അല്ലാഹു

സൂക്ഷ്മമായി അറിയുന്നുണ്ട്. സത്യ വിശ്വാസിനികളോടും പറയണം, അവരുടെ കണ്ണുകൾ അടക്കാനും ഗുഹ്യ ഭാഗങ്ങൾ സംരക്ഷിക്കാനും. അവർ തങ്ങളുടെ സൗന്ദര്യത്തിൽ നിന്ന് സ്വാഭാവികമായും വെളിപ്പെട്ട് പോകുന്നതല്ലാത്ത മറ്റൊന്നും പ്രദർശിപ്പിക്കരുതെന്നും. സ്വന്തം ശിരോവസ്ത്രം താഴ്ത്തിയിട്ട് അവർ മാറിടം മറക്കട്ടെ ...' (വി. ഖു. 24 : 30 – 31).

പൊതു ഇടങ്ങൾ സ്ത്രീകൾക്ക് വിലക്കപ്പെട്ട കനിയല്ലെന്ന് മാത്രമല്ല, ആണും പെണ്ണും ഇടകലർന്നുള്ള പൊതു ജീവിതത്തിൽ സംഭവിച്ചേക്കാവുന്ന സദാചാര ഭംഗങ്ങളെക്കുറിച്ച് വല്ലാത്ത ആകുലചിത്തരായി പരസ്പരം സംശയങ്ങൾ പുലർത്തി അപവാദങ്ങൾ പറഞ്ഞ് പ്രചരിപ്പിക്കരുതെന്ന് ഖുർആൻ നിർദ്ദേശിക്കുന്നുണ്ട്.

'അല്ലയോ വിശ്വാസികളെ, അധിക ഊഹങ്ങളും നിങ്ങൾ വെടിയണം. ചില ഊഹങ്ങൾ കുറ്റകരം തന്നെ. ചാരവൃത്തി ചെയ്യരുത് നിങ്ങൾ. പരസ്പരം അപവാദ പ്രചരണങ്ങളും നടത്തരുത്. തന്റെ മരിച്ച സഹോദരന്റെ മാംസം തിന്നാൻ നിങ്ങളാരെങ്കിലും ഇഷ്ടപ്പെടുമോ? അത് നിങ്ങൾ സത്യമായും വെറുക്കും. അതിനാൽ അല്ലാഹുവേ സൂക്ഷിക്കുക. അല്ലാഹു ഏറെ പൊറുക്കുന്നവനും കാരുണ്യവാനുമാണ്' (വി. ഖു. 49 : 12).

അപ്രകാരം തന്നെ, സമൂഹ മദ്ധ്യേ അശ്ലീലത പ്രചരിപ്പിക്കുന്നതിനെ കർക്കശമായ ഭാഷയിലാണ് ഖുർആൻ താക്കീത് ചെയ്യുന്നത്. 'സത്യവിശ്വാസികളിൽ അശ്ലീലത പ്രചരിച്ച് കാണാൻ ഇഷ്ടപ്പെടുന്നവർക്ക് ഇഹത്തിലും പരത്തിലും കഠിന വേദനയുളവാക്കുന്ന ശിക്ഷയുണ്ട്. നിങ്ങൾക്കറിയാത്ത കാര്യങ്ങൾ അല്ലാഹു അറിയുന്നുണ്ട് (വി. ഖു. 24 : 19).

☙

ഖുർആനും ലൈംഗികതയും

അതോടൊപ്പം തന്നെ ലൈംഗികതയെ കുറിച്ചുള്ള പൊതു സങ്കൽപങ്ങൾ മാറ്റിയെഴുതി ഇസ്ലാം. ലൈംഗികത പാപമല്ലെന്ന് മാത്രമല്ല, അത് പരിപാവനമായ സൃഷ്ടികർമ്മ സൂത്രമെന്ന നിലയിൽ, പുണ്യകരമായ ഒരനുഷ്ഠാനമാണെന്ന് കൂടി സിദ്ധാന്തിക്കുകയാണ്

ഇസ്ലാം ചെയ്തത്.

കൃസ്തീയത പോലെ കാമത്തെ അഭിശപ്തവും കുറ്റകരവുമായ പാപമായി കണ്ടിരുന്ന, മറ്റു സംസ്കൃതികളിൽ നിന്ന് ഭിന്നമായി, കാമത്തെയും കാമ പൂർത്തീകരണത്തെയും മനുഷ്യ ജീവിതത്തിലെ ആനന്ദ ദായകമായ ഒരനുഗ്രഹമായിട്ടാണ് ഇസ്ലാം കാണുന്നതും കൈകാര്യം ചെയ്യുന്നതും. ലൈംഗികവേഴ്ച്ചക്കുള്ള ജന്തു ജാലങ്ങളുടെ ത്വരയെ ഒരു സ്വാഭാവിക സർഗ്ഗാനുഭൂതിയായിട്ടാണ് ഖുർആൻ കണ്ടത്.

അതിനാലാണ് ഇസ്ലാമിന്റെ പ്രാമാണിക സ്രോദസ്സുകളിലൊക്കെ ലൈംഗികതയെ പരസ്യമായും വിശദമായും കണിശമായും, വിശകലനം ചെയ്യുന്നത്. ലൈംഗിക വിദ്യാഭ്യാസം സാർവ്വത്രികമാകേണ്ടതിന്റെ ആവശ്യകതയെക്കുറിച്ച് വിശുദ്ധ ഖുർആന് അന്ന് മുതൽ തന്നെ കണിശമായ നിശ്ചയമുണ്ടായിരുന്നു.

അക്കാലത്ത് തന്നെ ഖുർആൻ ആ ദൌത്യം വളരെ തന്മയത്വത്തോടെ സാധിച്ചെടുത്തതായി കാണാം. സാമൂഹികമോ സാംസ്കാരികമോ ആയ അലോസരങ്ങൾ ഒട്ടും സൃഷ്ടിക്കാതെ തന്നെ. ഖുർആൻ അവതരിപ്പിച്ച ലൈംഗിക പാഠങ്ങളൊക്കെയും തികച്ചും സ്പഷ്ടവും മാന്യവുമായ ഭാഷയും സംസ്കൃതിയും ഉൾക്കൊള്ളുന്നതാണ്.

എന്നാൽ ഏത് ലൈംഗികാസ്വാദനവും തികച്ചും വിഹിതവും അനുവദനീയവുമായ മാർഗ്ഗത്തിലൂടെയാകണം എന്നേ ഇസ്ലാമിന് നിർബന്ധമുള്ളൂ. ആ നിലയിൽ പരിശുദ്ധ റമദാനിന്റെ പുണ്യ രാവുകളിൽ പോലും ഇണകളുമായി ലൈംഗിക ബന്ധത്തിലേർപ്പെടാമെന്ന അനുവാദമാണ് വിശുദ്ധ ഖുർആൻ നൽകിയത്. പുണ്യം കൊയ്യാനുള്ള രാവുകളിൽ അത്തരം ലൈംഗിക ലീലകളിൽ ഏർപ്പെടുന്നത് പാപവും പുണ്യരാഹിത്യവുമല്ലേ എന്ന സാധാരണ മനുഷ്യന്റെ സന്ദേഹത്തെ സംബോധന ചെയ്യുകയായിരുന്നു ഖുർആൻ.

'നോമ്പിന്റെ രാവിൽ നിങ്ങളുടെ സ്ത്രീകളുമായി ലൈംഗിക വൃത്തിയിലേർപ്പെടാം. അവർ നിങ്ങളുടെയും നിങ്ങൾ അവരുടെയും വസ്ത്രമാണ്. നിങ്ങൾ സ്വന്തത്തെ തന്നെ വഞ്ചിക്കുകയായിരുന്നുവെന്ന് അല്ലാഹു അറിഞ്ഞിരിക്കുന്നു. അങ്ങിനെ നിങ്ങളുടെ പാശ്ചാതാപം സ്വീകരിച്ച് നിങ്ങൾക്ക് പൊറുത്ത്

തന്നിരിക്കുന്നു. ഇനി മുതൽ നിങ്ങൾക്കവരുമായി സഹവസിച്ച് അല്ലാഹു നിങ്ങൾക്കായി നിശ്ചയിച്ച (സുഖ സന്തോഷങ്ങൾ) അനുഭവിക്കാം... ' (വി. ഖു. 2 : 187).

എത്ര മധുരോദാരവും കാവ്യാത്മകവുമായാണ് ഖുർആൻ ലൈംഗികതയെ സമീപിക്കുന്നത് എന്ന് പ്രസ്തുത സൂക്തത്തിൽ തന്നെ വ്യക്തമാണ്. മണ്ണിനെ അഗാധമായി സ്നേഹിക്കുന്ന ഒരു കർഷകനും കൃഷിയിടവും തമ്മിലുള്ള ആത്മബന്ധമായാണ് ലൈംഗികതയെ വിശുദ്ധ ഖുർആൻ മറ്റൊരിടത്ത് അവതരിപ്പിക്കുന്നത്.

'നിങ്ങളുടെ സ്ത്രീകൾ നിങ്ങളുടെ കൃഷിയിടമാണ്. അതിനാൽ നിങ്ങളുടെ കൃഷിയിടത്തെ നിങ്ങൾക്കിഷ്ടമുള്ള വിധം സമീപിക്കുക. എന്നിട്ട് നിങ്ങൾക്ക് വേണ്ടി മുന്നൊരുക്കങ്ങൾ നടത്തുക. മാത്രമല്ല നിങ്ങൾ അല്ലാഹുവേ സൂക്ഷിക്കണം. അവനെ കണ്ട് മുട്ടുമെന്ന് തിരിച്ചറിയുകയും, വിശ്വാസികളെ സന്തോഷ വാർത്ത അറിയിക്കുകയും ചെയ്യുക'. (വി. ഖു. 2 : 223).

വിശുദ്ധ ഖുർആന്റെ വാഹകനും പ്രചാരകനുമായിരുന്ന മുഹമ്മദ് മുസ്ത്വഫ(സ)യുടെ അതീവ ഹൃദ്യവും മധുരോദാരവുമായ ദാമ്പത്യ ജീവിതാനുഭവത്തെക്കുറിച്ച് തന്റെ പ്രിയ പത്നി അയിഷ(റ)യിൽ നിന്ന് ധാരാളമായി ഉദ്ധരിക്കപ്പെട്ടിട്ടുണ്ട്.

തനിക്കേറ്റവും പ്രിയപ്പെട്ട പത്നി, അയിഷ(റ) തന്നെയായിരുന്നു അദ്ദേഹത്തിന്. ആരോപിക്കപ്പെടുന്നത് പോലെ, ഇണയുടെ ഇളം പ്രായത്തിന്റെ മാസ്മരികമായ വശ്യത ആയിരുന്നില്ല ആ ഇഷ്ടത്തിന് ഹേതുവായത്. ഇണക്കുരുവികളുടെ കൊക്കുരുമ്മിയുള്ള ദാമ്പത്യ പൊരുത്തത്തിന്റെ കുളുർമ്മയാസ്വദിച്ച് തിമിർത്തത് കൊണ്ട് കൂടിയായിരുന്ന് അത്.

അവർക്ക് തിരിച്ചുമുണ്ടായിരുന്നു പൊരുത്തത്തിന്റെ ആയനുരാഗവും പ്രണയവും. അവർ തമ്മിലുള്ള പ്രായ വ്യത്യാസം, രണ്ട് പേരിലും തീരെ പൊരുത്തക്കേടുകൾ സൃഷ്ടിച്ചിരുന്നില്ലെന്ന് മാത്രമല്ല, പ്രവാചകനുമൊത്തുള്ള ദാമ്പത്യ ജീവിതത്തെക്കുറിച്ച് അനുരാഗത്തിന്റെയും സ്നേഹത്തിന്റെയും രഞ്ജിപ്പിന്റെയും മികച്ച അനുഭവങ്ങൾ മാത്രമേ അവർക്ക് ഓർമ്മിക്കാനുള്ളൂ.

പ്രവാചകന്റെ പ്രായക്കൂടുതലിൽ ആയിഷ(റ) അസഹിഷ്ണുവായിരുന്നു എങ്കിൽ, അവരുടെ അനുസ്മരണകളിൽ

അത്രമേൽ പിരിശവും പൊരുത്തവും ഒരിക്കലും ദർശിക്കുമായിരുന്നില്ല. എന്നല്ല, ദാമ്പത്യ ജീവിതത്തിൽ പ്രായമോ, പ്രായ വ്യത്യാസങ്ങളോ അല്ല കാര്യം, മറിച്ച് മനസ്സിന്റെ ഇഷ്ടവും പൊരുത്തവുമാണെന്ന വലിയ സത്യം കൂടി, പ്രവാചകൻ ആയിഷ(റ) കൂട്ടുകെട്ടിലൂടെ ഉടലെടുത്ത ദാമ്പത്യ ജീവിതം നമ്മെ പഠിപ്പിക്കുന്നു.

മാത്രമല്ല, പ്രവാചകന്റെ ലൈംഗികാഭിരുചികളെ സൂചിപ്പിക്കുന്ന വചനങ്ങളും ആയിഷ(റ)യിൽ നിന്ന് ഉദ്ധരിക്കപ്പെട്ടിട്ടുണ്ട്. 'നോമ്പുകാരനായിരിക്കെ, പ്രവാചകൻ എന്നെ ചുംബിക്കുമായിരുന്നു. നോമ്പ് കാരനായിരിക്കെ തന്നെ എന്റെ നാവ് കുടിക്കുമായിരുന്നു'. മറ്റൊരു സന്ദർഭത്തിൽ പ്രവാചകൻ പറഞ്ഞു: 'നിങ്ങളുടെ സ്ത്രീകളെ നിങ്ങൾ മൃഗങ്ങളെപ്പോലെ സമീപിക്കരുത്. പകരം, അവർക്കും നിങ്ങൾക്കുമിടയിൽ ഒരു ദൂതനെ വെക്കണം. ആരോ ചോദിച്ചു: എന്താണ് ദൂതൻ? പ്രവാചകൻ പറഞ്ഞു: ചുംബനം'.

ഇണയെ ചുംബിച്ച് ഉത്തേജിപ്പിച്ച് സംതൃപ്തയാക്കി സഹകരിപ്പിച്ച് കൊണ്ടല്ലാതെ ലൈംഗിക വൃത്തിയിൽ ഏർപ്പെടരുത് എന്നാണ് പ്രവാചക പാഠത്തിന്റെ അകക്കാമ്പ്. ആണും പെണ്ണും തുല്യമായി ആസ്വദിക്കാനുള്ളതാണ് ലൈംഗികത എന്നാണ് ഇസ്ലാമിക പാഠം. മാത്രമല്ല ലൈംഗികത പുണ്യകരമായ ധർമ്മമാണ് എന്ന് കൂടി പഠിപ്പിച്ച മഹാനാണ് പ്രവാചകൻ(സ).

ധനാഢ്യർ അവരുടെ സമ്പത്ത് ദാനം ചെയ്ത് തങ്ങളെക്കാൾ കൂടുതൽ പുണ്യം നേടുന്നല്ലോ എന്ന് പരിഭവിച്ച അനുചരന്മാരോട്, അവർക്കും പുണ്യം നേടാൻ ഒട്ടനവധി കാര്യങ്ങളുണ്ടെന്ന് അറിയിച്ചുകൊണ്ട് പ്രവാചകൻ പറഞ്ഞ കൂട്ടത്തിൽ ഇങ്ങിനെ കൂടി പറഞ്ഞു:

'...... നിങ്ങളുടെ ലൈംഗികാവയവങ്ങളിലടക്കം ധർമ്മമുണ്ട്'. അപ്പോഴവർ ആശ്ചര്യത്തോടെ ചോദിച്ചു: 'ഞങ്ങളുടെ കാമവികാരം പൂർത്തീകരിക്കുന്നതും പ്രതിഫലാർഹമാണെന്നോ?'. അദ്ദേഹം ചോദിച്ചു: 'നിങ്ങൾ നിഷിദ്ധ മാർഗ്ഗേണയാണത് നിർവ്വഹിച്ചിരുന്നതെങ്കിൽ കുറ്റകരമാകുമായിരുന്നില്ലേ?. അപ്രകാരം തന്നെ, അനുവദനീയ മാർഗ്ഗങ്ങളിലൂടെയാണത് ചെയ്തതെങ്കിൽ, അതിന് പ്രതിഫലവുമുണ്ട്'.

ഇസ്ലാം ലൈംഗികതയെ ഒരിക്കലും പാപമായി കണ്ടിട്ടില്ലെന്ന് മാത്രമല്ല, അത് ഇണയും തുണയും തമ്മിൽ മനപ്പൊരുത്തത്തോടെ അതീവ ഹൃദ്യമായ അനുഭവമാക്കി ജന്മസാഫല്യം നേടാനുള്ള ഒരാത്മ നിഷ്ഠമായ പുണ്യ കർമ്മമായി പ്രോൽസാഹിപ്പിക്കപ്പെടേണ്ടതാണ് എന്ന പാഠമാണ് നൽകുന്നത്.

Milton Keynes UK
Ingram Content Group UK Ltd.
UKHW011828151223
434437UK00007B/327